シャドーイングで学ぶ

介護の日本語

場面別

声かけ表現集

▶ Learning by Shadowing
Japanese in Caregiving
Situational *Koekake* Expressions

▶ Làm theo phương pháp Shadowing
để học cách diễn đạt
Tiếng Nhật cho điều dưỡng
Tập cách nói Koekake trong các đề tài

▶ Belajar dengan shadowing
Bahasa Jepang perawatan lansia
Kumpulan penyampaian kata sesuai situasi

田辺淳子［著］

にほんごの凡人社
BONJINSHA

★ 音声ファイルについては本の最後を見てください。
For the audio file, please refer to the last page in this book.
Về các phần mềm nghe, xin hãy xem phần cuối của sách.
Mengenai file audio tolong lihat bagian terakhir buku.

はじめに

Introduction
Lời mở đầu
Pendahuluan

　日本の介護施設で働く外国人といえば、今まで定住外国人とEPA（経済連携協定）の介護福祉士（候補者）が大部分を占めていました。しかし、平成29年度より技術実習生、日本の大学や専門学校で介護を学んだ外国人の受け入れも始まり、大きな転換期を迎えています。これにより、介護の日本語教育も多様性が求められてきています。

　筆者はEPAの看護・介護の日本語教育に初年度から携わり、来日後日本語研修と国家試験対策を担当してきました。その中で、「日常的な生活日本語を学ぶ時期から手軽に使える、日本語のレベルに関係なく学べる、独学・クラスでの学習のどちらでも対応可能である、多言語で翻訳がある、そして、何よりも就業初日から使える実践的な介護の日本語教材」が必要だと思うようになりました。

　また、授業中、受講生から「先生、この表現も施設では使えますか」と言われて困った経験、介護のロールプレイで受講生が教科書の長い会話をそのまま丸暗記していて、少しでも違う状況や返答に対応できない場面に多く遭遇したことから、「多様な短い表現から成る、多言語訳のある介護の場面別声かけ表現集」が必要だという答えにたどり着きました。より実践的な声かけ教材を作成するために、介護施設や日本語教師対象のアンケートと日本人介護職の声かけの収録を行いました。

　巻末にご協力いただいた施設名を記載させていただきましたが、他にも多くの方にアンケートにご協力いただき、励ましのお言葉をいただきました。専門家の皆さまには介護現場の視点から表現やイラストをご確認いただきました。翻訳家、翻訳校正の皆さまには細かいところまで対応していただきました。心よりお礼申し上げます。

　最後に、出版までには多くの時間と作業を要し、途中でゴールのないマラソンを走っているような感覚に陥ることもありました。そんなとき、背中を押してくれたのは、授業中、常に一生懸命学習に取り組み、日本語研修終了後も、介護施設での仕事と日本語学習・国家試験に向けた学習を両立させている受講生の皆さんでした。本書が日本の介護施設で働く皆さんの力になれたらうれしく思います。

田辺淳子

i

もくじ

Index
Mục lục
Daftar Isi

はじめに _____ i
Introduction / Lời mở đầu / Pendahuluan

この本をお使いになる学習者の皆さんへ _____ iii
To Learners Who Use This Book / Thân gửi độc giả của cuốn sách này / Kepada Semua Pembelajar Yang Menggunakan Buku Ini

利用者様とのコミュニケーションの基本 _____ 1
[Basics in Communication with Users / Những vấn đề cơ bản khi giao tiếp với bệnh nhân / Ekspresi Penyampaian Kata Praktis]

第1章 便利な声かけ表現 _____ 7
[Useful Koekake Expressions / Các cách nói Koekake tiện dụng / Ekspresi Penyampaian Kata Praktis]

第2章 起床の声かけ _____ 23
[Koekake for Wake-up / Koekake khi giúp thức giấc / Penyampaian Kata Saat Bangun Tidur]

第3章 体調確認の声かけ _____ 31
[Koekake for Checking Physical Conditions / Koekake khi xác nhận tình trạng sức khoẻ / Penyampaian Kata untuk Konfirmasi Kondisi Fisik]

第4章 衣服の着脱の声かけ _____ 46
[Koekake for Changing Clothes / Koekake khi giúp thay quần áo / Penyampaian Kata Saat Mengenakan dan Melepas Pakaian]

第5章 移乗・車いすでの移動の声かけ _____ 66
[Koekake for Transferring and Assisting a User in a Wheelchair / Koekake khi hỗ trợ bệnh nhân ngồi lên và di chuyển bằng xe lăn / Penyampaian Kata Saat Pemindahan dan Perpindahan dengan Kursi Roda]

第6章 食事・服薬の声かけ _____ 90
[Koekake for Meals and Medication / Koekake khi phục vụ ăn, uống thuốc / Penyampaian Kata Saat Makan dan Minum Obat]

第7章 口腔ケアの声かけ _____ 113
[Koekake for Oral Health Care / Koekake khi chăm sóc răng miệng / Penyampaian Kata untuk Perawatan Rongga Mulut]

第8章 排泄の声かけ _____ 130
[Koekake for Excretion / Koekake về tiểu tiện – đại tiện / Penyampaian Kata untuk Ekskresi]

第9章 入浴の声かけ _____ 154
[Koekake for Bathing / Koekake khi tắm / Penyampaian Kata untuk Mandi]

第10章 就寝の声かけ _____ 179
[Koekake for Sleep / Koekake lúc ngủ / Penyampaian Kata untuk Tidur]

ちょこっとことば集

❶ 特別な敬語 Special Respectful Expressions / Kính ngữ dạng đặc biệt / Ekspresi Honorifik Khusus _____ 45

❷ 車いすの名称 Names of Wheelchair Parts / Tên các bộ phận của xe lăn / Nama-nama Bagian Kursi Roda __ 65

❸ 明治以降の元号 Names of Eras after the Meiji Era / Niên hiệu sau thời Meiji / Nama Era setelah Meiji
十二支 Juunishi / 12 con giáp / Juunishi (dua belas zodiak Cina) _____ 89

❹ 身体の部位 Names of Body Parts / Bộ phận của cơ thể / Bagian-bagian Tubuh _____ 129

❺ 家族の呼称 Names of Family Members / Xưng hô gia đình / Nama panggilan Keluarga _____ 153

★ 音声ファイルについては本の最後を見てください。
For the audio file, please refer to the last page in this book. / Về các phần mềm nghe, xin hãy xem phần cuối của sách. / Mengenai file audio tolong lihat bagian terakhir buku.

この本をお使いになる
学習者の皆さんへ

To Learners Who Use This Book
Thân gửi độc giả của cuốn sách này
Kepada Para Semua Pembelajar Yang Menggunakan Buku Ini

この本は介護の声かけを身につける本です。現在施設で働いている方、これから施設で働く予定の方、将来施設で働きたい方が、シャドーイングをしながら、さまざまな介護場面に合った声かけ表現が学べるように構成されています。介護の声かけには、相手と場面と流れがあります。ですが、それは常に決まっているわけではなく、同じ介護場面でもその時の状況、相手（利用者様）の状態などによって変化します。この本には場面ごとにさまざまな表現が数多く集めてあります。この本の表現をパッチワークにようにつなぎ合わせて、場面、状況、利用者様の状態などに応じた声かけができるようになることをめざしています。

This book is focused on Koekake in caregiving. It is designed so that people, who work at care facilities at present, who are going to work, or who want to work at care facilities in the future, can learn Koekake in various caregiving situations by shadowing. Koekake in caregiving involves users (people who use the caregiving service), situations, and caregiving flow. However, Koekake expressions are not fixed. Even in the same caregiving situation, they will change according to the situation at that time, or the condition of the user, etc. This book offers various Koekake expressions for every caregiving situation. This book allows the learners to personalize these useful expressions to each specific caregiving situation, working environment and condition of the user.

Cuốn sách này là cuốn sách dùng để học các cách Koekake khi làm nhân viên điều dưỡng. Sách được biên soạn để những người hiện đang làm tại các cơ sở điều dưỡng, những người sắp tới dự định làm tại các cơ sở điều dưỡng, những người trong tương lai muốn làm nghề này có thể vừa nghe nói theo phương pháp Shadowing vừa học các cách diễn đạt mở lời (Koekake) phù hợp với nhiều hoàn cảnh điều dưỡng. Koekake trong điều dưỡng có đối phương, bối cảnh và trình tự. Tuy nhiên, những yếu tố đó không phải lúc nào cũng quy định sẵn, cùng một bối cảnh điều dưỡng nhưng tùy vào tình trạng lúc đó, tình trạng của đối phương (người bệnh) v.v...mà biến đổi khác nhau. Cuốn sách này tập trung rất nhiều các cách diễn đạt khác nhau cho mỗi tình huống. Chúng tôi mong rằng các bạn hãy kết nối các cách diễn đạt trong cuốn sách này khéo léo như một tác phẩm ghép vải nghệ thuật để có thể Koekake phù hợp với từng tình huống, hoàn cảnh hay tình trạng của bệnh nhân.

Buku ini adalah buku penguasaan penyampaian kata untuk perawatan lansia. Buku ini disusun untuk dapat mempelajari ekspresi penyampaian kata yang sesuai dengan berbagai situasi perawatan lansia dengan melakukan metode pembayangan (shadowing) bagi mereka yang sedang bekerja di fasilitas, bagi mereka yang berencana bekerja di fasilitas dan bagi mereka yang ingin bekerja di fasilitas di masa depan. Penyampaian kata dalam perawatan lansia terdiri dari lawan bicara dan situasi serta alur cerita. Akan tetapi, hal tersebut tidak akan selalu sama, meskipun dalam situasi yang sama, akan berubah sesuai kondisi dan keadaan (pengguna jasa) dan lain-lain. Di dalam buku ini terdapat berbagai ekspresi untuk tiap-tiap situasi. Bertujuan supaya dapat menyampaikan kata yang disesuaikan dengan situasi, kondisi, keadaan pengguna jasa dan lain-lain, dengan menggabungkan ekspresi-ekspresi dalam buku ini seperti sulaman kain perca.

● この本で扱う介護の声かけとは

この本では、声かけを、「介護サービスを利用者様に提供する際に必要とされるコミュニケーション」と考えています。車いすへの移乗介助の際の「足を引いて、前かがみになっていただけますか」のように、介助動作と直接結びついている声かけ表現や、「何かお飲み物をお持ちしましょうか」のように、介護職から利用者様に話しかける声かけ表現だけでなく、利用者様のお話を聞いて、「そうですか。それは良かったですね」と答え、共感を示す表現もこの本では声かけと捉えています。日本語に自信がないからといって、介助動作のとき以外は利用者様に積極的に声かけをしない方もいますが、大変もったいないことだと思います。積極的な声かけは、質の高い介護サービスの提供には欠かせません。利用者様のADL（Activities of Daily Living）の維持や向上、QOL（Quality of Life）の向上、利用者様との信頼関係の構築にも役立ちます。そ

iii

れだけにとどまらず、皆さんの日本語力の向上、仕事へのやりがいやモチベーションの向上にもつながります。皆さんがもっと介護の仕事を楽しみ、介護の仕事が好きになるために、声かけの習得は大変重要だと言えるのです。

● What is Koekake of Caregiving in This Book?

In this book, Koekake means 'communication required when caregiving service is provided to users'. They are not only Koekake expressions directly related to caregiving actions, such as 'Could you draw your legs back and bend forward?' when helping a user transfer to a wheelchair, or Koekake expressions when a caregiver talks to his/her user, such as 'Shall I bring you something to drink?'. The expressions to show empathy after listening to a user's story, such as 'Oh, I understand. That's good for you.' are also included in Koekake in this book. Some caregivers are not confident with their Japanese language ability and hesitate to do Koekake except when giving care. But, this is the wrong approach: proactive Koekake is essential to high quality caregiving service. Koekake is helpful to maintain or improve ADL (Activities of Daily Living) of users, to improve QOL (Quality of Life), and to build up a relationship of mutual trust between users and caregivers. In addition, it also helps you improve your Japanese language ability and motivation at work. This combines to create rewarding experience. It is imperative to master Koekake to enjoy your caregiving job.

● Koekake về điều dưỡng được dùng trong cuốn sách này là gì

Trong cuốn sách này, Koekake được coi là "Hình thức giao tiếp cần thiết khi cung cấp cho bệnh nhân dịch vụ điều dưỡng". Cách nói Koekake trực tiếp liên quan đến hành động điều dưỡng như "Bác hãy co chân lại và hơi khom người về phía trước giúp cháu ạ" lúc hỗ trợ di chuyển sang xe lăn, cách Koekake khi nhân viên điều dưỡng hỏi thăm bệnh nhân như "Cháu mang đồ uống gì đó đến cho bác nhé?" hay cách nói "Thế ạ, thế thì tốt quá ạ" thể hiện sự đồng cảm khi nghe câu chuyện của bệnh nhân cũng được coi là Koekake trong cuốn sách này. Có nhiều người nói rằng tôi không tự tin vào tiếng Nhật của mình nên ngoài việc phải làm ra điều dưỡng ra không tích cực Koekake với bệnh nhân, tôi nghĩ điều này thật sự đáng tiếc. Việc Koekake tích cực là không thể thiếu trong cung cấp dịch vụ điều dưỡng chất lượng cao. Nó có tác dụng trong việc duy trì và nâng cao ADL (Activities of Daily Living – hoạt động thường nhật) của người bệnh, nâng cao QOL(Quality of Life – chất lượng cuộc sống) của họ, nó còn có tác dụng trong cả việc thiết lập mối quan hệ tin tưởng với người bệnh nữa. Không dùng lại ở đó, Koekake cũng giúp nâng cao năng lực tiếng Nhật của bạn, nâng cao nhiệt tình và động lực của bạn với công việc. Có thể nói Koekake vô cùng quan trọng để các bạn yêu thích hơn nữa công việc điều dưỡng và nhận ra được những điểm thú vị của nghề điều dưỡng.

● Yang Dimaksud dengan Penyampaian Kata Perawatan Lansia dalam Buku Ini

Dalam buku ini yang dimaksud dengan penyampaian kata adalah "komunikasi yang diperlukan pada saat memberikan pelayanan perawatan lansia kepada pengguna jasa". Bukan hanya ekspresi penyampaian kata yang langsung berhubungan dengan bantuan seperti "Apakah Anda dapat menarik kaki dan sedikit membungkuk?" saat memberikan bantuan pemindahan ke kursi roda, serta ekspresi penyampaian kata saat dari tenaga perawat lansia menyapa pengguna jasa seperti "Apakah boleh saya bawakan sesuatu minuman?", akan tetapi ekspresi yang dapat menunjukkan rasa empati seperti mendengarkan pembicaraan pengguna jasa dan menjawab "Oh begitu. Itu bagus ya." juga dianggap sebagai penyampaian kata dalam buku ini. Hanya karena tidak memiliki kepercayaan diri dalam bahasa Jepang, ada yang tidak melakukan penyampaian kata secara aktif kepada pengguna jasa selain pada saat memberikan bantuan, hal tersebut sangat disayangkan. Penyampaian kata secara aktif merupakan hal yang penting dalam memberikan pelayanan perawatan lansia dengan kualitas tinggi. Sangat bermanfaat untuk pemeliharaan dan peningkatan ADL (Activities of Daily Living) pengguna jasa, peningkatan QOL (Quality of Life) dan pembentukan hubungan kepercayaan dengan pengguna jasa. Bukan hanya itu saja, akan tetapi juga berkaitan dengan peningkatan kemampuan bahasa Jepang Anda sekalian dan peningkatan gairah serta motivasi terhadap pekerjaan. Supaya Anda sekalian lebih menyenangi dan menyukai pekerjaan perawatan lansia, oleh karena itu bisa dikatakan penguasaan koekkake adalah sangat penting.

● シャドーイングとは

シャドーイングは、聞き終わった後に聞いた内容を発声するリピーティングと異なり、聞こえてくる音声に対してシャドー（影）のようについて、即座に発声する練習方法です。

シャドーイングをすると、日本語のアクセント、リズム、イントネーションなどに慣れ、滑らかに発音できるようになります。毎日練習することで、語彙や表現も覚えられます。1日10分～15分程度練習するだけで効果があるので、仕事や勉強に忙しい方でも、ちょっとした時間で声かけの練習ができます。①聞く、②聞いた内容を保持する、③聞いた内容を発声するというマルチタスクをほぼ同時にするので、脳への負荷が高く、慣れるまで大変かもしれませんが、練習により、脳のワーキングメモリが鍛えられます。聞いた内容を保持する能力、初めて聞く言葉でも正しく発音する能力、聞いてすぐに反応する能力が伸びるため、施設での仕事に役立ちます。

iv

● What is 'Shadowing'?

This textbook is based on the 'shadowing' method, which means following the recording like a shadow, i.e., repeating what you hear immediately afterwards. It is different from repeating after you have finished listening to the entire recording.

Shadowing familiarizes you with Japanese language accents, rhythms, intonations and enables you to pronounce Japanese smoothly. By practicing shadowing every day, you can learn vocabulary and expressions as well. 10-to-15-minute practice every day is effective. You can practice Koekake even in those short periods of spare time that you have, even if you are busy with your work or study. Since multi tasks such as ① listening, ② retaining what you have heard, and ③ pronouncing what you have just heard are done almost at the same time, it loads a lot on your brain and you might feel it difficult at first, but working memory in your brain will be trained by this practice. These multi tasks improve your listening retention ability, correct pronunciation after you hear words even for the first time, and prompt reaction to the listening. These tasks will help you work in the facility.

● Shadowing là gì?

Shadowing khác với phương pháp nghe lặp lại - nghe xong sau đó mới nhắc lại nội dung - đây là phương pháp luyện nói ngay lập tức sau khi nghe, nghĩa là bám sát theo âm thanh vừa nghe được như cái bóng (shadow).

Khi Shadowing, bạn sẽ quen với trọng âm, nhịp, ngữ điệu v.v…của tiếng Nhật và có thể phát âm được trôi chảy. Bằng việc luyện tập hàng ngày bạn sẽ nhớ được từ và cách biểu hiện. Chỉ cần luyện tập từ 10 đến 15 phút một ngày sẽ có hiệu quả nên những ai bận rộn vì học hành hay công việc cũng có thể luyện Koekake trong những khoảng thời gian chốc lát. Vì phải thực hiện hầu như đồng thời nhiều nhiệm vụ như ① Nghe, ② Lưu giữ nội dung nghe được, ③ Nói lại nội dung vừa nghe nên sự kích thích đến não bộ rất lớn, ban đầu sẽ thấy rất mệt cho đến khi quen hẳn tuy nhiên nhờ vào việc luyện tập "trí nhớ làm việc" sẽ được rèn luyện. Năng lực lưu giữ những nội dung nghe được, năng lực phát âm đúng ngay cả những từ lần đầu tiên nghe được, năng lực ứng phó ngay sau khi nghe sẽ tốt lên, mang lại hiệu quả cho công việc ở cơ sở điều dưỡng.

● Yang Dimaksud dengan Shadowing (Pembayangan)

Shadowing (pembayangan) berbeda dengan repeating (pengulangan) yang mengucapkan isi yang didengar setelah selesai mendengar, akan tetapi merupakan metode latihan dengan mengucapkan dengan segera seperti mengikuti shadow (bayangan) terhadap suara yang terdengar.

Jika melakukan shadowing, akan terbiasa dengan aksen, ritme, intonasi dan lain-lain dari bahasa Jepang, sehingga akan bisa mengucap dengan lancar. Jika dilatih tiap hari, akan bisa mengingat kosakata dan ekspresi. Karena dengan latihan satu hari sekitar 10 menit ~ 15 menit saja akan ada hasilnya, mereka yang sibuk dalam pekerjaan dan belajar, bisa latihan penyampaian kata dalam waktu yang singkat. Karena multi task ① mendengar, ② menahan isi yang telah didengar dan ③ mengucapkan isi yang telah didengar hampir secara bersamaan, beban terhadap otak sangat besar, untuk sampai terbiasa mungkin sulit, dengan latihan memori kerja otak akan bisa diasah. Karena kemampuan menahan isi yang telah didengar, kemampuan mengucap secara benar perkataan yang baru didengar dan kemampuan merespon dengan segera setelah mendengar, akan sangat bermanfaat dalam pekerjaan di fasilitas.

＜リピーティングとシャドーイングの違い＞

<Difference between Repeating and Shadowing / Sự khác biệt của Repeating và nghe nói Shadowing / Perbedaan antara Shadowing dan Repeating>

モデル音声 Model audio / Cách nói mẫu / Audio model	モデル音声 Model audio / Cách nói mẫu / Audio model
リピーティング **Repeating**	シャドーイング **Shadowing**

- すべて聞き終わってから発声する
- 単純なタスク

- Pronouncing after listening / Nghe hết toàn bộ rồi mới nói theo / Mengucap setelah selesai mendengar semua
- Simple task / Nhiệm vụ đơn giản / Task simpel

- 聞きながら、発声する
- マルチタスクで、脳への負荷が高い
- 語彙や表現が覚えやすい

- Pronouncing while listening / Vừa nghe vừa nói theo / Mengucap sambil mendengar
- Multi tasks which load much on your brain / Nhiệm vụ đa dạng, kích thích não lớn / Multi task dan beban terhadap otak besar
- Easy to memorize vocabulary and expressions / Dễ nhớ từ và cách biểu đạt / Kosakata dan ekspresi mudah diingat

V

● この本の使い方と練習方法 How to Use This Book and How to Practice
Cách dùng cuốn sách này và phương pháp luyện tập
Metode Latihan Penggunaan Buku Ini

❶ その章の介護場面の紹介

タイトルとイラストを見て、どんな声かけがあるか考えてみましょう。重要ポイントを読む前に、どんなことに気をつけたらいいか、まず自分で考えてみましょう。

Introduction of a Caregiving Situation in the Chapter
Look at the title and illustration, think of what Koekake expressions are used in that caregiving situation. Think about the important points you should pay attention to in each situation before reading the Important Points.

Giới thiệu chương và bối cảnh điều dưỡng
Hãy nhìn tên gọi chương và tranh minh họa để nghĩ xem có những cách Koekake như thế nào. Trước khi đọc những điểm ghi chú quan trọng hãy thử tự mình suy nghĩ xem nên để ý đến những điều gì.

Perkenalan Situasi Perawatan Lansia pada Bab Tersebut
Mari kita pikirkan penyampaian kata seperti apa dengan melihat judul dan ilustrasi. Sebelum kita membaca poin-poin penting, hal-hal apa yang harus kita sadari, pertama-tama harus kita pikirkan sendiri.

❷ 重要ポイント

その章で扱う介護場面で気をつけるポイントがまとめてあります。❶で考えたポイントと同じかチェックしてください。

Important Points
Important points in the caregiving situation in the chapter are summarized here. Check to see if these important points are the same as your important points in ❶.

Những điều cần lưu ý
Tập hợp những điểm ghi chú cần chú ý trong bối cảnh điều dưỡng tại chương đó. Hãy kiểm tra xem có trùng với những điểm ghi chú bạn đã nghĩ ở mục ❶ hay không.

Poin-poin Penting
Terdapat rangkuman poin-poin yang perlu diperhatikan pada situasi penyampaian kata yang dibahas dalam bab tersebut. Tolong dicek seperti poin-poin yang dipikirkan pada nomor/poin ❶.

❸ 声かけ表現の確認

声かけ表現リストと対訳を見て、意味を確認します。

Checking of Koekake Expressions
Look through the list of Koekake expressions and check their meaning written in English.

Kiểm tra cách nói Koekake
Hãy xem danh sách các cách nói Koekake và phần dịch, kiểm tra ý nghĩa.

Konfirmasi Ekspresi Penyampaian Kata
Mengkonfirmasi arti dengan melihat daftar ekspresi penyampaian kata dan terjemahannya.

❹ シャドーイング（1）

音声を聞きながら、本を見て、独り言のように小声で真似します。アクセント、リズム、イントネーション、スピードに注意を向けてください。同じ声かけでも、イントネーションが違うと伝わり方も変わるので注意してください。

Shadowing (1)
Look at the book, try to imitate the recording by mumbling Koekake expressions while listening to the audio. Pay attention to accent, rhythm, intonation, and speed in the recording. Even in the same Koekake expression, different intonation changes the meaning completely. Please pay attention to this.

Shadowing (1)
Vừa phát phần mềm nghe vừa xem sách và bắt trước theo phần mềm nghe bằng giọng nói nhỏ như thì thầm một mình. Hãy chú ý đến trọng âm, nhịp, ngữ điệu và tốc độ nói. Bạn hãy lưu ý tuy cùng một cách Koekake nhưng ngữ điệu khác thì cách truyền đạt cũng khác.

Shadowing (1)
Sambil mendengarkan Audio serta melihat buku, tolong tirukan dengan suara kecil seperti mengigau. Tolong tekankan aksen, ritme, intonasi dan kecepatan. Harap diperhatikan meski dalam penyampaian kata yang sama jika intonasi berbeda akan berubah cara penyampaiannya.

場面イラスト

Situational illustration / Hình minh họa / Ilustrasi situasi

重要ポイント

Important point / Những điều cần lưu ý / Poin-poin penting

★ 音声ファイルについては本の最後を見てください。

For the audio file, please refer to the last page in this book. / Về các phần mềm nghe, xin hãy xem phần cuối của sách. / Mengenai file audio tolong lihat bagian terakhir buku.

音声ファイルの番号

Audio file number/ Số phần mền nghe / Nomor file audio

⚠ 注意

Note / Chú ý / Perhatian

vi

❺ シャドーイング (2)

慣れてきたら、声を出して、はっきり発音しましょう。

Shadowing (2)
Pronounce Koekake expressions clearly once you get accustomed to accent, rhythm, intonation, and speed still using the book.
Shadowing (2)
Sau khi đã quen, bạn hãy phát âm to rõ ràng theo.
Shadowing (2)
Setelah terbiasa, mari kita ucapkan dengan jelas dengan suara yang jelas.

❻ シャドーイング (3)

本を見ないで練習しましょう。

Shadowing (3)
Practice shadowing Koekake expressions without the book.
Shadowing (3)
Hãy luyện tập mà không nhìn sách.
Shadowing (3)
Mari kita latihan tanpa melihat buku.

その章を初めて練習する場合は❶から順に❹または❺まで練習しましょう。2回目からは❹、または❺から練習してもいいでしょう。どんどん次の章に進むのではなく、何度も何度も戻ってくり返し練習することをお勧めします。施設ですでに働いている方は、施設でよく使う声かけ表現、書き直した声かけ表現、書き加えた声かけ表現で練習するといいでしょう。

When you study a chapter for the first time, go through ❶ to ❹ / ❺. You can start your practice at ❹ or ❺ the second time. It is recommended that you should review what you learned and practice it repeatedly. You should not go to the next chapter rapidly. If you already work at a care facility, it is recommended that you should practice Koekake expressions which are often used at your facility, or which you have added or changed in the book.

Trường hợp lần đầu tiên luyện tập một chương, hãy luyện tập theo trình tự từ ❶ đến ❹ hay đến ❺. Kể từ lần thứ 2 có thể luyện tập từ ❹ hay từ ❺. Bạn đừng nên học thật nhanh từ chương này sang chương khác mà hãy luyện tập đi lập lại từng chương. Các bạn đang làm việc tại cơ sở điều dưỡng có thể luyện tập các các nói Koekake thường dùng tại chỗ làm của mình, cách nói Koekake đã được bạn viết lại hay viết bổ sung thêm.

Pada saat pertama kali latihan bab tersebut, mari kita latih secara berurut dari ❶ sampai ❹ atau ❺. Untuk yang ke-2 kalinya, boleh latihan dari ❹ atau ❺. Bukan terus berlanjut langsung ke bab berikutnya, dianjurkan untuk berlatih dengan mengulang kembali berkali-kali. Mereka yang sudah bekerja di fasilitas, bisa latihan ekspresi penyampaian kata yang sering digunakan di fasilitas, ekspresi penyampaian kata yang dikoreksi dan ekspresi penyampaian kata yang ditambahkan.

❼ 練習

状況と利用者情報、その対訳、イラストを見て、まず自分で会話を考えてみましょう。チェックリストを使って、状況に合った適切な会話になっているか確認してください。その後、本のモデル会話を見て、音声を聞いてシャドーイングをしましょう。

Practice
Read the translation of the given situation, look at the illustration. First, imagine the Koekake conversation by yourself. Check if your conversation is appropriate in the situation by using the Checklist under the Model Conversation. Then, check the Model Conversation in the book, listen to the audio, and practice shadowing it.

Luyện tập
Hãy xem bối cảnh, thông tin bệnh nhân, phần dịch, tranh minh họa và trước hết hãy tự mình nghĩ hội thoại mẫu. Hãy sử dụng "Các điểm cần lưu ý" ở dưới hội thoại mẫu để kiểm tra xem phần hội thoại có phù hợp với hoàn cảnh hay không. Sau đó nghe phần mềm nghe và Shadowing theo.

Latihan
Sambil melihat terjemahan penjelasan kondisi dan ilustrasi, tolong coba pikirkan sendiri percakapannya. Harap dipastikan apakah percakapannya sudah memenuhi poin-poin dan pokok-pokok yang perlu diperhatikan. Setelah itu, sambil melihat percakapan contoh dan mendengarkan Audio, mari kita lakukan shadowing.

状況・利用者情報
Situation, Information about the user /
Bối cảnh, Thông tin về bệnh nhân /
Situasi, Informasi pengguna jasa

チェックリスト
Checklist / Các điểm cần lưu ý /
Daftar cek

皆さんが働く施設でよく使われている表現にチェックを入れたり、この本に載っていない声かけや技術的ポイントを書き込んだり、本の声かけ表現を方言を使って書き換えたりしてみてください。

You can mark Koekake expressions used at your facility, add Koekake expressions which are not put in this book, write caregiving technical points, change Koekake expressions in this book according to the dialect in your area, etc.

Hãy đánh dấu những cách nói thường được dùng ở nơi bạn làm việc, viết vào những cách Koekake, những ghi chú mang tính kĩ thuật không được nêu trong sách, viết lại sang tiếng địa phương các cách Koekake của cuốn sách này v.v…

Dapat gunakan untuk membubuhkan cek pada ekspresi yang sering digunakan di fasilitas Anda sekalian, atau untuk menulis poin-poin penyampaian kata dan teknis yang tidak terdapat pada buku ini atau mengganti penyampaian kata buku dengan menggunakan dialek.

MEMO

vii

● その他の注意点

1回に長時間練習するのではなく、毎日10分〜15分練習しましょう。ヘッドフォンを使って集中して練習するのもいいですが、いろいろな雑音のある中で練習するのもお勧めです。皆さんが働く施設は常にいろいろな音であふれています。自宅で料理をしながら、身支度を整えながらシャドーイングしてみてはどうでしょうか。他の音をシャットダウンしなくても、重要なことが聞き取れるようになります。

この本の声かけ表現や会話はなるべく自然な日本語にしてあります。そのため、省略されることが多い助詞は（　）の中に入れてあります。介護記録を書く際には、助詞は省略できないので、どんな助詞が使われるのか確認しておいてください。

この本では、どんな場面・状況でも使え、失礼がないように丁寧な日本語が使われています。周りのスタッフがくだけた話し方をしているからと安易に真似をするのではなく、人生の大先輩である利用者様に敬意を払い、利用者様一人ひとりの尊厳を守るため、まずは丁寧な声かけを身につけて使いましょう。

● Other Notes

Do not practice shadowing for a long time at once, but for 10 to 15 minutes every day. You can practice shadowing with a headphone, but it is recommended that you should practice in various noise without a headphone. There are various sounds at a caregiving facility. Why don't you practice shadowing while cooking or grooming at home? You will be able to catch important points without shutting out other sounds or noise.

Koekake expressions in this book are mostly natural and conversational Japanese. Therefore, particles which are often omitted while talking are placed in ( ). As you can't omit particles when you write caregiving records (kaigo kiroku), please pay attention to what kind of particles are used in caregiving records.

Polite Japanese is used in this book so that you can use it in any situation without being rude. You should not copy casual Japanese without thinking just because staff around you use casual Japanese. Master polite Koekake expressions first and use them so that you can show your respect to your users, 'sempai' and their individual dignity.

● Các điểm cần lưu ý khác

Đừng luyện tập quá nhiều giờ trong một lần học, hãy luyện tầm từ 10 đến 15 phút mỗi ngày. Bạn có thể dùng tai nghe để tập trung luyện tập nhưng tôi cũng khuyến khích các bạn hãy luyện tập trong hoàn cảnh có nhiều âm thanh hỗn tạp. Cơ sở điều dưỡng mà bạn làm thường ngày ngập tràn các loại âm thanh. Bạn hãy thử vừa nấu ăn tại nhà hay vừa thay quần áo tại nhà vừa Shadowing xem sao? Khi quen bạn sẽ có thể không cần phải ngăn chặn các âm thanh khác mà vẫn có thể nghe được những chỗ quan trọng.

Cách nói Koekake và hội thoại trong cuốn sách này cố gắng để ở thể tiếng Nhật tự nhiên nhất.Do đó những trợ từ thường hay bị lược bỏ được để ở trong ngoặc ( ). Khi viết hồ sơ ghi chép về điều dưỡng không thể bỏ trợ từ nên bạn hãy kiểm tra xem những trợ từ nào được dùng.

Cuốn sách này sử dụng các nói tiếng Nhật lịch sự có thể dùng trong mọi tình huống, hoàn cảnh, không gây thất lễ. Đừng bắt trước theo cách nói bồ bã nếu có nghe thấy đồng nghiệp ở quanh mình nói thế, hãy để tâm học cách nói lịch sự để thể hiện sự tôn kính với các bệnh nhân – những bậc tiền bối đi trước và bảo vệ lòng tự tôn của họ.

● Poin Lain Yang Perlu Diperhatikan

Latihannya bukan 1 kali dalam waktu yang lama, mari kita latihan tiap hari 10 menit ~ 15 menit. Boleh mengunakan headphone latihan dengan konsentrasi, akan tetapi dianjurkan latihan dalam kondisi banyak gangguan bunyi. Karena fasilitas tempat Anda sekalian bekerja banyak terdapat banyak jenis bunyi suara. Bagaimana jika mencoba shadowing sambil memasak atau mempersiapkan diri di rumah. Meski bunyi-bunyi lain tidak diblok pun, hal-hal yang penting nanti akan bisa ditangkap.

Ekspresi dan percakapan penyampaian kata dalam buku ini diusahakan dengan bahasa Jepang yang natural. Untuk itu, partikel yang sering disingkat akan dimasukkan dalam ( ). Karena pada saat menulis catatan perawatan lansia, partikel tidak bisa disingkat, tolong dikonfirmasi partikel apa yang digunakan.

Pada buku ini, bisa digunakan pada berbagai situasi dan kondisi, dengan menggunakan bahasa Jepang yang sopan supaya tidak lancang. Jangan meniru dengan mudah cara bicara yang gampang dari para staf di sekitar Anda, hormatilah pengguna jasa selaku senior kehidupan Anda, untuk menjaga martabat pengguna jasa satu demi per satu, pertama-tama mari kita kuasai dan gunakan penyampaian kata yang sopan.

利用者様との
コミュニケーションの基本

Basics in Communication with Users
Những vấn đề cơ bản khi giao tiếp với bệnh nhân
Dasar Komunikasi dengan Pengguna Jasa

第1章に進む前に、施設で利用者様とコミュニケーションをする上で重要なポイントを学びましょう。

❶ 信頼される身だしなみとマナーを身につける

対人関係において第一印象は重要です。清潔感にあふれ、介護しやすい服装や髪型にします。香水は控え、長い髪はまとめ、利用者様の安全のため、爪は短く切りそろえ、アクセサリーは外します。利用者様は人生の大先輩です。敬意を払い、丁寧な言葉遣いで話します。時には冗談を言うときに、いつもより少しくだけた表現になるかもしれません。しかし、日本語の「親しき中にも礼儀あり」という諺が示すように、利用者様とどんなに親しくなっても、なじみの関係になっても、家族に対するような気持ちを持つようになっても、礼儀をわきまえ、場面、状況に合った言葉遣いで丁寧に話します。

❷ 利用者様の状況に合わせる

老化に伴い、さまざまな身体的変化が起きます。人によって違いますが、一般的にコミュニケーションに関することでいえば、高い音が聞き取りにくくなる、聞こえてくる音の中から言葉を聞き取りにくくなる、情報の整理に時間がかかる、視覚機能が低下する、言いたい言葉が出てこない、記憶力・認知力が低下する、不安感や疎外感を感じやすくなるなどが挙げられます。また、その日、その時の体調の変化もあります。小さい変化も見逃さないように観察します。目線を利用者様に合わせ、落ち着き、聞き取りやすいはっきりした話し方で、簡潔に話します。ジェスチャーや表情、適度なスキンシップなど非言語的コミュニケーションも活用します。

❸ 利用者様一人ひとりを大切にする

施設は利用者様にとって生活の場です。施設ですべての利用者様がその人らしい生活が送れるように、利用者様一人ひとりの尊厳を大切にします。皆さんにとって日本人の名前は似ているように聞こえるかもしれませんが、利用者様一人ひとりの名前を覚え、「田中さん」のように名前で呼びます。「おじいさん」「おばあさん」や「〇〇ちゃん」のような呼び方はしません。

利用者様に、指示、命令、禁止、詰問、強要をしてはいけません。例を挙げると、「フットサポートに足を載せてください。はい、ブレーキを外してください」のような指示、「これ（を）食べて！」のような命令、「だめ！」や「触らないで！」のような禁止、「どうして待っていられなかったんですか」のような詰問、「これを食べないと、床ずれが悪くなりますよ」のような強要はしてはいけません。毎日そのような言葉に囲ま

1

れて暮らす生活は幸せでしょうか。「汚い」「臭い」などの否定的な意味の言葉を使ったり、利用者様が恥ずかしいと思うようなことを口にしたりするのも、介護のプロフェッショナルとして避けなければなりません。利用者様の気持ちに寄り添った声かけをします。利用者様の安全・安楽のため、「早くして！」や「まだですか」のような急かす声かけは厳禁です。たとえ利用者様がほとんど会話ができなくても、目で返答することしかできなくても、声かけをしてから介助を行います。

利用者様が話しているときは、話を遮ることなく、関心を持って傾聴し、共感します。「かわいそう」と同情するのではなく、利用者様の立場に立って理解し、「大変だったのですね」や「それは良かったですね」と、利用者様の気持ちや話の内容をくみ取って対応します。利用者様と親しくなることは良いことですが、特定の方に偏ることのないように気をつけます。

また、どんなときにも利用者様のプライバシーの保護を忘れてはいけません。排泄に関わることや個人的なことを人前で言ってはいけません。業務上知り得た利用者様の情報については、同僚と情報をシェアする目的であっても、施設外で話してはいけません。

❹ 自己選択・自己決定を尊重する

皆さんの中には、自国で年長者を敬う方法として、率先して手伝ったり、代わりに動いたりすることが当たり前だった人も多いと思います。しかし、日本の介護では、個人の尊厳を尊重し、その人らしい生活を送ってもらう方法として、残存機能の活用と自己選択・自己決定が大変重要です。「私がやらせていただきます」や「今日は寒いので、このセーターを着ましょう」ではなく、「難しいところはお手伝いしますので、できるところはお願いします」や「ゆっくりで構いませんから、ご自分でやってみましょう」や「今日は寒いですが、どの服をお召しになりますか」と声かけをすることが重要です。片麻痺がある利用者様の場合も、患側が動かないと決めつけて「こちら（患側）はお手伝いします」と言うのではなく、少しでも動かせるなら、「できるところまでやっていただけますか」と声かけします。

また、見守りも介護の重要な方法の1つです。「そばにいますので、必要なときは声をかけてくださいね」と笑顔で声をかければ、利用者様も安心するでしょう。

❺ チームでケアする

介護はチームで行います。施設には介護職だけではなく、ケアマネジャー、相談員、看護師、理学療法士、作業療法士、言語聴覚士、栄養士など、さまざまな専門家がいます。お互いが協力し、利用者様の生活を支えます。日本では働くときに「報連相」という考え方があります。これは、「報告する」「連絡する」「相談する」から作られた言葉です。何か問題が起きてからでは遅いです。日頃から同僚や上司だけでなく、利用者様のご家族、他の専門家と「報連相」を行い、チームでケアをしましょう。

また、皆さんは日本の生活習慣や文化、施設のルールなど、知らないことも多いでしょう。わからないことは積極的に質問しましょう。わかったふりや、とりあえず「はい」と言うのは良くありません。皆さんが質問することは、一緒に働く日本人にとっても良いことです。何がわからないのか、何を難しいと感じているか伝えれば、日本人スタッフもチームの大切なメンバーの1人である皆さんに協力しやすくなるのです。1人で問題を抱え込まず、チーム皆で相談し、より良いケアをめざしましょう。

Before going to Chapter 1, let's learn some essential basic points in communication with users at care facilities.

❶ Maintain Trust-worthy Appearance and Manners

The first impression in communication is very important. Wear clean and easy-to-care clothes and have an appropriate hair style. Also avoid using perfume, tie your long hair, keep your nails short and remove your accessories for users' safety. As users are your 'sempai', show respect and speak to them politely. You might use a little casual expressions when you tell a joke. However, as the proverb in Japanese goes; ' 親しき仲にも礼儀あり (Shitashiki naka nimo reigi ari: A hedge between keeps friendship green)', keep your distance and talk with your users politely with good manners according to the situation even if you become very close to them, or even if they become like a family member.

❷ Adjust to Your User's Situation

Aging brings a number of physical changes, which vary from person to person. Regarding communication, in general, it is difficult for the elderly to hear high-pitched tones or distinguish spoken words from other sounds surrounding them. They need more time to process information. Their eyesight deteriorates. They can't express necessary words. Their memory and cognition also deteriorates. All these changes make them feel anxious and alienated easily. These are typical examples of physiological changes associated with aging that can impede effective communication. Their physical condition also changes day to day. Observe them carefully in order not to miss any small changes. Bend down to meet the user's eye level, stay calm, and speak with him/her in easy-to-hear and brief language. Non-verbal communication such as gestures, facial expressions and appropriate physical contact should also be used.

❸ Respect the Individuality of Users

A care facility is a life place for users. Respect the individual dignity of users and their personal lifestyle. Many Japanese names might sound similar to you, but remember all the names of your users, and call him/her with his/her name such as 'Tanaka san'. Don't call him/her 'Grandpa', 'Grandma', or 'XX chan'.

You must not dictate, order, forbid, accuse or force them. For example, instructions such as 'Put your feet on the foot support. Now, release the brake.', commands such as 'Eat this.', 'No!', 'Don't touch!', accusing questions such as 'Why couldn't you wait?', and forceful commands such as 'Eat this. Otherwise your bedsore will get worse.' should not be used. Will daily life filled with such words make them happy? Since you are a professional in caregiving, you must avoid using negative words such as 'dirty' or 'smelly' to them. You also must not say anything that humiliates them. Talk to them with consideration of their feelings. For their safety, it is strictly prohibited to hurry them up by saying 'Do it quickly!' or 'Not yet?' You need to use Koekake expressions before caregiving even if they are difficult to communicate with or even if they can only move their eyes to reply.

While they are talking, don't interrupt, listen to them attentively with interest, and empathize with them. Don't sympathize with them by saying 'I'm sorry for you.' Stand by their side, understand their feelings and their story, reply to them by saying 'That was tough for you.' or 'That was good for you.' It is good to establish good relationships with your users, but don't show preference to a specific user.

And, don't forget the protection of users' privacy at all times. Don't talk about topics related to excretion or personal issues in public. Don't talk about any information of users received in caregiving outside the facility even if you need to share the information with your colleagues.

❹ Respect Self-choice and Self-decision

Many of you feel it is natural to take the initiative to help the elderly by doing things for them as a way to show respect. However, self-choice, self-decision and self-regulation of their remaining functions are very important to show respect to their individual dignity and their lifestyle in Japanese caregiving. It's important to use Koekake expressions such as 'Could you try to do what you can? I'll be more than happy to help you with what you feel is difficult', 'Would you like to do it by yourself no matter how long it takes?', or 'It's cold today. What would you like to wear?', not 'I'll do it for you', or 'It's cold today, please wear this sweater' In the case of a user with hemiplegia, refrain from saying 'I'll help you here' first, as he/she may have some movement in his/her paralyzed parts. Instead, ask 'Could you move as much as you can?' to confirm if he/she can move his/her paralyzed parts a little.

Watching attentively is also one of the important methods in caregiving. If you do Koekake such as 'I'll be by your side. Please call me when necessary.' with a smile, your user will feel at ease.

❺ Work as a Team

Caregiving is conducted as a team. There are not only caregivers, but also other specialists such as care managers, counselors, nurses, PTs, OTs, STs, nutritionists, and so on. They cooperate with each other and support users' life. There is an idea of ' 報連相 (hourensou) ' at work in Japan. This is from ' 報告する (houkoku-suru: to inform)', ' 連絡する (renraku-suru: to contact)', and ' 相談する (soudan-suru: to consult)' as a team. If a problem occurs, it is too late. Always use ' 報連相 (inform, contact, and consult)' not only with your colleagues and boss, but also with users' family members and other specialists on a regular basis and give care as a team.

You may not completely understand Japanese lifestyle, habits, culture, and rules at Japanese care facilities. Feel free to ask what you don't know or don't understand. It's not good to pretend you understand or to say 'Hai (Yes)' even though you don't understand something well. When you ask a question, it is also helpful to your Japanese colleagues. If you tell them what you don't understand or what you find difficult, the Japanese staff will cooperate better with you as a valuable team member. Don't keep a problem to yourself, consult with your team members, and aim for better care together.

Trước khi đi vào chương thứ I, chúng ta sẽ cùng nhau học về những điều cơ bản nhất trong khi giao tiếp với bệnh nhân tại Viện.

❶ Nắm bắt được cách tạo dựng sự tin tưởng với bệnh nhân thông qua cách cư xử và thông qua biểu hiện bên ngoài của bản thân (trang phục, thái độ…)

Trong quan hệ giao tiếp với mọi người, ấn tượng ở lần đầu gặp gỡ rất quan trọng. Bởi vậy, chúng ta nên lựa chọn những kiểu tóc và trang phục sạch sẽ, gọn gàng và dễ vận động. Nên hạn chế dùng nước hoa. Nếu để kiểu tóc dài thì các bạn nên buộc gọn lại, thêm nữa, vì lí do an toàn cho bệnh nhân, các bạn cũng nên cắt ngắn móng tay và tháo bỏ các đồ trang sức như đồng hồ, vòng, dây chuyền. Các bệnh nhân đều là những người lớn tuổi hơn nhiều so với chúng ta, do vậy các bạn nên sử dụng từ ngữ và cách nói chuyện lịch sự, thể hiện sự tôn kính của mình đối với bệnh nhân khi giao tiếp. Đôi khi, chỉ vì muốn đùa vui một chút với bệnh nhân mà chúng ta lỡ dùng những từ ngữ thông thường, thiếu tính lịch sự, tuy nhiên trong tiếng Nhật có câu tục ngữ "Dù có thân thiết cũng phải giữ lễ nghĩa", dù chúng ta có quen thân, thậm chí là có cảm giác như đã trở thành người nhà của bệnh nhân đi chăng nữa thì cũng cần ghi nhớ phép lịch sự để lựa chọn từ ngữ, cách nói sao cho thật lịch sự và phù hợp với hoàn cảnh giao tiếp khi đó.

❷ Khéo léo chiều bệnh nhân

Khi con người ta càng lớn tuổi thì trong cơ thể càng có nhiều thay đổi. Mỗi người lại có sự thay đổi khác nhau, tuy nhiên về mặt cơ bản, trong khi giao tiếp với bệnh nhân, cần lưu ý những điểm như: Người già gặp khó khăn trong việc nghe những âm cao (giọng cao hay còn gọi là "the thé"), trong tất cả những âm thanh nghe được, người già thường gặp khó khăn khi nghe giọng người nói, người già thường mất nhiều thời gian để xử lí thông tin, thị lực và trí lực của người già giảm sút, mau quên, người già thường gặp khó khăn khi diễn đạt ý mình muốn nói, người già thường có cảm giác bất an và cô độc.

Thêm nữa, lại có trường hợp cơ thể có sự thay đổi, xáo trộn trong một ngày thậm chí là một khoảng thời gian ngắn. Vì vậy, chúng ta cần quan sát, lưu ý, tránh bỏ sót dù chỉ là những thay đổi nhỏ nhất ở bệnh nhân. Khi giao tiếp với bệnh nhân cần nhìn vào mắt bệnh nhân, nói một cách rõ ràng, bình tĩnh, ngắn gọn dễ hiểu để bệnh nhân nắm bắt được thông tin, đồng thời các bạn cũng cần phải sử dụng nhuần nhuyễn các kĩ thuật giao tiếp phi ngôn ngữ như : cử chỉ, điệu bộ, nét mặt và cử chỉ vỗ về..v.v

❸ Đối với bất cứ bệnh nhân nào thì cũng cần phải chăm sóc một cách chu đáo

Đối với bệnh nhân, Viện cũng chính là nhà. Do vậy, để mỗi người già khi ở Viện đều cảm thấy thoải mái như ở nhà, chúng ta cần tuyệt đối tôn trọng quyền lợi, cá tính của bệnh nhân. Đối với các bạn, có lẽ tên của người Nhật ai cũng có vẻ giống nhau, tuy nhiên chúng ta cần nhớ rõ tên của từng người. Ví dụ, cần gọi rõ tên như Tanaka-san (田中さん) chứ không được gọi bằng ông (おじいさん), bà (おばあさん) hay ○○ちゃん. Không được phép ra chỉ thị, ra lệnh cấm đoán, tra khảo, ép buộc bệnh nhân, ví dụ như:

- Chỉ thị: Hãy để chân lên giá đỡ chân đi !
  Vâng! Hãy nhả phanh ra.
- Mệnh lệnh: Hãy ăn cái này đi!
- Cấm đoán: Không được làm thế! Không được chạm vào!
- Tra khảo: Sao lại không cầm được thế ?
- Ép buộc: Nếu không ăn cái này vào thì bệnh tình bệnh nhân không khá lên được đâu!

Hãy tưởng tượng, nếu hàng ngày phải sống mà bị vây quanh bởi những từ ngữ ấy thì liệu có vui vẻ gì không ? Những từ ngữ mang tính tiêu cực như " bẩn","hôi" là những từ ngữ sẽ làm cho bệnh nhân cảm thấy xấu hổ, đối với những nhân viên y tế chuyên nghiệp, đó là những từ ngữ buộc phải tránh, các bạn nên sử dụng lối giao tiếp thật gần gũi với bệnh nhân. Nhằm đem đến cảm giác an toàn và thoải mái đến cho bệnh nhân, nghiêm cấm sử dụng những từ ngữ mang tính hối thúc như "Làm nhanh lên!", "Vẫn chưa xong à?". Mặt khác, dù cho bệnh nhân hầu như không thể nói chuyện hoặc chỉ có thể trả lời bằng ánh mắt thì các bạn cũng phải luôn ghi nhớ rằng luôn đánh tiếng với bệnh nhân rồi mới tiến hành công việc của mình.

Khi bệnh nhân nói, tuyệt đối không được chặn câu chuyện mà phải thể hiện sự quan tâm, lắng nghe và đồng cảm với bệnh nhân. Tuy nhiên, nó không có nghĩa là nói những câu như " Thật là đáng thương!" mà chúng ta cần phải đặt mình vào vị trí của bệnh nhân để hiểu tâm trạng của bệnh nhân, nắm bắt được câu chuyện để lựa chọn những từ ngữ như "Thật là vất vả quá!" hay "Vậy thì tốt quá!"

Thêm một điều nữa, các bạn không bao giờ được quên việc giữ bí mật những thông tin liên quan đến bệnh nhân. Chuyện đi vệ sinh hay những chuyện liên quan đến vấn đề riêng tư của bệnh nhân thì tuyệt đối không được nói trước mặt người khác. Đối với những thông tin nắm được trong quá trình làm việc thì dù là nhằm mục đích chia sẻ thông tin cho đồng nghiệp đi chăng nữa cũng tuyệt đối không được trao đổi ở bên ngoài Viện.

❹ Tôn trọng lựa chọn và quyết định của bệnh nhân

Đối với các bạn, tại quốc gia của mình, có thể coi việc thể hiện lòng kính trọng với người lớn tuổi thông qua việc chủ động giúp đỡ hoặc làm thay người lớn tuổi là điều hiển nhiên phải không? Tuy nhiên, trong ngành điều dưỡng tại Nhật Bản, chúng tôi coi trọng quyền cá nhân của mỗi người và nhằm mục đích để bệnh nhân được sống theo cách là chính họ, chúng tôi coi những quyết định, lựa chọn của cá nhân và những việc họ vẫn còn tự làm được là những điều rất cần được tôn trọng. Vì thế nên các bạn không nên tự quyết định như "Tôi xin phép được làm việc này" hay "Hôm nay trời lạnh nên bệnh nhân hãy mặc áo len vào" mà các bạn cần phải

4

hỏi là: "Khi nào khó cháu sẽ giúp còn bệnh nhân hãy cố gắng trong mức có thể nhé", "Ngày hôm nay có vẻ lạnh, bệnh nhân muốn mặc áo nào nào?" Thêm nữa, việc luôn sát sao với bệnh nhân cũng là 1 phương pháp quan trọng trong điều dưỡng, vậy nên, nói với bệnh nhân một cách trìu mến rằng "Có cháu ở bên cạnh đây rồi, khi nào cần cứ gọi cháu nhé" sẽ làm cho bệnh nhân cảm thấy yên tâm.

❺ Cùng nhau chăm sóc bệnh nhân

Công việc chăm sóc bệnh nhân được thực hiện theo nhóm. Tại Viện, không chỉ có mỗi điều dưỡng viên mà còn có cả y tá, chuyên gia vật lí trị liệu, chuyên gia phục hồi chức năng, chuyên gia ngôn ngữ, chuyên gia dinh dưỡng. Mọi người cũng kết hợp với nhau để hỗ trợ, chăm sóc bệnh nhân. Ở Nhật Bản, cung cách làm việc được biết đến qua cụm từ HORENSO, đây là chữ viết tắt của:

- HO: Thông báo
- REN: Liên lạc
- SO: Trao đổi, thảo luận

Khi có chuyện gì đó xảy ra thì lúc ấy đã là quá muộn. Vậy nên, ngay từ ban đầu cần xây dựng sự kết nối chặt chẽ không chỉ với đồng nghiệp hay cấp trên mà cần liên hệ chặt chẽ với gia đình bệnh nhân, các chuyên gia trong các lĩnh vực khác để cùng nhau chăm sóc bệnh nhân.

Ngoài ra, chắc hẳn các bạn còn nhiều điều chưa biết về tập quán, văn hóa của người Nhật, cũng như những quy định bên trong Viện, có điều gì khúc mắc hãy mạnh dạn hỏi. Việc giả vờ đã hiểu hoặc cứ trả lời "Vâng!" một cách bừa bãi là điều không tốt. Việc bạn hỏi cũng là một việc có ích cho những người Nhật cùng làm việc với bạn. Có điều gì khúc mắc hay có chuyện gì khó khăn hãy nói ra, điều đó giúp cho nhân viên người Nhật khác có thể hợp tác với bạn- một phần quan trọng của nhóm, một cách chặt chẽ hơn. Đừng bao giờ giữ những âu lo trong lòng, hãy chia sẻ với mọi người trong nhóm làm việc để cùng nhau xây dựng dịch vụ ngày một tốt hơn.

. . . .

Sebelum memasuki Bab 1, mari kita pelajari poin-poin dasar penting dalam melakukan komunikasi dengan pengguna jasa di fasilitas.

❶ Menanamkan penampilan dan etika yang bisa dipercaya

Dalam hubungan interpersonal kesan pertama sangat penting. Busana dan gaya rambut yang ditata penuh dengan kesan bersih akan mudah untuk melakukan pelayanan perawatan lansia. Parfum dikurangi, rambut yang panjang diikat, demi keselamatan pengguna jasa, kuku dipotong pendek dan rapi, serta aksesoris dilepas. Pengguna jasa adalah para senior kehidupan kita. Tunjukkan rasa hormat dan berbicara dengan perkataan yang sopan. Pada saat bergurau, mungkin akan sedikit kurang ekspresif daripada seperti biasa. Akan tetapi, seperti pepatah dalam bahasa Jepang "Dalam keakraban tetap masih ada kesopanan.", bagaimanapun akrabnya dengan pengguna jasa, meskipun hubungannya menjadi familiar, walaupun memiliki perasaan seperti keluarga, tetap berbicara sopan dengan perkataan yang sesuai dengan pemahaman kesopanan, situasi dan kondisi.

❷ Menyesuaikan terhadap kondisi pengguna jasa

Seiring dengan penuaan, akan terjadi berbagai macam perubahan fisik. Meski akan berbeda tergantung individu, secara umum mengenai hal komunikasi bisa diberikan contoh sulit mendengar bunyi yang tinggi, sulit mendengar kata-kata dari dalam bunyi yang terdengar, memerlukan waktu untuk merapikan informasi, fungsi indra penglihatan menurun, apa yang ingin disampaikan tidak segera bisa keluar, kemampuan memori dan kemampuan kognisi menurun, rasa kecemasan dan rasa keterasingan akan mudah dirasakan dan lain-lain. Serta, juga terdapat perubahan kondisi fisik pada hari itu dan saat itu. Perubahan kecil juga jangan sampai terlewatkan dan harus diamati. Garis pandangan disesuaikan kepada pengguna jasa, dengan cara bicara yang tenang dan mudah didengar, serta berbicara dengan ringkas. Komunikasi nonverbal seperti gerak tubuh dan ekspresi wajah, sentuhan yang cukup dan lain-lain juga dimanfaatkan.

❸ Mementingkan pengguna jasa satu demi per satu

Bagi para pengguna jasa fasilitas adalah tempat tinggal untuk kehidupan. Supaya semua pengguna jasa dapat menjalani kehidupan seperti yang dia inginkan di fasilitas, martabat pengguna jasa satu demi per satu perlu dihormati. Bagi Anda sekalian nama-nama orang Jepang mungkin terdengar mirip, nama pengguna jasa satu demi per satu perlu diingat, panggil dengan namanya seperti "Tanaka-san". Jangan dengan panggilan seperti "kakek", "nenek" dan "XX-chan".

Terhadap pengguna jasa, jangan lakukan instruksi, perintah, larangan, interogasi dan pemaksaan. Sebagai contoh, jangan lakukan instruksi seperti "Tolong naikkan kaki di sandaran kaki. Terus, tolong lepaskan rem.", perintah seperti "Makan ini!", larangan seperti "Jangan!" dan "Jangan sentuh!", interogasi seperti "Kenapa tidak bisa menunggu?" dan pemaksaan seperti "Jika tidak makan ini, nanti dekubitusnya akan jadi lebih parah." Apakah kehidupan yang dijalani dengan disertai perkataan seperti itu setiap hari akan membuat bahagia? Menggunakan perkataan yang memiliki arti negatif seperti "kotor", dan "bau", atau menyampaikan hal-hal yang mempermalukan pengguna jasa, sebagai tenaga profesional perawatan lansia harus dihindari. Lakukan penyampaian kata yang menjaga perasaan pengguna jasa. Demi keselamatan dan kenyamanan pengguna jasa, penyampaian kata yang tergesa-gesa seperti "Tolong cepat!" dan "Masih belum juga?" adalah larangan keras. Meski pengguna jasa hampir tidak bisa berbicara pun, meski hanya bisa menjawab dengan pandangan mata saja, lakukan bantuan setelah memberikan penyampaian kata.

Saat pengguna jasa berbicara, jangan menyela pembicaraan, dengarkan baik-baik dengan perhatian dan tunjukkan rasa empati. Bukan merasa simpati dengan "Kasihan.", tetapi memahami dengan berada pada posisi pengguna jasa, dengan

"Kondisinya sulit ya." dan "Hal itu bagus ya.", menangkap dan menanggapi perasaan dan isi pembicaraan pengguna jasa. Menjadi akrab dengan pengguna jasa adalah hal yang bagus, tetapi perlu diperhatikan jangan sampai berbias pada orang-orang tertentu.

Serta, pada saat bagaimanapun jangan melupakan perlindungan privasi pengguna jasa. Jangan sampaikan di depan orang lain hal-hal yang berkaitan dengan ekskresi dan hal-hal yang bersifat pribadi. Mengenai informasi pengguna jasa yang diperoleh selama tugas, meski dengan tujuan untuk berbagi informasi dengan rekan kerja, jangan dibicarakan di luar fasilitas.

❹ Menghormati pilihan pribadi dan penentuan pribadi

Di antara Anda sekalian, di negara masing-masing sebagai cara penghormatan terhadap orang tua, banyak yang beranggapan bahwa berinisiatif membantu dan menggantikan diri untuk melakukan tindakan adalah hal yang wajar. Akan tetapi, dalam perawatan lansia Jepang, sebagai cara agar yang bersangkutan dapat menjalani kehidupan yang dia inginkan, pemanfaatan fungsi residu dan pilihan pribadi serta penetuan pribadi adalah hal yang penting. Bukan dengan "Biarkan saya yang melakukan." dan "Karena hari ini dingin, mari pakai sweater ini.", tetapi dengan penyampaian kata seperti "Jika ada yang sulit saya akan bantu, tolong dicoba sampai sebisanya." dan "Secara perlahan tidak apa-apa, tolong coba lakukan sendiri." serta "Hari ini dingin, mau mengenakan baju yang mana?" Juga untuk pengguna jasa yang menderita hemiplegia, karena kita menilai sisi yang sakit tidak bisa digerakkan jangan kita katakan "Yang sini (sisi yang sakit) akan saya bantu.", akan tetapi jika bisa digerakkan sedikit kita sampaikan kata "Apakah Anda bisa lakukan sebisa Anda."

Serta, mengawasi juga merupakan salah satu metode dalam perawatan lansia. Jika kita menuturkan kata dengan senyuman "Saya berada di dekat sini, jika perlu tolong panggil saya.", pengguna jasa akan merasa tenang.

❺ Melakukan perawatan secara tim

Perawatan lansia dilakukan secara tim. Di dalam fasilitas, bukan hanya tenaga perawatan lansia, tetapi juga ada berbagai spesialis seperti care manager, konselor, perawat, tenaga fisioterapi, terapis okupasi, terapis bahasa, ahli gizi dan lain-lain. Bersama-sama saling bekerja sama mendukung kehidupan pengguna jasa. Di Jepang dalam bekerja ada konsep yang disebut "Hourensou". Ini adalah perkataan yang disusun dari "melaporkan (houkoku)", "memberitahukan (renraku)" dan "mengkonsultasikan (soudan)". Pada saat masalah sudah terjadi akan sudah terlambat. Secara rutin bukan hanya kepada atasan dan rekan kerja, dengan keluarga pengguna jasa dan para spesialis lainnya melakukan "Hourensou" dan mari kita lakukan perawatan secara tim.

Serta, Anda sekalian mungkin banyak yang tidak tahu mengenai kebiasaan hidup dan budaya Jepang, peraturan fasilitas dan lain-lain. Jika ada hal-hal yang kurang dimengerti mari tanyakan secara aktif. Pura-pura mengerti dan sementara menjawab "ya" itu adalah hal yang tidak bagus. Pertanyaan yang disampaikan oleh Anda sekalian, bagi orang-orang Jepang yang bekerja bersama juga merupakan hal yang bagus. Jika ada yang tidak dimengerti, jika ada yang dirasa sulit, jika disampaikan, para staf orang Jepang akan mudah memberikan kerja sama kepada Anda sekalian selaku anggota tim yang penting. Jangan menyimpan masalah sendiri, mari konsultasikan dengan semua anggota tim untuk menuju perawatan yang lebih baik.

第1章
だい　しょう

便利な声かけ表現
べんり　こえ　　　ひょうげん

Chapter 1: Useful Koekake Expressions
Chương I: Các cách nói Koekake tiện dụng
Bab 1: Ekspresi Penyampaian Kata Praktis

この章では、まず、いろいろな場面で使える便利な声かけ表現を学びましょう。介助するときや利用者様に何か頼まれたときだけ声をかけるのではなく、少し手が空いたときにも自分から積極的に声をかけてみてください。日本語が正しく言えるかなとか、利用者様の日本語がわからなかったらどうしようとか、心配しないで、利用者様と同じ目線に合わせて、笑顔で声をかけてみましょう。そのときは、「〇〇さん（例：田中さん）」とお名前を呼んでから、声かけをしましょう。

　　First, in this chapter you will learn useful Koekake expressions which you can use in various situations. Not only when you care for or help a user or when you are asked to do something for him/her, but also try to communicate with a user when you have free time. You don't need to worry if you use Japanese correctly, or if you don't understand what a user says. Please get down to a user's eye level, smile, and talk to him/her. At that moment, use his/her name such as 'XX san (ex. Tanaka san)' before Koekake.

　　Ở chương này bạn sẽ học cách "Koekake" có thể sử dụng được trong nhiều trường hợp. Bạn hãy "Koekake" một cách tích cực không chỉ trong khi hỗ trợ bệnh nhân hoặc là được họ nhờ làm cái gì đó mà còn cả trong khi bạn rảnh rỗi có thời gian để giao tiếp với bệnh nhân. Bạn không cần lo lắng về những điều chẳng hạn như: tôi không thể nói tiếng Nhật đúng, tôi không nghe được bệnh nhân nói gì. Bạn chỉ cần nhìn vào mắt bệnh nhân và mỉm cười tiếp xúc với họ. Lúc đó, bạn hãy gọi tên họ "Bác .... ơi (ví dụ bác Tanaka ơi)" và sau đó bắt đầu nói chuyện.

　　Pada bab ini, pertama-tama, mari kita belajar ekspresi penyampaian kata praktis yang bisa digunakan pada berbagai situasi. Bukan menyampaikan kata hanya pada saat membantu atau diminta sesuatu oleh pengguna jasa saja, pada saat sedikit ada waktu luang pun tolong secara aktif mencoba untuk melakukan penyampaian kata. Apakah bahasa Jepang sudah disampaikan dengan benar, atau bingung karena tidak mengerti bahasa Jepang pengguna jasa, jangan kuatir, mari kita sejajarkan level pandangan mata kita dengan pengguna jasa dan sampaikan kata dengan senyuman. Pada saat itu "Mari kita panggil nama denganXX-san (contoh: Tanaka-san) dan sampaikan kata.

7

声かけ表現リスト 01

mp3 001

＜基本的な声かけ表現＞

1　何かお手伝いすることはありませんか。

2　何かご用はありませんか。

3　何かございましたら、遠慮なく呼んでください。

4　お手伝いすることがあったら、声をかけてくださいね。

5　難しいところは、お手伝いします。

6　やりにくいところは、お手伝いしましょうか。

7　私がお手伝いしますので、ご安心ください。

8　他に何かございませんか。

9　何からいたしましょうか。

10　何かお困りのことはありませんか。

11　横に座ってもいいですか。

12　これでよろしいですか。

13　これでよろしいでしょうか。

14　かしこまりました。

15　少々お待ちください。

16　すぐ参ります。少々お待ちください。

17　5分ほどお待ちいただけますか。

18　こちらが終わったら、すぐ参ります。2、3分お待ちいただけますか。

19　お待たせしてすみません。

20　どうなさいましたか。

21　どうされましたか。

↓つづく

List of Koekake Expressions 01 / Cách nói Koekake 01 / Daftar Ekspresi Penyampaian Kata 01

	\<Basic Koekake expressions\>	\<Cách nói Koekake cơ bản\>	\<Ekspresi penyampaian kata dasar\>
1	Is there anything that I can help you with?	Bác có cần cháu giúp gì không ạ?	Apakah ada yang bisa saya bantu?
2	Is there anything that I can do for you?	Bác có cần gì không ạ?	Apakah ada keperluan?
3	Please do not hesitate to call me when you need me.	Nếu bác cần gì thì hãy gọi cháu nhé, bác đừng khách sáo nhé. (Cách nói lịch sự)	Kalau ada sesuatu, jangan sungkan tolong panggil saya.
4	Please call me when you need my help.	Nếu bác cần cháu giúp gì thì nói cháu biết nhé. (Cách nói thân mật)	Kalau ada yang ingin dibantu, tolong panggil ya.
5	I will help you with anything that is difficult for you.	Chỗ nào khó thì cháu sẽ giúp đỡ.	Jika kesulitan, akan saya bantu.
6	Shall I help you with anything that is difficult for you?	Cái nào khó làm thì để cháu giúp bác nhé.	Untuk yang sulit dilakukan, apakah bisa saya bantu?
7	I am going to help you. Please don't worry.	Cháu sẽ hỗ trợ cho bác. Bác cứ yên tâm.	Tidak perlu khawatir karena akan saya bantu.
8	Is there anything else I can do for you?	Bác còn cần gì nữa không ạ?	Apakah tidak ada yang lain?
9	What can I do for you first?	Cháu nên làm gì trước?	Dari yang mana dahulu yang mau dibantu?
10	Is there anything that you need?	Bác có gặp khó khăn gì không ạ?	Apakah tidak ada kesulitan sesuatu
11	Can I sit next to you?	Cháu ngồi cạnh bác được không?	Apakah saya dapat duduk di samping Anda?
12	Is this OK?	Như thế này được không ạ?	Apakah seperti ini tidak apa-apa?
13	Is this OK?	Như thế này được không ạ?	Apakah seperti ini tidak masalah?
14	I understand.	Dạ,cháu hiểu rồi.	Saya sudah mengerti.
15	Please wait a second.	Xin vui lòng đợi cháu một chút.	Tolong tunggu sebentar.
16	I will come right away. Please wait a second.	Cháu đến ngay đây. Bác chờ cháu một lát nhé.	Saya akan segera datang. Tolong tunggu sebentar.
17	Could you wait for 5 minutes, please?	Xin vui lòng đợi cháu khoảng 5 phút, được không ạ?	Apakah Anda dapat menunggu sekitar 5 menit?
18	I will come to you just after finishing work here. Could you wait 2 or 3 minutes?	Cháu làm xong việc này sẽ đến ngay. Chờ cháu khoảng 2,3 phút, được không ạ?	Kalau ini sudah selesai, saya akan segera datang. Apakah Anda dapat menunggu 2 atau 3 menit?
19	I'm terribly sorry to have kept you waiting.	Xin lỗi, cháu đã bắt bác phải đợi.	Maaf telah menunggu.
20	What's the problem?	Bác bị làm sao vậy ạ?	Ada apa gerangan?
21	What's the problem?	Bác bị làm sao vậy ạ?	Ada apa yang terjadi?

声かけ表現リスト 01

22　何か心配なことがありますか。

23　何か気になることがありますか。

24　大丈夫ですか。

25　ごゆっくりどうぞ。

26　はい、どうぞ。

＜日本人スタッフと交代する必要があるとき＞

27　日本人スタッフを呼んで参りますので、少々お待ちください。

28　今、日本人スタッフと交代しますので、少々お待ちいただけますか。

29　私より詳しくお話しできるスタッフを呼んで参りますので、少々お待ちください。

＜謝るとき＞

30　すみません。

31　申し訳ありません。

32　本当に申し訳ございません。

33　気がつかなくて、すみません。

34　辛い思いをさせてしまって、申し訳ありません。

35　これから気をつけます。

＜お礼を言うとき＞

36　ありがとうございます。

37　本当にありがとうございます。

38　手伝ってくださって、ありがとうございます。

39　お手伝い、ありがとうございます。

40　いつもありがとうございます。助かります。

List of Koekake Expressions 01 / Cách nói Koekake 01 / Daftar Ekspresi Penyampaian Kata 01

22	Is there anything that is bothering you?	Bác có gì lo lắng không ạ?	Apakah ada sesuatu yang dikhawatirkan?
23	Do you have something on your mind?	Bác thấy có chỗ nào không ổn không ạ?	Apakah ada sesuatu yang menjadi pikiran?
24	Are you OK?	Bác có sao không ạ?	Apakah tidak apa-apa?
25	Please take your time.	Bác cứ từ từ thôi ạ.	Silakan pelan-pelan.
26	Here you are.	Xin mời bác.	Ya, silakan.
	<When it is necessary to switch with a Japanese staff>	**<Khi phải kêu nhân viên người Nhật>**	**<Saat memerlukan pergantian dengan staf orang Jepang>**
27	I am going to go and call a Japanese staff. Please wait a second.	Xin bác chờ một chút. Bây giờ cháu đi kêu nhân viên người Nhật đến.	Saya akan memanggil staf orang Jepang, tolong tunggu sebentar.
28	I am going to switch with a Japanese staff now. Could you wait a second?	Xin bác chờ một chút. Bây giờ cháu kêu nhân viên người Nhật thay cho cháu.	Sekarang, saya akan bergantian dengan staf orang Jepang, apakah bisa tolong tunggu sebentar?
29	I am going to go and call a staff who can provide more details. Please wait a second.	Để cháu đi gọi nhân viên biết rõ hơn nhé. Bác chờ cháu một lát nhé.	Saya akan memanggil staf yang bisa menjelaskan lebih rinci daripada saya, tolong tunggu sebentar.
	<When you apologize>	**<Khi xin lỗi>**	**<Saat meminta maaf>**
30	Sorry.	Cháu xin lỗi bác. (Thể lịch sự)	Minta maaf.
31	I apologize.	Cháu xin lỗi bác.(Thể lịch sự hơn một chút)	Mohon maaf.
32	I'm very sorry.	Cháu thành thật xin lỗi bác.	Saya benar-benar memohon maaf.
33	I'm sorry that I didn't notice this.	Xin lỗi, .cháu không để ý.	Saya tidak perhatikan, minta maaf.
34	I'm sorry to have troubled you.	Cháu xin lỗi bác vì làm cho bác phiền lòng.	Mohon maaf telah menyusahkan Anda.
35	I will be more careful.	Sau này cháu sẽ chú ý.	Mulai sekarang saya akan berhati-hati.
	<When you say thank you>	**<Khi cảm ơn>**	**<Saat mengucapkan terima kasih>**
36	Thank you.	Xin cảm ơn.	Terima kasih.
37	Thank you very much.	Xin chân thành cảm ơn.	Terima kasih banyak.
38	Thank you for helping me.	Tôi cảm ơn anh/chị đã giúp đỡ.	Terima kasih sudah banyak membantu.
39	Thank you for your help.	Tôi cảm ơn anh/chị đã giúp đỡ.	Terima kasih atas bantuannya.
40	Thank you for always helping me.	Tôi cảm ơn anh/chị luôn luôn giúp đỡ tôi.	Terima kasih selalu. Saya tertolong.

声かけ表現リスト 01

<利用者様のお話を聞いて、相づちを打つとき>

41 そうですか。

42 そうですか。そんなことがあったんですね。

43 それはいいですね。

44 それはいい思い出ですね。

45 懐かしいですね。

46 それはうれしいですね。

47 すてきなお話ですね。

48 ご苦労されたのですね。

49 それは大変ですね。

50 それは辛いですね。

<注意を促すとき>

51 足元(に)お気をつけください。

52 焦らないで、ごゆっくりどうぞ。

53 段差がありますので、お気をつけください。

<何かお手伝いをお願いするとき>

54 お時間があれば、お手伝いをしていただけますか。

55 今から洗濯物(を)たたむんですが、ちょっと手伝っていただけませんか。

56 今から壁に貼る絵(を)描くんですが、少し手伝っていただけませんか。

<ほめるとき>

57 お上手ですね。

58 すごいですね。

List of Koekake Expressions 01 / Cách nói Koekake 01 / Daftar Ekspresi Penyampaian Kata 01

	\<When you listen to a user's story, and give acknowledgement>	\<Khi biểu lộ cảm thán>	\<Saat mendengarkan pembicaraan pengguna jasa dan memberi tanggapan>
41	Oh, really?	Thế à.	Oh, begitu?
42	Oh, really? What an experience!	Thế à, có chuyện như vậy à.	Oh, begitu? Ada hal seperti itu ya.
43	That's good.	Thế thì tốt quá.	Itu bagus ya.
44	That's a wonderful memory.	Bác có kỷ niệm đẹp nhỉ.	Itu jadi kenangan yang bagus ya.
45	That brings back memories.	(Kỷ niệm ấy, thời gian ấy) thật đáng nhớ nhỉ.	Jadi rindu ya.
46	That's great.	Thế thì vui quá nhỉ.	Itu menyenangkan ya.
47	That's a nice story.	Câu chuyện của bác thật tuyệt vời.	Cerita yang indah ya.
48	You had a hard time.	Ngày xưa bác vất vả nhỉ.	Anda sudah melewati masa yang sulit ya.
49	That's tough for you.	Thế thì vất vả cho bác quá.	Itu menyusahkan ya.
50	That's difficult for you.	Thế thì khổ cho bác quá.	Itu menyakitkan ya.
	\<When you want a user's attention>	\<Khi kêu bệnh nhân chú ý>	\<Saat memberi peringatan>
51	Please watch your step.	Xin coi chừng dưới chân.	Tolong berhati-hati dengan kaki Anda.
52	Please take your time. You don't need to hurry.	Bác không cần vội, cứ từ từ.	Jangan tergesa-gesa, silakan pelan-pelan.
53	Please be careful. The floor is not flat.	Có bậc thang, bác hãy coi chừng dưới chân.	Karena ada undakan, tolong berhati-hati.
	\<When you ask a user for help>	\<Khi nhờ sự giúp đỡ>	\<Saat ingin meminta suatu bantuan>
54	If you have time, could you help me?	Nếu bác có thời gian, bác giúp cháu với nhé.	Jika Anda ada waktu, apakah bisa membantu?
55	I'm going to fold the laundry now, could you help me, please?	Bây giờ tôi sẽ xếp quần áo, xin anh/chị (ông/bà) giúp tôi một tay nhé.	Sekarang saya akan melipat cucian, apakah bisa minta bantuannya sebentar?
56	I'm going to draw pictures to put on the wall now, Could you help me, please?	Bây giờ tôi vẽ tranh để dán lên tường, xin anh/chị giúp tôi một tay nhé.	Sekarang saya akan melukis lukisan yang ditempel di dinding, apakah bisa minta bantuannya sedikit?
	\<When you praise a user>	\<Khi khen người khác>	\<Saat memuji>
57	You're good.	Bác hay quá.	Pintar ya.
58	You're really good.	Bác hay quá.	Hebat ya.

13

声かけ表現リスト 01

＜天気や季節について話すとき＞

59　今日はいいお天気ですね。

60　今日もいいお天気ですね。

61　今日は雨だそうですよ。

62　今日は午後から雨が降るそうですよ。

63　今日は外の風が冷たいですよ。

64　あ、雪（が）降ってきましたよ。

65　ちょっと寒いですね。

66　涼しいですね。

67　暖かいですね。

68　暑いですね。

69　今日は蒸し暑いですね。

70　最近暖かくなってきましたね。

71　もうすぐ桜が咲きますね。

72　今日は敬老の日ですね。

＜廊下で利用者様に会ったとき＞

73　どちらに行かれますか。

74　今日は顔色がいいですね。

75　今日は調子が良さそうですね。

76　昨日ご家族がいらっしゃったそうですね。良かったですね。

77　いつも頑張っていらっしゃいますね。

78　今日も歩行訓練、頑張っていらっしゃいますね。

↓つづく

List of Koekake Expressions 01 / Cách nói Koekake 01 / Daftar Ekspresi Penyampaian Kata 01

	<When you talk about the weather and season>	<Khi nói chuyện về thời tiết hoặc mùa>	<Saat berbicara mengenai cuaca dan musim>
59	It's a lovely day today.	Hôm nay trời đẹp quá nhỉ.	Hari ini cuacanya bagus ya.
60	It's a beautiful day today, too.	Hôm nay trời cũng đẹp quá nhỉ.	Hari ini juga cuacanya cerah.
61	I heard that it's going to rain today.	Hôm nay nghe nói trời sẽ mưa đó.	Hari ini mungkin akan hujan.
62	I heard that it's going to rain in the afternoon today.	Hôm nay từ buổi chiều nghe nói trời sẽ mưa đó.	Hari ini dari siang mungkin akan turun hujan.
63	It's cold and windy today.	Hôm nay gió bên ngoài lạnh đấy, bác ạ.	Hari ini angin di luar dingin.
64	Oh, it's starting to snow.	A, tuyết đã rơi rồi.	Oh, salju sudah turun lo.
65	It's a little cold, isn't it?	Hơi lạnh nhỉ.	Agak dingin ya.
66	It's nice and cool, isn't it?	Mát nhỉ.	Sejuk ya.
67	It's warm, isn't it?	Ấm nhỉ.	Hangat ya.
68	It's hot, isn't it?	Nóng nhỉ.	Panas ya.
69	It's hot and humid today, isn't it?	Hôm nay trời nồm nhỉ.	Hari ini gerah ya.
70	It's getting warmer these days, isn't it?	Dạo này ngày càng ấm lên nhỉ.	Akhir-akhir ini jadi hangat ya.
71	Cherry blossoms will bloom soon, won't they?	Hoa anh đào sắp nở rồi nhỉ.	Sebentar lagi sakura akan mekar.
72	It's Respect-for-Senior-Citizens Day today, isn't it?	Hôm nay là ngày Kính lão nhỉ.	Hari ini Hari Penghormatan Kaum Lansia ya.
	<When you meet a user in the corridor>	<Khi gặp bệnh nhân ở hành lang>	<Saat bertemu dengan pengguna jasa di lorong>
73	Where are you going?	Bác đi đâu ạ?	Hendak pergi ke mana?
74	You look well today.	Hôm nay sắc mặt bác tốt quá.	Hari ini wajahnya segar ya.
75	You look healthy today.	Hôm nay trông bác có vẻ khỏe nhỉ.	Hari ini kelihatan sehat ya.
76	I heard that your family visited you yesterday. That's nice.	Hôm qua nghe nói gia đình bác đã đến. Thật là tốt nhỉ.	Kemarin keluarga Anda sudah datang. Syukur ya.
77	You are always doing your best.	Bác luôn luôn cố gắng nhỉ.	Anda selalu bersemangat ya.
78	You are doing your best on your gait training today, too.	Hôm nay bác cũng cố gắng luyện tập đi bộ nhỉ.	Hari ini juga latihan jalan, Anda bersemangat ya.

声かけ表現リスト 01

79	今日はいつもと髪型が違いますね。よくお似合いですよ。
80	あ、髪（を）切られたんですね。よくお似合いですよ。
81	今日のシャツ、いい色ですね。
82	その上着、すてきですね。よく似合っていらっしゃいますよ。
83	暖かそうなセーターですね。手編みですか。
84	ひげ（を）剃られましたか。すっきりして、男前が上がりましたね！
85	今日はお化粧（を）なさっているんですね。いつにも増しておきれいですね！
86	あら、眼鏡（が）ありませんね。どこかにお忘れになりましたか。
87	ちょっとあちらで座って、お話しませんか。

＜居室にいらっしゃる利用者様に声をかけるとき＞

88	失礼します。
89	何か持ってきましょうか。
90	何かお飲み物（を）お持ちしましょうか。
91	飲み物は何がよろしいですか。
92	お茶でも飲みませんか。
93	お茶（を）お持ちしましょうか。
94	熱いのと、冷たいの、どちらがよろしいですか。
95	熱いのですね。では、お持ちします。少々お待ちいただけますか。
96	冷たいのですね。氷は入れてもよろしいですか。
97	寒くないですか。暖房（を）入れましょうか。
98	のどの調子はいかがですか。加湿器（を）つけましょうか。
99	上掛け（を）もう1枚お持ちしましょうか。

↓つづく

List of Koekake Expressions 01 / Cách nói Koekake 01 / Daftar Ekspresi Penyampaian Kata 01

79	Your hair style is different today. You look good.	Hôm nay kiểu tóc bác khác nhỉ. Rất là phù hợp với bác đấy ạ.	Hari ini gaya rambutnya berbeda dengan biasanya ya. Sangat cocok lo.
80	You got a haircut. You look good.	Bác cắt tóc rồi nhỉ. Rất là hợp bác ạ.	Oh, potong rambut ya. Sangat cocok lo.
81	I like the color of your shirt.	Hôm nay bác mặc áo màu đẹp nhỉ.	Kemeja hari ini, warnanya bagus ya.
82	That jacket is nice. It really looks good on you.	Bác mặc áo khoác đẹp nhỉ. Rất là hợp ạ.	Jas itu, menawan ya. Sangat terlihat cocok lo.
83	Your sweater looks warm. Is it hand-knitted?	Cái áo len của bác trông có vẻ ấm. Bác tự đan à?	Sweaternya terlihat hangat ya. Apakah itu rajutan tangan?
84	Have you shaved today? You look clean. You look more handsome now!	Bác đã cạo râu rồi, phải không ạ? Cháu thấy bác sáng sủa, đẹp trai hơn nhiều.	Kumisnya habis dicukur? Kelihatan segar, menjadi lebih tampan ya.
85	You put on makeup today. You look more beautiful than ever!	Bác đã trang điểm rồi, phải không ạ? Hôm nay cháu thấy bác đẹp hơn nhiều!	Hari ini menggunakan make up ya. Kapan pun semakin cantik ya!
86	Oh, you are not wearing your glasses. Did you leave them somewhere?	Ủa, bác không đeo kính. Bác có để quên ở đâu không ạ?	Wah, kacamatanya tidak ada. Apakah Anda lupa meletakkan di mana?
87	Would you like to sit down over there and talk with me?	Mời bác ngồi ở bên kia và nói chuyện một chút.	Apakah mau duduk di sana dan berbincang-bincang?
	<When you talk to a user in his/her room>	**<Khi kêu bệnh nhân ở phòng khách của bệnh viện>**	**<Saat menyampaikan kata kepada pengguna jasa yang berada di kamar>**
88	May I come in?	Bác ơi.	Permisi.
89	Shall I bring anything?	Bác có cần cháu mang gì không ạ?	Apakah mau saya bawakan sesuatu?
90	Shall I bring something to drink?	Bác có cần cháu mang đồ uống không ạ?	Apakah mau saya bawakan sesuatu minuman?
91	What would you like to drink?	Bác dùng nước gì ạ?	Minumannya mau minuman apa?
92	Would you like to drink tea or something else?	Mời bác dùng trà.	Apakah mau minum teh Jepang?
93	Shall I bring you tea?	Cháu mang trà cho bác.	Apakah mau saya bawakan teh Jepang?
94	Would you like it hot or cold?	Bác thích trà nóng hay trà lạnh?	Anda mau yang mana, yang panas, atau yang dingin?
95	You like it hot, right? Then, I will bring it to you. Could you wait a second?	Bác thich trà nóng, phải không ạ? Cháu mang cho bác. Xin chờ một chút.	Yang panas ya. Baiklah, saya akan bawakan. Tolong tunggu sebentar.
96	You like it cold, right? Would you like ice in your glass?	Bác thích trà lạnh, phải không ạ? Bác dùng đá không ạ?	Yang dingin ya. Apakah mau diberi es?
97	Is it cold? Shall I turn the heater on?	Bác lạnh không ạ? Cháu sẽ bật máy sưởi cho bác.	Apakah tidak dingin? Apakah mau saya nyalakan penghangat ruangan?
98	How is your throat? Shall I turn the humidifier on?	Họng của bác thế nào ạ? Cháu bật máy gia tăng độ ẩm nhé.	Bagaimana keadaan tenggorokannnya? Apakah mau saya nyalakan mesin pelembab ruangan?
99	Shall I bring you another blanket?	Chác sẽ mang thêm một cái chăn cho bác.	Apakah mau saya bawakan kain atasan satu lapis lagi?

声かけ表現リスト 01

mp3 006

100 暑くないですか。冷房（を）入れましょうか。

101 暑くないですか。少し窓（を）開けましょうか。

102 エアコン（を）入れましょうか。

103 エアコンの温度は大丈夫ですか。もう少し上げましょうか。

104 もう少し下げましょうか。

105 エアコン（を）切りましょうか。

106 お部屋は暗くないですか。電気（を）つけましょうか。

107 片づけるものはありませんか。

108 ナースコールは手元に置いておきますね。

109 今日の午後はリハビリ体操がありますが、それまでゆっくりなさってくださいね。

110 もうすぐテレビで大相撲が始まりますよ。見に行きませんか。

111 相撲はお好きですか。

112 野球はお好きですか。

113 どのチームを応援していらっしゃいますか。

114 テレビをつけましょうか。番組は何がよろしいですか。

115 お好きな食べ物は何ですか。

116 玄関にひな人形が飾ってありますよ。一緒に見に行きませんか。

117 廊下にこの間の絵が飾ってありますよ。一緒に見に行きませんか。

118 今、ちょっとよろしいですか。

119 お邪魔してすみません。ちょっとよろしいですか。

120 すみませんが、この杖（を）少しだけこちらに動かしてもいいですか。

121 こちらの写真はご家族の方ですか。いいお写真ですね。

18

List of Koekake Expressions 01 / Cách nói Koekake 01 / Daftar Ekspresi Penyampaian Kata 01

100	Is it hot? Shall I turn the A/C on?	Bác có nóng không ạ? Cháu sẽ bật máy lạnh cho bác.	Apakah tidak panas? Apakah mau saya nyalakan penyejuk ruangan?
101	Is it hot? Shall I open the window a little?	Bác có nóng không ạ? Cháu sẽ mở cửa cho bác.	Apakah tidak panas? Apakah mau saya buka jendela sedikit?
102	Shall I turn the A/C on?	Cháu sẽ bật máy điều hòa cho bác.	Apakah mau saya nyalakan AC-nya?
103	Are you comfortable with the temperature of the A/C? Shall I turn it up?	Nhiệt độ máy điều hòa có vừa không ạ? Cháu tăng lên một chút nhé.	Apakah temperatur AC sudah sesuai? Apakah mau saya naikkan sedikit?
104	Shall I turn it down?	Cháu giảm xuống nhé.	Apakah mau saya turunkan sedikit?
105	Shall I turn the A/C off?	Cháu tắt nhé.	Apakah mau saya matikan AC-nya?
106	Is it dark in here? Shall I turn the light on?	Phòng có tối không ạ? Cháu bật đèn cho bác nhé.	Apakah kamarnya tidak gelap? Apakah mau saya nyalakan lampu?
107	Is there anything that I can clean up?	Bác có đồ gì muốn cất đi không?	Apakah tidak ada yang perlu saya bereskan?
108	I put the nurse call button near your hand. Is that OK?	Cháu đặt chuông gọi y tá ở đây nhé.	Tombol nurse call saya letakkan di tangan Anda ya.
109	You have rehabilitation exercise in the afternoon today. Please take this time to relax.	Vì chiều nay có giờ tập phục hồi chức năng, nên bác cứ từ từ nghỉ ngơi đến lúc đó đi.	Siang hari ini akan ada senam rehabilitasi, sampai waktunya silakan beristirahat.
110	Sumo is about to start on TV very soon. Would you like to go and watch it?	Trên Tivi sắp có chương trình Sumo. Bác có đi xem không ạ?	Sebentar lagi pertandingan sumo akan dimulai di televisi lo. Apakah tidak mau pergi menonton?
111	Do you like Sumo?	Bác có thích Sumo không ạ?	Apakah Anda suka sumo?
112	Do you like baseball?	Bác có thích bóng cháy không ạ?	Apakah Anda suka bisbol?
113	What's your favorite team?	Bác cổ vũ đội nào ạ?	Anda mendukung tim yang mana?
114	Shall I turn the TV on? What program would you like to watch?	Cháu bật tivi nhé. Bác muốn xem chương trình nào ạ?	Apakah mau saya nyalakan televisi? Acaranya mau acara apa?
115	What's your favorite food?	Bác thích món nào ạ?	Makanan kesukaan Anda apa?
116	The Hina ningyo (hina dolls) are displayed in the entrance hall. Would you like to go and see them with me?	Ở sảnh nhà có bày búp bê Hina. Bác có đi xem với cháu không?	Di pintu masuk boneka Hina sedang dipajang lo. Apakah tidak mau pergi melihat sama-sama?
117	The picture which you drew last time is on the wall in the corridor. Would you like to go and see it with me?	Ở hành lang có treo bức tranh hôm trước. Bác có đi xem với cháu không?	Di lorong lukisan yang kemarin dulu sedang dipajang lo. Apakah tidak mau pergi melihat sama-sama?
118	May I talk to you for a second?	Làm phiền bác một chút, được không ạ?	Apakah sekarang ada waktu sebentar?
119	I'm sorry to disturb you. May I talk to you for a second?	Xin lỗi, cháu làm phiền bác một chút được không?	Maaf mengganggu. Apakah sekarang ada waktu sebentar?
120	Excuse me, but may I move this cane over here a little?	Xin lỗi, cháu có thể dời cây gậy này ra đây một chút, được không?	Maaf, tongkat ini boleh dipindahkan ke sini sedikit?
121	Is the person in this photo your family member? It's a nice photo.	Tấm hình này là tấm hình của gia đình bác à? Hình đẹp nhỉ.	Apakah foto ini foto keluarga Anda? Foto yang bagus ya.

声かけ表現リスト 01

＝介護職　＝利用者

≪利用者様からちょっとしたことを頼まれたとき≫

- ちょっとー。
- はい。何かご用ですか。
- あれ（を）取ってちょうだい。
- この白いカーディガンですか。
- そう、白いの。
- はい、どうぞ。
- ありがとう。
- どういたしまして。
  何かご用のときは、いつでも呼んでくださいね。

≪利用者様（木村さん）の部屋からナースコールが鳴って対応するとき≫

- ピピピ。＜木村さんの居室からナースコールが鳴る＞
  はい、木村さん、どうなさいましたか。
- ちょっと来て。お願いがあるの。
- はい、すぐ参ります。少々お待ちください。
  …………
- ＜コンコンコン＞　失礼します。
  お待たせしました。木村さん、どうされましたか。
- ねえ、ベッド（を）上げて。テレビ（を）見るから。
- はい、頭のほうを上げますね。……このくらいでいかがですか。
- ええよ［＝いいよ］。
- クッションは入れますか。
- 要らん、要らんよ。［＝要らない、要らないよ。］
- はい。他に何かありませんか。
- ないわ。ありがとう。
- いいえ、何かご用の際はいつでもおっしゃってくださいね。
  では、失礼します。

List of Koekake Expressions 01 / Cách nói Koekake 01 / Daftar Ekspresi Penyampaian Kata 01

\<Practical Short Conversation\>	**\<Đoạn hội thoại thực tế\>**	**\<Percakapan singkat praktis\>**
👤 = Caregiver	👤 = Nhân viên	👤 = Tenaga perawatan lansia
👤 = User	👤 = Ông (bà)	👤 = Pengguna jasa

\<\<When you are asked for a small favor by a user\>\>

👤 Hello.

👤 Yes. What can I do for you?

👤 Bring that to me.

👤 Do you mean this white cardigan?

👤 Yeah, the white one.

👤 Here you are.

👤 Thanks.

👤 You're welcome.
Please feel free to call me whenever you need me.

\<\<Khi được bệnh nhân yêu cầu\>\>

👤 Cháu ơi.

👤 Vâng ạ. Có gì không ạ?

👤 Bác nhờ cháu lấy cái đó cho bác.

👤 Cái áo khoác trắng này, phải không ạ?

👤 Đúng rồi. Cái màu trắng.

👤 Xin mời bác.

👤 Cám ơn cháu.

👤 Không có gì, bác ạ.
Bác có cần gì, cứ kêu cháu đi nhé.

\<\<Saat diminta tolong sebentar oleh pengguna jasa\>\>

👤 Sebentar.

👤 Ya. Apakah ada sesuatu keperluan?

👤 Itu, tolong ambilkan.

👤 Apakah kardigan putih ini?

👤 Betul, yang putih.

👤 Ya, silakan.

👤 Terima kasih.

👤 Sama-sama.
Saat ada keperluan sesuatu, kapan saja tolong panggil saya ya.

\<\<When the nurse call rings from the user's room (Kimura san's room) and you answer\>\>

👤 Beep beep. \<The nurse call from Kimura san's room rings.\>
Hello. Kimura san, what can I do for you?

👤 Come over here. I need a favor.

👤 I understand. I will come right away. Please wait a second.

....

👤 \<Knock 3 times\> May I come in?
I'm sorry to have kept you waiting. Kimura san, what can I do for you?

👤 Ah, lift the bed. I'm going to watch TV.

👤 Sure. I'm going to lift the head part. Is this OK?

👤 Yeah.

👤 Would you like cushions?

👤 No. I don't need them.

👤 I understand. Kimura san, is there anything that I can do for you?

👤 No. Thanks.

👤 My pleasure. Please call me whenever you need me.
Excuse me.

\<\<Cách xử lý trong trường hợp có chuông gọi từ phòng bác Kimura\>\>

👤 Pipipi... \<Chuông gọi từ phòng bác Kimura\>
Vâng, bác Kimura, có chuyện gì vậy ạ?

👤 Hãy đến đây. Bác có việc muốn nhờ.

👤 Vâng, cháu tới ngay ạ. Bác chờ cháu một lát nhé.

....

👤 \<Cốc cốc cốc...\> Cháu xin lỗi bác.
Bác chờ cháu lâu rồi nhỉ. Bác Kimura có chuyện gì vậy?

👤 Cháu ơi. Cháu nâng giường lên cho bác, bác xem tivi.

👤 Vâng ạ. Cháu nâng đầu giường lên ạ. ...Như thế này được không ạ?

👤 Ừ, được.

👤 Bác có cần để gối sau lưng bác không ạ?

👤 Không cần đâu.

👤 Vâng ạ. Bác Kimura ơi, bác có cần gì nữa không ạ?

👤 Không có. Cám ơn cháu.

👤 Không có gì ạ. Khi bác cần gì, bác cứ kêu cháu giúp.
Thế thì cháu xin phép.

\<\<Saat menanggapi nurse call yang berbunyi dari kamar pengguna jasa (Kimura-san)\>\>

👤 Tit tit tit. \<Nurse call dari kamar Kimura-san berbunyi.\>
Ya, Kimura-san, ada apa gerangan?

👤 Datang sebentar. Mau minta bantuan.

👤 Baik, saya segera datang. Tolong tunggu sebentar.

....

👤 \<Tok tok tok\> Permisi. Maaf telah menunggu.
Kimura-san, ada apa gerangan?

👤 Hei, angkat bed-nya. Karena mau menonton televisi.

👤 Ya, saya angkat bagian kepalanya ya. ...Setinggi ini bagaimana?

👤 Ya.

👤 Apakah perlu ditambah bantalnya?

👤 Enggak perlu. Enggak perlu lah.

👤 Ya. Kimura-san, apakah tidak ada sesuatu yang lain?

👤 Enggak ada. Terima kasih.

👤 Tidak apa-apa, jika ada keperluan sesuatu tolong disampaikan ya.
Mari berendam sampai sekitar dada.

note

第2章

起床の声かけ

Chapter 2: Koekake for Wake-up
Chương 2: Koekake khi giúp thức giấc
Bab 2: Penyampaian Kata Saat Bangun Tidur

施設では起床時間はたいてい決まっています。それよりも早く起きていらっしゃる利用者様もいれば、なかなか起きられない利用者様もいらっしゃいます。1日の始まりを気持ちよく迎えていただくために、気持ちが良い声かけをしたいものです。朝は、起床の介助以外にも、整容、排泄、朝食、服薬、口腔ケアの介助と忙しいですが、利用者様を急かすことがないように気をつけましょう。急いで行動したり、中途半端な覚醒で行動したりすることは怪我や事故につながる恐れがあるので、十分時間をとり、必要に応じて介助、見守りを行ってください。

Wake-up time is usually fixed in care facilities. Some users wake up earlier than the fixed time. Others find it difficult to wake up at the fixed time. You are supposed to give pleasant Koekake so that users have a good start of a day. Besides taking care of wake-up, you are busy with taking care of grooming, excretion, breakfast, medication, oral health care in the morning but be careful not to rush users. If you rush a user, or if he/she hasn't sufficiently woken up, an accident or an injury may occur. Give the user enough time and help and watch him/her carefully, following his/her needs.

Ở trong bệnh viện có giờ thức giấc cố định. Nhưng cũng có người thức dậy sớm hơn, cũng có người thức dậy muộn hơn. Để cho họ có một buổi sáng vui vẻ, bạn phải "Koekake" một cách thật khỏe khoắn. Buổi sáng thì thường bận rộn vì vệ sinh cá nhân, đi vệ sinh, ăn sáng, uống thuốc v.v.. nhưng bạn không được làm cho bệnh nhân vội. Nếu bạn làm cho họ vội hoặc cho họ hoạt động trong tình trạng chưa tỉnh hẳn thì họ có thể bị thương hoặc gặp tai nạn. Vì vậy, dù mất nhiều thời gian nhưng bạn cứ làm từ từ để hỗ trợ và coi chừng họ làm gì.

Di fasilitas jam bangun tidur biasanya sudah ditetapkan. Ada pengguna jasa yang bangun tidur lebih cepat dari jam tersebut, ada juga pengguna jasa yang tidak bisa segera bangun tidur. Untuk dapat menyambut awal 1 satu hari dengan perasaan senang, kita hendaknya melakukan penyampaian kata yang membuat perasaan senang. Pada pagi hari, selain bantuan untuk bangun tidur, akan sibuk dengan bantuan seperti berdandan, ekskresi, makan pagi, pemberian obat, perawatan rongga mulut, mari kita perhatikan jangan sampai pengguna jasa tergesa-gesa. Jika bertindak tergesa-gesa, atau bertindak dalam keadaan setengah sadar, bisa menimbulkan cedera dan kecelakaan, ambil waktu yang cukup, jika perlu tolong lakukan bantuan dan pengawasan.

声かけ表現リスト 02

1 ＜コンコンコン＞ 失礼します。
2 おはようございます。
3 おはようございます。朝ですよ。
4 起きていらっしゃいますか。
5 お目覚めですか。
6 電気をつけますね。
7 昨日はよく眠れましたか。
8 夕べはぐっすり寝られましたか。
9 昨夜はよくお休みになれましたか。
10 何か心配なことがありましたか。
11 何か気になることがありましたか。
12 昨夜はいい夢が見られましたか。
13 お早いですね。何時に起きられましたか。
14 何時に目が覚めましたか。
15 昨夜は寒くなかったですか。
16 昨夜は暑くなかったですか。
17 今朝のご気分はいかがですか。
18 いいお天気ですね。
19 気持ちのいい朝ですね。
20 そろそろ起きましょうか。
21 もうすぐ朝ご飯ですので、ご準備なさいませんか。
22 もうすぐ朝ご飯です。起きて、リビングに行かれませんか。

↓つづく

List of Koekake Expressions 02 / Cách nói Koekake 02 / Daftar Ekspresi Penyampaian Kata 02

1	<Knock 3 times> May I come in?	<Cộc cộc cộc> Xin phép vào.	<Tok tok tok> Permisi.
2	Good morning.	Chào buổi sáng.	Selamat Pagi.
3	Good morning. It's morning.	Cháu chào bác ạ. Đến giờ dậy rồi đấy ạ.	Selamat Pagi. Sudah pagi lo.
4	Are you awake?	Bác dậy rồi chứ ạ?	Apakah Anda sudah bangun?
5	Are you awake?	Bác đỉnh chưa ạ?	Apakah Anda sudah bangun dari tidur?
6	I'm going to turn on the light.	Cháu bật đèn nhé.	Saya akan nyalakan lampu ya.
7	Did you sleep well last night?	Tối hôm qua, bác ngủ ngon không ạ?	Kemarin apakah bisa tidur enak?
8	Did you have a good sleep last night?	Tối hôm qua, bác ngủ ngon không ạ?	Kemarin malam apakah bisa tidur nyenyak?
9	Did you sleep well last night?	Tối hôm qua, bác ngủ ngon không ạ?	Tadi malam apakah bisa istirahat dengan nyaman?
10	Was something worrying you?	Bác có lo lắng gì không ạ?	Apakah ada sesuatu yang dikhawatirkan?
11	Was something bothering you?	Bác có điều gì muốn nói không?	Apakah ada yang sedang dicemaskan?
12	Did you have a nice dream last night?	Tối hôm qua bác có giấc mơ đẹp chứ ạ?	Tadi malam apakah melihat mimpi yang indah?
13	You're an early bird. What time did you get up?	Bác thức dậy sớm quá nhỉ. Bác thức dậy lúc mấy giờ ạ?	Kok cepat ya. Anda bangun jam berapa?
14	What time did you wake up?	Bác thức dậy lúc mấy giờ ạ?	Anda bangun dari tidur jam berapa?
15	Was it cold last night?	Tối hôm qua bác có lạnh không ạ?	Tadi malam apakah tidak dingin?
16	Was it hot last night?	Tối hôm qua bác có nóng không ạ?	Tadi malam apakah tidak panas?
17	How do you feel this morning?	Sáng hôm nay bác thấy trong người như thế nào ạ?	Bagaimana perasaan Anda pagi ini?
18	It's a lovely day, isn't it?	Hôm nay trời đẹp quá nhỉ.	Cuacanya bagus ya.
19	It's a pleasant morning, isn't it?	Sáng nay dễ chịu lắm nhỉ.	Pagi yang menyenangkan ya.
20	Would you like to get up now?	Bác chuẩn bị dậy thôi nào.	Mari segera bangun?
21	Breakfast is almost ready. Would you like to get ready?	Sắp tới giờ ăn sáng. Bác chuẩn bị rồi chứ ạ?	Sebentar lagi makan pagi, apakah tidak mau bersiap-siap?
22	Breakfast is almost ready. Would you like to get up and go to the living room?	Sắp tới giờ ăn sáng. Bác thức dậy rồi đi tới phòng sinh hoạt chung của bệnh viện không ạ?	Sebentar lagi makan pagi. Bangun, dan apakah tidak mau pergi ke ruang tamu?

声かけ表現リスト 02

23	今朝は田中さんが好きな焼魚ですよ。起きて、朝ご飯に行かれませんか。
24	まだ眠いですか。
25	もう少し横になっていらっしゃいますか。
26	では、また後で来ますね。
27	起きられるようでしたら、起きましょうか。
28	調子が悪いようでしたら、無理に起きなくても大丈夫ですよ。
29	おはようございます。もう起きて、着替えもされたんですか。お早いですね。今日も1日よろしくお願いします。
30	カーテン（を）開けましょうか。
31	カーテン（を）開けてもよろしいですか。
32	窓（を）開けて、空気を入れ替えましょうか。
33	窓（を）開けてもよろしいですか。
34	ご自分で（ベッドから）起き上がれますか。
35	ベッドから起き上がるの（を）お手伝いしましょうか。
36	身体を起こしますね。布団をお取りしますね。失礼します。
37	今日は3月15日月曜日です。
38	今日は散歩の日ですね。いいお天気でよかったですね。
39	今日は佐々木さんの好きなカラオケの日ですね。
40	今日はご家族の方がいらっしゃる日ですね。楽しみですね。

 冬の換気は利用者様が居室にいない時間帯に行うか、空気清浄機を使用します。

List of Koekake Expressions 02 / Cách nói Koekake 02 / Daftar Ekspresi Penyampaian Kata 02

#	English	Tiếng Việt	Bahasa Indonesia
23	Today's menu is Tanaka san's (your) favorite grilled fish. Would you like to go to eat breakfast?	Hôm nay có món cá nướng yêu thích của bác Tanaka đấy. Bác hãy thức dậy và đi ăn sáng đi ạ.	Pagi ini menunya ikan panggang kesukaan Tanaka-san lo. Bangun, dan apakah tidak mau pergi ke ruang makan?
24	Are you still sleepy?	Bác còn buồn ngủ không ạ?	Apakah Anda masih mengantuk?
25	Would you like to lie down a little longer?	Bác muốn nằm nghỉ thêm chút nữa không ạ?	Apakah mau berbaring dulu sebentar?
26	Then, I will come again later.	Thế thì cháu quay lại cho bác sau ạ.	Baiklah, saya akan datang lagi.
27	If you don't mind getting up, would you like to get up now?	Nếu bác dậy được, xin bác dậy bây giờ.	Kalau bisa bangun, mari bangun?
28	If you don't feel well, you don't need to get up now.	Nếu bác thấy mệt, bác không cần dậy đâu, cứ nằm nghỉ đi ạ.	Kalau kurang enak badan, jangan dipaksakan tidak apa-apa kok.
29	Good morning. You've already gotten up and changed clothes? You're such an early bird. I'll do my best for you today, too.	Chào buổi sáng. Bác ngủ dậy và thay áo rồi à? Sớm quá. Hôm nay bác cháu ta lại cùng cố gắng nhé.	Selamat Pagi. Sudah bangun, sudah ganti baju juga ya. Kok cepat ya. Satu hari ini mohon kerja samanya.
30	Shall I open the curtain?	Cháu kéo rèm cửa ra bác nhé.	Apakah boleh saya buka korden?
31	May I open the curtain?	Cháu kéo rèm cửa ra được không bác?	Apakah korden boleh dibuka?
32	Shall I open the window and air the room?	Cháu mở cửa sổ cho không khí vào nhé.	Apakah saya boleh buka jendela, untuk ventilasi?
33	May I open the window?	Cháu có thể mở cửa sổ cho bác không ạ?	Apakah jendela boleh dibuka?
34	Can you get up (from the bed) by yourself?	Bác có thể tự ngồi dậy được không ạ?	Apakah Anda bisa bangun dari bed sendiri?
35	Shall I help you get up from the bed?	Bác có cần cháu giúp bác ngồi dậy không ạ?	Bolehkah saya bantu untuk bangun dari tempat tidur?
36	I'm going to lift and support your upper body. I'm going to remove your comforter. Excuse me.	Chác nâng bác dậy nhé. Cháu kéo chăn ra nhé. Xin lỗi bác.	Saya bangunkan badan Anda ya. Saya akan ambil futonnya ya. Permisi.
37	Today is Monday, March 15th.	Hôm nay là thứ hai, ngày 15 tháng 3.	Hari ini hari Senin tanggal 15 Maret.
38	We're going to go for a walk today. It's good that we have nice weather.	Hôm nay cháu sẽ dẫn bác đi dạo nhé. Hôm nay trời đẹp, tốt quá nhỉ.	Hari ini hari jalan-jalan ya. Cuacanya cerah bagus ya.
39	Today is Karaoke Day, Sasaki san's (your) favorite.	Hôm nay có buổi hát Karaoke mà bác Sasaki thích.	Hari ini hari karaoke kesukaan Sasaki-san.
40	Your family will visit you today. You must be looking forward to that very much.	Hôm nay gia đình bác sẽ đến, phải không ạ? Vui quá nhỉ.	Hari ini hari keluarga datang ya. Senang ya.

| Ventilation in winter is conducted when a user isn't in his/her room or an air purifier is used. | Vào mùa đông, khi cho không khí vào phòng, phải thực hiện trong khoảng thời gian bệnh nhân vắng mặt hoặc sử dụng máy lọc không khí. | Penggantian udara pada waktu musim dingin dilakukan saat pengguna jasa tidak berada di kamar atau dengan menggunakan pembersih udara. |

練習 02

状況 朝7時です。吉田さんの居室に行って、朝の声かけをします。

利用者情報 吉田守（男性）。特に大きな身体上の問題はないが、夜、寝つきが悪く、眠りも浅く、朝、なかなか起きられない。昨夜もよく寝られなかったので、もう少しベッドで寝ていたいと思っている。

＝介護職　＝吉田

介：＜コンコンコン＞　失礼します。吉田さん、おはようございます。
吉：……。
介：吉田さん、起きていらっしゃいますか。
吉：う〜ん。
介：吉田さん、おはようございます。7時です。もうすぐ朝ご飯ですから、起きませんか。
吉：う〜ん、何時？
介：朝の7時です。……夕べよく眠れませんでしたか。
吉：う〜ん、ちょっとね……。
介：もう少し横になっていらっしゃいますか。
吉：う〜ん、そうだね。
介：では、30分ぐらいしたら、また来ますね。……失礼します。

▼チェックリスト

☐ 寝ていることも考えて、静かにノックして部屋に入りましたか。
☐ 昨夜の睡眠について尋ねましたか。
☐ 吉田さんの希望を確認しましたか。
☐ 次にいつ来るか伝えてから、退室しましたか。

Practice 02 / Luyện tập 02 / Latihan 02

[Situation]	(Bối cảnh)	[Situasi]
It's 7 o'clock in the morning. You go to Yoshida san's room and do Koekake for wake-up.	Bây giờ là 7 giờ sáng. Bạn đi đến phòng bác Yoshida và Koekake buổi sáng.	Pagi hari pukul tujuh. Anda pergi mendatangi kamar Yoshida-san untuk melakukan penyampaian kata pagi hari.

[Information about the user]	(Thông tin về bệnh nhân)	[Informasi pengguna jasa]
Yoshida Mamoru (male). He doesn't have any health problems, but he has trouble getting a good night's sleep and waking up in the morning. He didn't sleep well last night and wants to stay in bed a little longer. 👨 = Caregiver 👤 = Yoshida	Thân thể bác Yoshida Mamoru (nam) không có vấn đề lớn nhưng buổi tối bác ấy thường ngủ không sâu giấc nên buổi sáng bị buồn ngủ, không dậy được sớm. Tối hôm qua cũng ngủ không sâu giấc nên bác Yoshida không muốn thức dậy bây giờ. 👨 = Nhân viên điều dưỡng 👤 = Yoshida	Mamoru Yoshida (pria). Dia tidak ada masalah khusus mengenai kondisi tubuhnya, akan tetapi dia tidak bisa segera tidur, tidurnya dangkal, pagi, susah untuk bangun. Tadi malam dia kurang bisa tidur, dan ingin agak sedikit lama tidur di bed. 👨 = Tenaga perawat lansia 👤 = Yoshida

👨 <Knock 3 times> May I come in? Yoshida san, Good morning.

👤 ......

👨 Yoshida san, are you awake?

👤 Ummm.

👨 Yoshida san, Good morning. It's 7 o'clock.
Breakfast will be ready soon. Would you like to get up now?

👤 Ummm, what time?

👨 It's 7 o'clock in the morning. Did you sleep well last night?

👤 Ummm, not quite......

👨 Would you like to lie down a little longer?

👤 Umm, yes.

👨 OK. I will come again about 30 minutes later. ...... See you later. Excuse me.

👨 <Cộc cộc cộc> Cháu xin phép. Cháu chào bác Yoshida.

👤 ......

👨 Bác Yoshida ơi, bác ngủ dậy chưa ạ?

👤 Ừ...

👨 Cháu chào bác Yoshida. Bây giờ là 7 giờ rồi.
Sắp có bữa sáng. Bác dậy đi ạ.

👤 Ừ...mấy giờ rồi?

👨 7 giờ sáng ạ. ...Tối hôm qua bác có ngủ ngon không ạ?

👤 Ờ...tôi không ngủ được nhiều.

👨 Bác nằm nghỉ một chút nữa nhé.

👤 Vâng.

👨 Thế thì 30 phút sau cháu sẽ quay lại ạ. ...... Cháu xin phép.

👨 <Tok tok tok> Permisi. Yoshida-san, Selamat Pagi.

👤 ......

👨 Yoshida-san, apakah Anda sudah bangun?

👤 Ya-a.

👨 Yoshida-san, Selamat Pagi. Jam tujuh. Sebentar lagi makan pagi, Anda tidak mau bangun?

👤 Ya-a, jam berapa?

👨 Pagi jam tujuh. ......Kemarin malam apakah tidak bisa tidur nyenyak?

👤 Ya-a,sedikit......

👨 Apakah Anda mau berbaring sebentar?

👤 Ya-a, saya mau berbaring lagi sebentar.

👨 Baiklah. Setelah tiga puluh menit, saya akan datang lagi. ...... Permisi.

▼ Checklist / Các điểm cần lưu ý / Daftar cek

☐ Thinking that Yoshida san was sleeping, did you knock the door and enter his room quietly? / Khi vào phòng, có gõ cửa thật nhẹ không? Có thể bác Yoshida đang ngủ nên cần tránh làm ồn. / Pikirkan Tanaka-san yang sedang tidur, apakah Anda sudah mengetok dan masuk kamar secara perlahan?

☐ Did you ask him about last night's sleep? / Có hỏi bác Yoshida là hôm qua ngủ như thế nào không? / Apakah Anda sudah menanyakan mengenai tidurnya tadi malam?

☐ Did you check to see what he wants to do? / Đã hỏi bác Yoshida muốn làm gì hay chưa? / Apakah Anda sudah mengkonfirmasi keinginan Yoshida-san?

☐ Did you tell him when you will come again before leaving his room? / Khi ra khỏi phòng bác Yoshida, có nói cho bác ấy biết là bạn sẽ quay lại lúc mấy giờ không? / Apakah Anda sudah menyampaikan kepada dia kapan akan kembali, sebelum keluar dari kamarnya?

29

第3章 体調確認の声かけ

Chapter 3: Koekake for Checking Physical Conditions
Chương 3: Koekake khi xác nhận tình trạng sức khoẻ
Bab 3: Penyampaian Kata untuk Konfirmasi Kondisi Fisik

利用者の皆さまの多くはさまざまな健康上の問題を抱えています。また、老化により、身体上の変化も起きています。特に大きな問題がなくても、日々、その時その時の体調の変化に注意を払う必要があります。担当する利用者様の情報をフェイスシートや介護記録で確認するだけではなく、申し送りでの引き継ぎ事項もしっかり頭に入れましょう。利用者様一人ひとりをよく観察して声かけをしましょう。なにか問題がある場合は、自分一人で判断せず、上司や医療職に報告するようにしてください。

Many users have various health problems. They also go through physical changes due to aging. You need to pay attention to changes in physical conditions of a user at every moment, every day even if he/she doesn't have any major problems. You should do it not only by checking information of your users on his/her face-sheet or care records (kaigo kiroku), but also by keeping in mind the information received at a hand-over meeting (moushiokuri). Do close individual watch over your users and do Koekake. When there is a problem, don't judge it yourself, but report to your boss or medical staff.

Tùy bệnh nhân có tình trạng sức khoẻ khác nhau. Hơn nữa, vì tuổi già, thân thể họ cũng không giống như trước đây. Dù không có vấn đề lớn, nhưng bạn phải để ý sự thay đổi của tình trạng sức khoẻ của họ. Không phải chỉ xem thông tin về bệnh nhân trên Face seat, còn phải nhớ nội dung đã nghe trong khi trao đổi về công việc với các đồng nghiệp (Moushi okuri). Khi "Koekake", bạn phải để ý cho mọi bệnh nhân. Khi có vấn đề gì, bạn phải báo cáo cho cấp trên hoặc là bác sĩ, không được tự phán đoán.

Kebanyakan dari para pengguna jasa mengalami berbagai masalah kesehatan. Serta, karena penuaan usia, perubahan secara fisik juga terjadi. Meskipun tidak ada masalah besar secara khusus, secara rutin, perlu diperhatikan perubahan kondisi fisik pada tiap waktu. Bukan hanya mengkonfirmasi informasi pengguna jasa yang menjadi tanggung jawab dengan face sheet dan catatan perawatan lansia, mari kita camkan pokok-pokok pergantian pada saat operan. Mari kita amati pengguna jasa satu demi per satu dan lakukan penyampaian kata. Apabila terdapat sesuatu masalah, jangan dipertimbangkan sendiri, tolong laporkan kepada atasan dan tenaga medis.

声かけ表現リスト 03

mp3 012

1 ご気分はいかがですか。

2 お身体の具合はいかがですか。

3 お身体の調子はいかがですか。

4 お加減はいかがですか。

5 お変わり（は）ありませんか。

6 その後、具合はいかがですか。

7 どこか具合が悪いところはありませんか。

8 腕は伸ばせますか。

9 腕は曲げられますか。

10 膝の調子はいかがですか。

11 腰（は）痛みますか。

12 腕の痛みはいかがですか。

13 頭が痛いの（は）、今日はどうですか。

14 昨日お腹が痛いとおっしゃっていましたが、今日はどうですか。

15 ズキズキしますか。

16 どこか痛いところはありませんか。

17 どのあたりが痛みますか。

18 どこか苦しいところはありませんか。

19 ここ（は）かゆいですか。

20 ムズムズしますか。

21 ヒリヒリしますか。

22 しみますか。

List of Koekake Expressions 03 / Cách nói Koekake 03 / Daftar Ekspresi Penyampaian Kata 03

1	How are you feeling?	Bác thấy trong người thế nào ạ?	Bagaimana perasaan Anda?
2	How are you feeling today?	Bác thấy trong người thế nào ạ?	Bagaimana keadaan tubuh Anda?
3	How are you feeling today?	Bác thấy trong người thế nào ạ?	Bagaimana kondisi tubuh Anda?
4	How are you feeling?	Bác thấy trong người thế nào ạ?	Bagaimana keadaannya?
5	Are there any changes in your physical condition?	Bác thấy trong người có khác thường không ạ?	Apakah tidak ada perubahan mengenai kondisi tubuh Anda?
6	How is your physical condition now?	Bác thấy đỡ chưa ạ?	Setelah itu, bagaimana keadaan Anda?
7	Do you have any physical problems?	Bác có chỗ nào khó chịu không ạ?	Apakah tidak ada bagian yang sakit?
8	Can you stretch your arms?	Bác có thể duỗi tay ra được không?	Apakah Anda bisa merentangkan lengan Anda?
9	Can you bend your arms?	Bác có thể co tay lại được không?	Apakah Anda bisa menekuk lengan Anda?
10	How is your knee?	Đầu gối bác thế nào ạ?	Bagaimana kondisi lutut Anda?
11	Does your lower back ache?	Bác đau lưng không ạ?	Apakah pinggul Anda sakit?
12	How is the pain in your arm?	Đầu gối bác bị đau như thế nào ạ?	Bagaimana rasa sakit di lengan Anda?
13	How is your headache today?	Hôm nay bác còn bị đau đầu không ạ?	Bagaimana sakit kepala Anda hari ini?
14	You told me that you had a stomach-ache yesterday. How is it today?	Hôm qua bác bị đau bụng, còn hôm nay thì như thế nào ạ?	Kemarin Anda bilang perutnya sakit, hari ini bagaimana?
15	Do you have any throbbing pain?	Bị đau nhói không ạ?	Apakah sakitnya nyut-nyutan?
16	Do you feel any pain?	Bác có chỗ nào đau không ạ?	Apakah tidak ada bagian yang sakit?
17	Where does it hurt?	Bị đau ở chỗ này không ạ?	Sekitar mana yang sakit?
18	Do you feel any tightness?	Có chỗ nào khó chịu không ạ?	Apakah tidak ada bagian yang dirasa sakit?
19	Do you feel itchy here?	Có thấy ngứa ở chỗ này không ạ?	Di sini, apakah gatal?
20	Do you feel restless?	Có thấy ngứa không ạ?	Apakah terasa geli?
21	Do you feel any burning pain?	Bị đau rát không ạ?	Apakah terasa perih?
22	Do you feel any sharp pain?	Bị đau nhức không ạ?	Apakah terasa ngilu?

声かけ表現リスト 03

mp3 013

23	手のしびれはいかがですか。
24	指のむくみはいかがですか。
25	食欲はありますか。
26	お通じはありますか。
27	お腹の調子はいかがですか。
28	（お腹が）ゴロゴロしますか。
29	お腹が張っていますね。苦しくないですか。
30	ガスが（お腹に）たまっていますか。
31	胃がムカムカしますか。
32	水分はしっかり摂っていらっしゃいますか。
33	のどは乾いていませんか。
34	のどは痛くないですか。
35	風邪はいかがですか。
36	風邪をひいていませんか。
37	寒気はありますか。
38	ゾクゾクしますか。
39	息苦しくないですか。
40	ゼーゼーしますか。
41	熱っぽいですか。
42	鼻水は出ませんか。

お通じのような排泄に関わることは人前で聞いてはいけません。プライバシーに配慮します。

List of Koekake Expressions 03 / Cách nói Koekake 03 / Daftar Ekspresi Penyampaian Kata 03

23	How is the numbness in your hands?	Tay bác còn tê không ạ?	Bagaimana mati rasa di tangan Anda?
24	How is the swelling in your fingers?	Ngón tay bác còn bí phù nề không ạ?	Bagaimana bengkak di jari Anda?
25	Do you have an appetite for food?	Bác có cảm giác thèm ăn không ạ?	Apakah ada nafsu makan?
26	Do you have regular bowel movements?	Bác có đi ngoài bình thường không ạ?	Apakah Anda ada rasa ingin buang air besar?
27	How is your stomach feeling?	Bác có bị đau bụng không ạ?	Bagaimana kondisi perut Anda?
28	Is your stomach grumbling?	Bác có bị tiêu chảy không ạ?	Apakah perut Anda keroncongan?
29	Your stomach seems bloated. Is it uncomfortable?	Bụng bác bị căng lên rồi. Bác có khó chịu không ạ?	Perut Anda kembung ya. Apakah tidak merasa sakit?
30	Do you have gas in your bowels?	Bụng bác có bị đầy hơi không ạ?	Apakah merasa ada gas (dalam perut)?
31	Do you feel nauseous?	Bác có bị nôn nao không ạ?	Apakah Anda merasa mual?
32	Are you drinking regularly?	Bác uống nước đầy đủ chứ ạ?	Apakah Anda banyak mengasup air?
33	Do you feel thirsty?	Bác khát nước không ạ?	Apakah kerongkongan kering?
34	Do you have a sore throat?	Bác có bị đau họng không ạ?	Apakah kerongkongan tidak sakit?
35	How is your cold?	Bác bị cảm, thấy đỡ chưa ạ?	Bagaimana flu Anda?
36	Did you catch a cold?	Bác có bị cảm không ạ?	Apakah Anda tidak terkena flu?
37	Do you feel chilly?	Bác có bị lạnh không ạ?	Apakah ada rasa menggigil?
38	Are you feeling chilly?	Bác có bị lạnh không ạ?	Apakah Anda merinding?
39	Do you have difficulties in breathing?	Bác thấy khó thở không ạ?	Apakah tidak sesak nafas?
40	Are you wheezing?	Bác có bị thở dốc không ạ?	Apakah Anda bengek?
41	Do you feel feverish?	Bác bị sốt ạ?	Apakah ada demam?
42	Do you have a runny nose?	Bác bị sổ mũi không ạ?	Apakah ingus tidak keluar?

You should not ask a user about any topics related to excretion such as お通じ (bowel movements) in public. You need to pay careful attention to users' privacy.	Những câu hỏi liên quan đến việc đi vệ sinh không được hỏi ở trước mặt người khác. Bạn phải lưu ý tới sự riêng tư của ông (bà).	Anda tidak boleh menanyakan di depan umum mengenai ekskresi seperti buang air besar. Tolong perhatikan hal privasi.

声かけ表現リスト 03

mp3 014

43 鼻は詰まっていませんか。

44 咳は出ますか。

45 (のどに) 痰がからみますか。

46 顔色がすぐれませんね。

47 何だかだるそうですね。

48 顔が少し赤いですね。

49 今日はお元気がありませんね。

50 ここ (が) 少し白く、粉を吹いていますね。かゆくないですか。

51 乾燥してカサカサしていますね。かゆみ (が) ありますか。

52 少し赤くなっていますね。痛みますか。

53 少し腫れていますね。

54 ちょっと見せていただけますか。

55 目まいがしますか。

56 立ちくらみがしますか。

57 目まいや立ちくらみはしませんか。

58 力が入りませんか。

59 つらくないですか。

60 大丈夫ですか。お怪我はありませんか。

61 私の声が聞こえますか。

62 疲れましたか。

63 今日はお疲れですね。

64 体温を測らせていただけますか。

65 脇に汗をかいていませんか。

36

List of Koekake Expressions 03 / Cách nói Koekake 03 / Daftar Ekspresi Penyampaian Kata 03

43	Do you have a stuffy nose?	Bác bị nghẹt mũi không ạ?	Apakah hidung Anda tidak tersumbat?
44	Do you have a cough?	Bác bị ho không ạ?	Apakah ada batuk?
45	Do you have phlegm (in your throat)?	Trong họng của bác có đờm không ạ?	Apakah (di tenggorokan) ada dahak menyumbat?
46	You don't look well.	Sắc mặt bác không tốt lắm.	Wajah Anda kurang segar ya.
47	You look kind of sluggish.	Thấy bác bị mệt lắm.	Kok Anda kelihatannya lesu ya.
48	Your face is a little red.	Mặt bác bị đỏ một chút.	Muka Anda agak merah ya.
49	You don't look good today.	Hôm nay bác không khoẻ lắm nhỉ.	Hari ini kurang sehat ya.
50	Your skin is flaky here. Is it itchy?	Chỗ này da bị nứt một chút. Bác thấy ngứa không ạ?	Di sini agak putih, seperti ada bubuknya ya. Apakah gatal?
51	Your skin is dry and rough. Do you feel any itch?	Da của bác bị khô nhỉ. Bác có thấy ngứa không?	Kering dan agak kasar ya. Apakah merasa gatal?
52	Your skin is a little red here. Does it hurt?	Ở đây bị đỏ một chút. Bác thấy đau không ạ?	Sedikit menjadi merah ya. Apakah sakit?
53	It's a little swollen here.	Chỗ này bị sưng lên một chút.	Sedikit bengkak ya.
54	May I have a closer look?	Bác cho cháu xem một chút nhé.	Apakah bisa dperlihatkan sebentar?
55	Do you feel dizzy?	Bác bị hoa mắt không ạ?	Apakah Anda merasa pening?
56	Do you feel lightheaded?	Bác bị chóng mặt không ạ?	Apakah Anda sempoyongan?
57	Do you feel dizzy or lightheaded?	Bác bị hoa mắt, chóng mặt không ạ?	Apakah Anda tidak pening atau sempoyongan?
58	Do you feel weak?	Bác có cảm thấy chân tay rã rời không?	Apakah tidak ada tenaga?
59	Do you feel any discomfort?	Bác thấy khó chịu trong người không ạ?	Apakah tidak merasa sakit?
60	Are you alright? Have you gotten injured?	Bác có sao không ạ? Có bị thương không ạ?	Apakah tidak apa-apa? Apakah tidak ada cedera?
61	Can you hear me?	Bác có nghe thấy tiếng cháu không ạ?	Apakah Anda bisa mendengar suara saya?
62	Are you tired?	Bác có mệt không ạ?	Apakah Anda capek?
63	You look tired today.	Hôm nay bác mệt rồi nhỉ.	Hari ini capek ya.
64	Would you mind if I took your temperature?	Cháu đo nhiệt độ cho bác nhé.	Apakah saya boleh mengukur temperatur tubuh Anda?
65	Is your armpit sweaty?	Bác có toát mồ hôi ở nách không ạ?	Apakah di ketiak tidak berkeringat?

声かけ表現リスト 03

mp3 015

66 体温計はしっかり脇の下にはさんでくださいね。

67 何度ですか。

68 37度2分 [=37.2℃] ですね。

69 微熱がありますね。

70 平熱ですね。よかったです。

71 脈は66です。いつもとだいたい同じですね。

72 (脈は)78ですね。ちょっと速いですが、ドキドキしていますか。

73 血圧を測らせていただけますか。

74 上が150で、下が92ですね。ちょっと上が高いですね。大丈夫ですか。

75 ボーっとしませんか。

76 歩くと、フワフワしませんか。

77 良くなって良かったですね。

78 早く良くなるといいですね。

79 無理をなさらないで、ゆっくりお休みください。

80 今日は安静にしていましょうか。

81 今日は1日横になっていましょう。

82 お大事になさってください。

83 田中さんが元気じゃないと皆さん寂しいので、早くお元気になってくださいね。

84 看護師を呼んで参ります。

85 看護師に報告しておきますね。

86 念のため、一度病院で診てもらいませんか。

87 何かあれば、いつでもナースコールを押してくださいね。

List of Koekake Expressions 03 / Cách nói Koekake 03 / Daftar Ekspresi Penyampaian Kata 03

66	Please put the thermometer under your arm tightly.	Bác kẹp cặp nhiệt ở đúng hõm nách nhé.	Tolong termometernya benar-benar diapit di bawah ketiak ya.
67	What's your temperature?	Bao nhiêu độ ạ?	Berapa derajat?
68	It's 37.2°C.	37 độ 2 ạ.	Tiga puluh tujuh koma dua derajat ya.
69	You have a mild fever.	Bác bị sốt nhẹ nhỉ.	Ada sedikit demam ya.
70	It's normal. That's good.	Bác không bị sốt nữa nhỉ. Tốt quá rồi.	Temperatur normal ya. Bagus.
71	Your pulse is 66. It's almost the same as usual.	(Đo mạch) 66 ạ. Vẫn như mọi khi ạ.	Nadinya enam puluh enam. Kira-kira sama dengan biasanya.
72	It's 78, a little faster than usual. Do you have a racing pulse?	(Đo mạch) 78 ạ. Hơi cao. Bác thấy hồi hộp không ạ?	(Nadinya) tujuh puluh delapan. Agak cepat, apakah sedang berdebar-debar?
73	Would you mind if I took your blood pressure?	Bác cho cháu đo huyết áp cho bác, được không ạ?	Apakah saya boleh mengukur tekanan darah Anda?
74	It's 150 over 92. Your systolic pressure is a little high. Are you feeling OK?	Trên150, dưới 92ạ. Hơi cao, có sao không ạ?	Yang atas seratus lima puluh, yang bawah sembilan puluh dua ya. Atasnya agak tinggi ya. Apakah tidak apa-apa?
75	Does your head feel fuzzy?	Bác có thấy oải không ạ?	Apakah Anda tidak merasa kepala berat?
76	Do you feel wobbly when walking?	Bác có cảm thấy choáng khi đi lại không ?	Saat jalan, apakah tidak merasa seperti melayang?
77	I'm glad that you got well.	Bây giờ đỡ rồi, tốt quá nhỉ.	Jadi membaik bagus ya.
78	I hope you will get well soon.	Nếu bác sớm khỏe lại thì tốt nhỉ.	Jika cepat membaik bagus ya.
79	Please take care of yourself and have a good rest.	Xin bác đừng làm quá sức. Bác nghỉ ngơi đi ạ.	Jangan memaksakan diri, tolong istirahat pelan-pelan.
80	Would you like to stay in bed today?	Hôm nay bác nghỉ ngơi đi nhé.	Hari ini mari istirahat tidur.
81	Would you like to relax in bed today?	Hôm nay bác nằm nghỉ cả ngày đi ạ.	Satu hari ini mari berbaring.
82	Please take care of yourself.	Bác giữ gìn sức khoẻ nhé.	Semoga Anda cepat sembuh.
83	Since Tanaka san (you) isn't well, everyone here feels lonely. Please get well soon.	Bác cố gắng khoẻ hẳn sớm nhé. Bác không khỏe, mọi người buồn lắm.	Semua merasa kesepian kalau Tanaka-san tidak sehat, tolong cepat jadi sehat ya.
84	I'll call a nurse.	Bây giờ cháu đi kêu y tá.	Saya akan panggil perawat.
85	I'll report this to a nurse.	Cháu sẽ nói cho y tá biết điều này.	Saya akan laporkan kepada perawat ya.
86	Why don't you go to the hospital and see a doctor just in case?	Bác có đi khám ở bệnh viện một lần cho chắc không ạ?	Untuk jaga-jaga, apakah Anda tidak mau diperiksa di rumah sakit sekali saja?
87	Please feel free to press the nurse call button anytime when you have a problem.	Nếu có gì, báccứ bấm nút này để kêu cho nhân viên đến liền nhé.	Kalau ada sesuatu, tolong tekan tombol nurse call kapan pun ya.

練習 03-01

状況
午後2時です。廊下を歩いていると、前方から山下さんが来ました。どこかに向かっている様子です。声をかけて、体調確認をします。

利用者情報
山下華（女性）。他の介護職が担当している。糖尿病を患っており、杖歩行をしている。

- 山下さん、こんにちは。
- ああ、こんにちは。
- どちらに行かれますか。
- ちょっと佐藤さんの部屋にね。一緒にトランプ（を）、するの。
- 佐藤さんとトランプ（を）、されるんですか。楽しそうですね。
- ええ。
- 山下さん、足の具合（は）いかがですか。
- まあ、歳だし、なかなかようならんね[＝良くならないね]。
- 痛みはありますか。
- 曲げるとね、ちょっと。
- 気をつけてくださいね。何かお手伝いが必要なときは、声をかけてくださいね。
- ありがとうね。

▼ チェックリスト

- □ 立ち止まって声をかけましたか。
- □ どこに行くか聞きましたか。
- □ 山下さんの身体上の問題に合わせた体調確認をしましたか。

Practice 03-01 / Luyện tập 03-01 / Latihan 03-01

[Situation]
It's 2 o'clock in the afternoon. While you are walking along the corridor, Yamashita san is coming from ahead. She is heading somewhere. You do Koekake and check her physical condition.

[Bối cảnh]
Bây giờ là 2 giờ chiều. Khi bạn đi ở hành lang, bác Yamashita tiến đến gần mình từ phía trước. Hình như bác ấy muốn đi đâu đó. Bây giờ bạn "Koekake" và hỏi về tình trạng sức khoẻ của bác ấy.

[Situasi]
Siang hari pukul dua. Pada saat berjalan di lorong, dari depan datang Yamashita-san (wanita). Tampaknya sedang menuju ke sesuatu tempat. Anda lakukan penyampaian kata, untuk mengecek kondisi tubuhnya.

[Information about the user]
Yamashita Hana (female). She is not under your care. She has diabetes and walks with a cane.

= Caregiver
= Yamashita

[Thông tin về bệnh nhân]
Bạn không phụ trách hỗ trợ cho bác Yamashita Hana (nữ). Bác Yamashita bị bệnh tiểu đường, cầm cây gậy khi đi bộ.

= Nhân viên điều dưỡng
= Yamashita

[Informasi pengguna jasa]
Hana Yamashita (wanita). Menjadi tanggung jawab tenaga perawatan lansia yang lain. Dia menderita diabetes dan berjalan dengan tongkat.

= Tenaga perawat lansia
= Yamashita

- Hello, Yamashita san.
- Hello there.
- Where are you going?
- To Sato san's room to play cards with her.
- You play cards with Sato san? It sounds like fun.
- Yes, it is.
- Yamashita san, how are your legs?
- Well, I'm too old. My legs are not getting better.
- Do they hurt?
- A little, when I bend them.
- Please take care. Please feel free to call us whenever you need help.
- That's nice of you.

- Bác Yamashita ơi. Cháu chào bác ạ.
- Chào cháu.
- Bác đi đâu đấy ạ?
- Bây giờ tôi đến phòng của bác Sato để chơi bài.
- Bác chơi bài với bác Sato à, vui quá nhỉ.
- Vâng.
- Bác Yamashita, bác thấy chân bác như thế nào ạ?
- Vì tôi già rồi, không khỏi hẳn đâu.
- Bác có thấy đau không ạ?
- Khi gặp đầu gối lại thì bị hơi đau.
- Bác cẩn thận, khi nào cần cháu giúp, bác cứ kêu cháu ạ.
- Cám ơn cháu.

- Yamashita-san, Selamat Siang.
- Yaa, Selamat Siang.
- Anda hendak pergi ke mana?
- Mau pergi ke kamar Sato-san ya, untuk main kartu remi bersama.
- Hendak main kartu remi dengan Sato-san? Kelihatannya menyenangkan ya.
- Ya.
- Yamashita-san, bagaimana keadaan kaki Anda?
- Begitulah, sudah lanjut usia, jadi sulit menjadi pulih ya.(Sulit menjadi baik ya.)
- Apakah ada rasa sakit?
- Kalau ditekuk, agak sakit.
- Tolong berhati-hati ya. Pada saat memerlukan bantuan sesuatu, tolong sampaikan kepada saya.
- Terima kasih ya.

▼ **Checklist / Các điểm cần lưu ý / Daftar cek**

☐ Did you stop walking and talk to Yamashita san? / Có dừng lại khi nói chuyện với bác Yamashia không? / Apakah Anda sudah berhenti dan bicara dengan Yamashita-san?

☐ Did you ask her where she was going? / Có hỏi bác Yamashita đi đâu không? / Apakah Anda sudah menanyakan kepada dia hendak pergi ke mana?

☐ Did you check her physical condition according to her physical problems? / Khi hỏi tình trạng sức khoẻ của bác Yamashita, có hỏi những điểm liên quan tới bệnh tình của bác ấy không? / Apakah Anda sudah mengecek kondisi tubuhnya sesuai dengan masalah kondisi fisik Yamashita-san?

41

練習 03-02

状況: 午後2時です。あなたが休憩を終えて戻ろうとしたところ、廊下で佐藤さんがうずくまっていました。怪我をした様子です。声をかけて、体調確認をします。

利用者情報: 佐藤宏（男性）。廊下で足がもつれてつまずいた。足の付け根がひどく痛んで動けない。

 = 介護職　　 = 佐藤

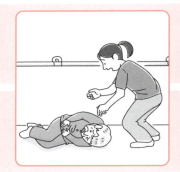

🎧 017

👩‍⚕️ 佐藤さん！　どうなさいましたか。
🧑 いたたた。
👩‍⚕️ 痛みますか。どこが痛みますか。
🧑 ここ、ここ。＜足の付け根を指す＞　いたたた。
👩‍⚕️ 転ばれましたか。
🧑 ああ、足が、ああ、ちょっともつれて……、つまずいちゃって……。
👩‍⚕️ すぐ看護師を呼びますから、動かないで、このままお待ちいただけますか。
🧑 ああ、ああ。はよして［＝早くして］。
👩‍⚕️ ＜大声で＞　すみませ～ん！

▼チェックリスト

☐ 落ち着いて声かけができましたか。
☐ 冷静に佐藤さんの怪我の状態を観察して、痛み、原因を聞きましたか。
☐ 自分の行動を佐藤さんに伝え、佐藤さんがこの後どうすべきか伝えましたか。
☐ 二次被害が起きないように、周りに危険の可能性がないか確認しましたか。

Practice 03-02 / Luyện tập 03-02 / Latihan 03-02

[Situation]	(Bối cảnh)	[Situasi]
It's 2 o'clock in the afternoon. When you are about to get back to work after break, you found Sato san is crouching down in the corridor. He looks injured. You do Koekake and check his physical condition.	Bây giờ là 2 giờ chiều. Khi nghỉ giải lao xong và quay lại nơi làm việc, bạn thấy bác Tanaka (nam) ngồi xổm ở hành lang. Hình như bác ấy đang bị thương. Bây giờ bạn xác nhận tình hình của bác ấy.	Siang hari pukul dua. Pada saat Anda sudah selesai istirahat dan mau kembali bekerja, di lorong Sato-san (pria) sedang mendekam. Tampaknya sedang cedera. Anda lakukan penyampaian kata, untuk mengecek kondisi tubuhnya.

[Information about the user]	(Thông tin về bệnh nhân)	[Informasi pengguna jasa]
Sato Hiroshi (male). He stumbled over his own feet in the corridor. His greater trochanter of the femur（足の付け根）hurts too much to move.	Sato Hiroshi (nam), bị vấp rồi bị ngã ở hành lang. Bây giờ bác ấy bị đau bẹn đùi rất nặng, không cử động được.	Hiroshi Sato (pria). Kakinya terkantuk dan jatuh tersandung di lorong. Sendi kakinya（足の付け根）sangat sakit untuk digerakkan.

👤 = Caregiver
👤 = Sato

👤 = Nhân viên điều dưỡng
👤 = Sato

👤 = Tenaga perawat lansia
👤 = Sato

👤 Sato san! What happened?

👤 Ow-ow-ouch!

👤 Are you in pain? Does it hurt any-where?

👤 Here, here! <He points out to his greater trochanter of the femur.> Ouch.

👤 Did you trip over?

👤 Yeah, well, I stumbled over my legs...... and fell down......

👤 I'll call a nurse now. Please don't move and wait right here.

👤 Yes, yes. Quickly.

👤 <In a loud voice> Excuse me, help!

👤 Bác Sato ơi! Bác bị sao thế?

👤 Đau quá...

👤 Bác bị đau à? Bác bị đau ở chỗ nào ạ?

👤 Ở đây, ở đây...<Chỉ vào bẹn đùi> đau thế.

👤 Bác bị ngã à?

👤 Vâng. Bị vấp ...... bị ngã.

👤 Cháu sẽ gọi y tá ngay. Xin bác đừng cử động. Bác đợi cháu một chút nhé.

👤 Vâng, vâng...Gọi y tá nhanh giúp nhé.

👤 <Nói lớn tiếng và gọi y tá> Xin lỗi!

👤 Sato-san! Ada apa gerangan?

👤 Aduh sakit!

👤 Apakah sakit? Bagian mana yang sakit?

👤 Sini, sini! <Menunjuk sendi kaki> Aduh sakit.

👤 Apakah Anda jatuh tersungkur?

👤 Ya, kaki saya, ya, agak terkantuk, ...dan jatuh tersandung......

👤 Segera saya akan panggil perawat, jangan bergerak, apakah Anda bisa menunggu seperti ini?

👤 Ya, ya, tolong cepat.

👤 Saya segera datang, tolong tunggu ya.

▼ Checklist / Các điểm cần lưu ý / Daftar cek

☐ Did you calm down and do Koekake? / Có bình tĩnh lại và "Koekake" được không? / Apakah Anda sudah menyampaikan kata dengan tenang?

☐ Did you observe the condition of Sato san's injury calmly and ask him about the pain and the cause? / Khi xác nhận tình hình của bác Sato, có giữ bình tĩnh hỏi về nguyên nhân và bác ấy bị đau như thế nào không? / Apakah Anda sudah mengamati kondisi luka Sato-san, dan menanyakan rasa sakit dan penyebabnya dengan tenang?

☐ Did you tell him what you will do next and what he should do next? / Đã nói cho bác Sato biết là bạn sẽ làm gì bây giờ và bác ấy nên làm gì sau đó hay chưa? / Apakah Anda sudah menyampaikan apa yang akan Anda lakukan kepada Sato-san, dan apa yang seharusnya dilakukan Sato-san?

☐ Did you check if there was anything dangerous around to avoid a second accident? / Để tránh xảy ra sự cố tiếp theo, đã kiểm tra an toàn ở xung quanh một cách kĩ càng hay chưa? / Apakah Anda sudah mengecek akan adanya resiko bahaya di sekeliling, agar tidak terjadi kecelakaan sekunder, sebelum meninggalkan lokasi?

43

note

特別な敬語

Special Respectful Expressions / Kính ngữ dạng đặc biệt / Ekspresi Honorifik Khusus

❶ 特別な尊敬語

行きます	いらっしゃいます	します	なさいます
来ます		言います	おっしゃいます
います		寝ます	お休みになります
来ます	みえます	な Adj./N です	な Adj./N でございます
	お越しになります	着ます	お召しになります
V てます	V ていらっしゃいます	見ます	ご覧になります
食べます	召し上がります	くれます	くださいます
飲みます		V てくれます	V てくださいます
知っています	ご存知です	気に入ります	お気に召します

❷ 特別な謙譲語

行きます	まいります	します	いたします
来ます		言います	申します
います	おります	見ます	拝見します
V ています	V ております	読みます	拝読します
〜と思います	〜と存じます	聞きます	伺います
食べます	いただきます	訪問します	
飲みます		もらいます	いただきます
知っています	存じております	V てもらいます	V ていただきます
知りません	存じません	会います	お目にかかります

V て……動詞のて形　　な Adj.……な形容詞　　N……名詞

第4章

衣服の着脱の声かけ

Chapter 4: Koekake for Changing Clothes
Chương 4: Koekake khi giúp thay quần áo
Bab 4: Penyampaian Kata Saat Berganti Pakaian

　衣服の着脱は、メリハリのある生活のため、朝パジャマから生活着に、就寝前に生活着からパジャマに着替えるだけでなく、汚れたときや汗をかいたときなど、必要に応じて行います。衣服を選ぶ際には、介護のしやすさを優先して、介護者が選んではいけません。利用者様の自己選択・自己決定を優先し、その人らしい生活が送れるように支援します。清潔な衣服の着用は社会性を保つためにも重要です。利用者様にとって着替えが面倒で嫌な時間にならないように、リラックスしてもらえるように心がけ、時には楽しく会話しながら介助しましょう。利用者様の衣服は、その方にとって大切な思い出の品かもしれないので、慎重に扱います。
　着替えの際は、安全や室温やプライバシーの保護に配慮します。時間がかかっても、できるところは利用者様にやってもらいます。着脱動作から、利用者様のその日、その時の身体の調子や動きを知ることもできるため、観察を怠らないようにします。利用者様に片麻痺がある場合は、「脱健着患*」のルールに従います。

＊脱健着患＝脱ぐときは健側（麻痺がない側）から、着るときは患側（麻痺がある側）から行うというルール

To vary the pace of a user's daily life, clothes should be changed when clothes gets dirty or when a user sweats as well as changing pajamas into daily clothes in the morning or changing daily clothes into pajamas at night. Caregivers should not choose user's clothes to make one's job easier. You should always put the utmost importance on a user's self-choice and self-decision and help him/her live as he/she wants to. Wearing clean clothes is also important to maintain social manners. Changing clothes could be troublesome and irritating for a user so you should try to relax a user and sometimes offer small talk while caregiving. You should treat his/her clothes with respect because his/her clothes may be valuable to him/her.

You should take into account safety, proper room temperature, and privacy. No matter how long it takes, a user should change clothes by himself/herself. A user's condition and movement could vary day to day so you should watch him/her carefully. If he/she has hemiplegia, you must follow a rule called ' 脱健着患 (dakken chakkan)'.

* 脱健着患 (dakken chakkan): A rule of undressing a person's clothing from the unaffected side of the body first while putting on clothing from the affected side of the body first.

Việc giúp thay quần áo không chỉ là việc thay quần áo ngủ sang đồ mặc ban ngày vào buổi sáng hay thay từ quần áo mặc ban ngày sang quần áo ngủ vào buổi tối để phục vụ cho sinh hoạt thường nhật với nhiều bối cảnh mà còn được tiến hành khi cần thiết ví dụ như khi quần áo bị bẩn hay bị đổ mồ hôi. Khi lựa chọn quần áo cho bệnh nhân, bạn không được tự lựa chọn những bộ tiện cho việc chăm sóc điều dưỡng của mình. Phải ưu tiên quyền tự lựa chọn và quyết định của bệnh nhân, hỗ trợ để cho họ có thể sinh hoạt thoải mái theo đúng cách của họ. Việc mặc những bộ quần áo sạch sẽ rất quan trọng trong việc bảo đảm yếu tố giao tiếp xã hội. Phải lưu ý để bệnh nhân thư giãn thoải mái, để họ không cảm thấy thời gian thay quần áo là thời gian phiền phức khó chịu, thỉnh thoảng hãy vừa chuyện trò vui vẻ vừa giúp họ thay quần áo. Quần áo của bệnh nhân có thể là một kỉ vật quan trọng đối với họ nên phải giữ gìn hết sức cẩn thận.

Khi thay quần áo, hãy lưu ý về an toàn, nhiệt độ phòng và đảm bảo sự riêng tư. Hãy để bệnh nhân tự làm những phần họ có thể làm được cho dù có mất thời gian. Phải không ngừng quan sát vì từ động tác thay quần áo có thể biết được tình trạng sức khỏe, vận động của bệnh nhân ngày hôm ấy, thời điểm đó. Trường hợp bệnh nhân bị liệt nửa người phải tuân theo nguyên tắc ˝ 脱健着患 DAKKEN-CHAKKAN˝.

* 脱健着患 (DAKKEN-CHAKKAN): Là nguyên tắc khi cởi quần áo thì cởi từ bên khỏe mạnh (bên không bị liệt), khi mặc quần áo thì mặc từ bên bị bệnh (bên bị liệt).

Berganti pakaian, untuk kehidupan yang bergairah, dilakukan seperlunya bukan hanya mengganti dari piyama ke pakaian sehari-hari pada pagi hari, atau mengganti dari pakaian sehari-hari ke piyama sebelum tidur, akan tetapi juga saat pakaian kotor atau berkeringat dan lain-lain. Pada saat memilih pakaian, tenaga perawatan lansia tidak boleh hanya memprioritaskan kemudahan perawatan. Pilihan pribadi dan penentuan pribadi dari pengguna jasa harus diprioritaskan, dan mendukung yang bersangkutan supaya dapat menjalani kehidupan sesuai dengan keinginannya. Mengenakan pakaian yang bersih itu penting juga dalam menjaga sosialitas. Supaya berganti pakaian itu tidak menjadi hal yang merepotkan dan tidak menyenangkan bagi pengguna jasa, perlu diperhatikan supaya bisa rileks, dan kadang mari kita bantu sambil berbincang dengan senang. Karena pakaian pengguna jasa mungkin menjadi barang kenangan berharga bagi yang bersangkutan, harus diperlakukan dengan hati-hati.

Pada saat mengganti pakaian, perlu diperhatikan keselamatan, temperatur kamar dan perlindungan privasi. Meskipun memerlukan waktu, kita minta pengguna jasa untuk melakukan apa yang bisa dia lakukan. Dari gerakan mengenakan dan melepas pakaian, karena kita bisa mengetahui keadaan dan gerakan tubuh pengguna jasa pada hari itu dan saat itu, jangan lalai untuk melakukan pengamatan. Jika pengguna jasa menderita hemiplegia, kita ikuti aturan "melepas pada sisi yang sehat dan mengenakan pada sisi yang sakit".

* 脱健着患 (DAKKEN-CHAKKAN) "Melepas pada sisi yang sehat dan mengenakan pada sisi yang sakit": Aturan dengan melakukan pada saat melepas dari sisi yang sehat (sisi yang tidak ada paralisis), pada saat mengenakan dari sisi yang sakit (sisi yang ada paralisis).

声かけ表現リスト 04 mp3 018

1　そろそろお着替えをしましょうか。

2　パジャマを脱いで、着替えませんか。

3　もうすぐ朝ご飯ですから、着替えましょうか。

4　今日はご家族がいらっしゃる日ですね。着替えておしゃれしましょうか。

5　汗をかかれたので、着替えましょうか。

6　少し汚れているので、洗濯しましょうか。着替えませんか。

7　もうすぐお休みの時間ですから、パジャマに着替えましょうか。

8　寝るときに、お洋服のままだと身体が休まらないので、寝巻きに着替えませんか。

9　お着替えの前にお手洗いに行かれますか。

10　お部屋は寒くないですか。

11　カーテン（を）閉めますね。

12　今日は何を着られますか。

13　何をお召しになりますか。

14　今日はどれを着ましょうか。

15　今日はどの服にされますか。

16　いろいろあるので、悩みますね。

17　選ぶの（を）お手伝いしましょうか。

18　今日は少し寒いですから、こちらが暖かくていいと思いますが、いかがですか。

19　こちらはいかがですか。前に着ていらっしゃったとき、とてもお似合いでしたから。

20　この茶色のシャツはいかがですか。すてきですよ。

21　こちらと、こちらでは、どちらがいいですか。

48

List of Koekake Expressions 04 / Cách nói Koekake 04 / Daftar Ekspresi Penyampaian Kata 04

1	It's time to change clothes.	Bác chuẩn bị thay quần áo nhé.	Mari sebentar lagi ganti pakaian.
2	Would you like to take off your pajamas and put on today's clothes?	Bác có muốn thay bộ đồ ngủ này ra không ạ ?	Apakah tidak mau melepas piyama dan ganti pakaian?
3	Breakfast will be ready soon. Would you like to change clothes?	Sắp đến giờ ăn sáng rồi, chúng ta thay quần áo bác nhé?	Karena sebentar lagi makan pagi, mari ganti pakaian.
4	Your family will visit you today. Would you like to wear nice clothes?	Hôm nay là ngày gia đình bác đến thăm đúng không ạ? Bác hãy thay quần áo thật diện nhé!	Hari ini keluarga Anda akan datang ya. Mari ganti pakaian yang bagus.
5	You are sweaty. Would you like to change clothes?	Bác bị đổ mồ hôi rồi. Bác thay quần áo nhé?	Karena Anda berkeringat, mari ganti pakaian.
6	There is a little stain on your clothes. Shall I wash your clothes? Would you like to change clothes?	Quần (áo) này hơi bị bẩn rồi. Để cháu mang đi giặt nhé. Bác hãy thay đồ ra nhé!	Karena sedikit kotor, apakah boleh saya cuci? Apakah tidak mau ganti pakaian?
7	It's time to go to bed soon. Would you like to change into your pajamas?	Sắp đến giờ ngủ rồi. Bác hay thay sang bộ đồ ngủ này nhé!	Karena sebentar lagi waktu istirahat, mari ganti ke piyama.
8	If you wear your daytime clothes when you sleep, your body can't get a good rest. Would you like to change into your pajamas?	Khi đi ngủ, nếu cứ mặc quần âu thì cơ thể sẽ rất mỏi, ta thay sang đồ ngủ bác nhé?	Pada saat tidur, kalau dengan pakaian sehari-hari tubuh Anda tidak bisa instirahat, apakah tidak mau ganti ke baju tidur?
9	Would you like to go to the toilet before changing clothes?	Bác có cần đi vệ sinh trước khi thay đồ không ạ?	Apakah Anda mau pergi ke toilet sebelum ganti pakaian?
10	Is it cold in the room?	Phòng có lạnh không ạ?	Apakah kamarnya tidak dingin?
11	I'm going to close the curtain for you.	Cháu đóng rèm cửa nhé!	Saya tutup kordennya ya.
12	What would you like to wear today?	Hôm nay bác muốn mặc bộ nào ạ?	Hari ini Anda mau mengenakan pakaian apa?
13	What would you like to wear?	Hôm nay bác muốn mặc bộ nào ạ?	Pakaian apa yang mau Anda kenakan?
14	Which outfit would you like to wear today?	Hôm nay bác muốn mặc bộ nào ạ?	Hari ini Anda mau mengenakan yang mana?
15	Which outfit would you like to wear today?	Hôm nay bác muốn mặc bộ nào ạ?	Hari ini Anda mau baju yang mana?
16	You have a lot of clothes. You have a lot of options.	Bác nhiều quần áo quá, khó chọn quá bác nhỉ?	Karena bermacam-macam, jadi bingung ya.
17	Shall I help you choose your outfit?	Để cháu giúp bác chọn nhé?	Apakah boleh saya bantu memilih?
18	It's a little cold today. I think that this one is warmer. What do you think?	Hôm nay trời hơi lạnh nên cháu thấy bộ này ấm áp phù hợp ạ. Bác thấy sao ạ?	Karena hari ini sedikit dingin, pakaian ini saya kira hangat, bagaimana?
19	How about this one? You looked very good when you wore this last time.	Bộ này có được không ạ? Lần trước bác mặc bộ này cháu thấy hợp lắm ạ.	Kalau yang ini bagaimana? Sebelumnya pada saat mengenakan ini, sangat cocok.
20	What about this brown shirt? It's nice.	Bác có muốn mặc cái áo sơ mi màu nâu này không ạ? Cháu thấy đẹp đấy ạ!	Kemeja coklat ini bagaimana? Bagus lo.
21	Which would you prefer, this or this?	Bộ này với bộ này bác thích bộ nào hơn ạ?	Antara yang ini, dan yang ini, yang mana yang lebih bagus?

49

声かけ表現リスト 04

mp3 019

22 ゆっくりでいいので、ご自分でやっていただけますか。

23 難しいところはお手伝いしますので、できるところはお願いします。

24 上着から脱ぎましょうか。

25 ちょっと後ろをお手伝いしますね。

26 ボタンをお願いします。いちばん上は私が留めましょうか。

27 マジックテープを取りますね。

28 マジックテープを留めますね。

29 前のチャック［＝ファスナー、ジッパー］は閉めますか。開けておきますか。

30 ズボンの下にズボン下［＝股引］は履かれますか。

31 次はズボンを履き替えましょう。

32 今日は腹巻はされますか。

33 膝のサポーターはつけたままでよろしいですか。

34 靴下は座って履きましょう。

35 とてもよくお似合いですよ。

36 暖かそうでいいですね。

37 寒くないですか。もう1枚羽織りますか。

38 たくさん着込んでいらっしゃいますね。暑くないですか。

39 新しいお洋服ですか。よくお似合いですよ。

40 昨日ご家族が持ってきてくださったお洋服ですか。おしゃれですね。

41 田中さんはセンスがいいですね。

42 着心地はいかがですか。

43 鏡をご覧になりますか。

50

List of Koekake Expressions 04 / Cách nói Koekake 04 / Daftar Ekspresi Penyampaian Kata 04

22	Please take your time. Could you change clothes by yourself?	Bác có thể tự mặc được không ạ? Bác cứ mặc từ từ cháu chờ ạ.	Silakan pelan-pelan, apakah Anda bisa ganti pakaian sendiri?
23	I'll help you with what you feel is difficult. Could you do what you can?	Những chỗ nào khó cháu sẽ giúp nên bác chỉ cần tự mặc những phần có thể thôi ạ.	Untuk bagian yang sukar akan saya bantu, mohon dilakukan dulu sebisa Anda.
24	Would you like to take off your shirt/jacket first?	Ta sẽ cởi áo trước bác nhé.	Mari kita lepas dari jasnya dulu.
25	I'm going to help you a little with your backside.	Để cháu giúp bác phía sau nhé.	Sedikit saya bantu yang bagian belakang ya.
26	Please fasten the buttons. Shall I button the top one?	Bác cài khuy đi ạ. Cháu sẽ cài khuy trên cùng giúp bác nhé.	Mohon pasang kancingnya. Apakah boleh saya kancingkan yang paling atas?
27	I'm going to take off the Velcro tape.	Cháu gỡ miếng dán ra nhé!	Saya ambil tapenya ya.
28	I'm going to fasten the Velcro tape.	Cháu cài miếng dán vào nhé!	Saya pasang tapenya ya.
29	Shall I zip up the front? Or shall I leave it unzipped?	Bác có muốn kéo khóa (khóa kéo) đằng trước không ạ? Hay cháu cứ để khóa mở thế này nhé?	Resleting (fastener, zipper) depannya apakah mau ditutup? Apakah mau dibuka saja?
30	Would you like to wear thermals under your trousers?	Bác có muốn mặc quần bó bên trong không ạ?	Apakah Anda mau mengenakan baju dalam (celana dalam panjang)?
31	Let's change trousers next.	Tiếp theo ta sẽ thay quần nhé!	Selanjutnya mari ganti celana panjangnya.
32	Would you like to wear a stomach warmer today?	Hôm nay bác có muốn quần gen giữ ấm bụng không ạ?	Hari ini apakah mau mengenakan setagen penghangat?
33	Would you like to leave your knee brace on as is?	Cháu cứ để nguyên miếng dán hỗ trợ đầu gối thế này bác nhé?	Apakah Anda mau tetap mengenakan suporter lutut?
34	Let's sit down and put on your socks.	Bác ngồi xuống rồi mang tất nhé.	Mari duduk dan kenakan sepatu.
35	You look great.	Bác mặc bộ này hợp lắm ạ!	Kelihatan sangat cocok.
36	It looks warm and nice.	Bộ này mặc ấm bác nhỉ!	Kelihatannya hangat bagus ya.
37	Do you feel cold? Would you like to wear another layer?	Bác có lạnh không ạ? Bác khoác thêm một cái áo nữa nhé?	Apakah tidak dingin? Apakah tidak mau mengenakan satu lembar lagi?
38	You're wearing a lot of clothes. Don't you feel hot?	Bác mặc nhiều áo quá. Bác có bị nóng không ạ?	Anda mengenakan baju terlalu banyak ya. Apakah tidak panas?
39	Is that a new outfit? You look good.	Bộ này mới ạ? Hợp với bác lắm ạ.	Apakah ini pakaian baru? Anda sangat cocok lo.
40	Is that an outfit which your family brought yesterday? It's stylish.	Bộ này hôm trước gia đình bác mang đến ạ? Bộ này thật đẹp bác nhỉ?	Apakah ini pakaian yang dibawakan keluarga Anda kemarin? Bagus ya.
41	Tanaka san, you have good fashion sense.	Bác Tanaka có mắt thẩm mĩ tốt quá!	Tanaka-san seleranya bagus ya.
42	How do you feel?	Bác mặc có dễ chịu không ạ?	Bagaimana apakah nyaman?
43	Would you like to look in a mirror?	Bác soi gương nhé?	Apakah Anda sudah lihat di cermin?

51

声かけ表現リスト 04

＜一部介助でかぶりの上着の着脱：左片麻痺＞

44　右手で服の前を胸の辺りまで上げていただけますか。

45　後ろは私が上げますね。

46　じゃ、肘を引いて袖を脱ぎましょう。はい、ありがとうございます。

47　次は頭を脱ぎましょう。右手を使って、ご自分でできますか。

48　左の袖も脱ぎましょう。はい、お疲れ様です。

49　では、この上着を着ましょう。左手をちょっと持ちますよ。失礼します。袖を通しましょう。

50　少し前かがみになっていただけますか。頭を通しましょう。

51　最後に、右手を袖に通しましょう。

52　後ろをちょっと整えますね。

＜一部介助で前開きの上着の着脱：左片麻痺＞

53　今から上着を脱いでいきましょう。ボタンを外していただけますか。

54　いちばん上（のボタン）はお手伝いしましょうか。

55　右手から脱ぎましょう。ちょっと肩のところを緩めますね。お袖の部分を押さえますので、腕を抜いてください。はい、ありがとうございます。

56　左側も脱ぎましょう。はい、結構です。

57　では、この上着を着ましょう。左手をちょっと持ちますよ。失礼します。袖を通しましょう。

58　後ろ側を回しましたので、右手をこちらに通してください。

59　ボタンをできるところまで留めてください。

List of Koekake Expressions 04 / Cách nói Koekake 04 / Daftar Ekspresi Penyampaian Kata 04

	<Changing a pull-over top with partial help: for a user with right-sided paralysis>	<Việc hỗ trợ một phần thay quần áo với áo chui đầu: Bị liệt nửa bên trái>	<Cara mengenakan dan melepas mantel kepala pada bantuan sebagian: paralisis kiri>
44	Could you pull the front (of the top) up to your chest with your right hand?	Bác có thể kéo phần áo phía trước lên tận ngực bằng tay phải không ạ?	Apakah Anda bisa mengangkat sisi depan dengan tangan kanan sampai sekitar dada?
45	I'm going to pull the backside up.	Phần áo phía sau cháu sẽ kéo ạ.	Bagian belakang saya yang akan mengangkat.
46	Now, let's pull your right arm and take off the sleeve. All right, thank you.	Vâng, bây giờ ta sẽ rút tay phải ra khỏi áo. Vâng, được rồi ạ!	Kalau begitu, tarik siku Anda dan lepaskan lengan baju. Ya, ok.
47	Let's pull the top over your head next. Could you do that with your right hand?	Tiếp theo ta sẽ kéo áo ra khỏi đầu. Bác có thể dùng tay phải tự kéo ra không ạ?	Selanjutnya mari lepaskan kepala Anda. Tolong gunakan tangan kanan, apakah bisa sendiri?
48	Let's take off the left sleeve. Thank you.	Giờ ta sẽ rút áo ra khỏi tay trái ạ. Vâng, xong rồi ạ.	Mari lepaskan juga lengan baju kiri. Ya, terima kasih.
49	Now, let's put on this top. Excuse me. I'm going to hold your left hand. Let's put your left arm through the sleeve.	Bây giờ ta sẽ mặc cái áo này. Cháu xin phép nắm tay trái của bác một chút. Cháu xin phép được luồn tay áo qua ạ.	Kalau begitu, mari kenakan mantel ini. Saya pegang tangan kiri ya. Permisi. Mari lengan bajunya dimasukkan.
50	Could you bend forward a little? Let's put the top over your head.	Bác cúi người về phía trước giúp cháu một chút ạ. Ta sẽ chui đầu qua ạ.	Apakah Anda sedikit bisa menunduk ke depan? Mari kepalanya dimasukkan.
51	Finally, let's put your right arm through the sleeve.	Cuối cùng bác luồn tay phải vào tay áo đi ạ.	Terakhir, mari tangan kanan dimasukkan ke lengan baju.
52	I'm going to adjust the backside (of the top).	Để cháu vuốt lại phía sau cho gọn ạ.	Yang belakang sedikit akan saya rapikan.
	<Changing a buttoned top with partial help: for a user with left-sided paralysis>	<Việc hỗ trợ một phần thay quần áo với áo cài nút phía trước: Bị liệt nửa bên trái>	<Cara mengenakan dan melepas mantel terbuka bagian depan pada bantuan sebagian: paralisis kiri>
53	Now, let's take off the top first. Could you unbutton it?	Bây giờ ta sẽ cởi áo ạ. Bác cởi khuy áo giúp cháu nhé!	Sekarang mari melepas mantelnya. Apakah Anda bisa melepas kancingnya?
54	Shall I undo the top button?	Để cháu cởi giúp bác khuy áo trên cùng ạ.	(Kancing) yang paling atas boleh saya bantu?
55	Let's take off the sleeve from the right side. I'm going to take off the shoulder part a little and hold the right sleeve. Please pull your arm out of the sleeve. Yes. Thank you.	Bác sẽ cởi từ phía tay phải nhé. Cháu sẽ kéo nhẹ một chút phần vai bác ạ. Giờ cháu sẽ giữ tay áo, mời bác rút tay ra ạ. Vâng, xong rồi, cháu cảm ơn bác ạ.	Mari lepaskan dari tangan kanan. Sedikit saya kendorkan bagian pundak ya. Saya akan pegang bagian lengan baju, tolong lepaskan lengan Anda. Ya, terima kasih.
56	Let's take off the left side as well. That's right.	Ta sẽ cởi sang bên trái nhé. Vâng, xong rồi ạ.	Mari lepaskan yang sebelah kiri juga. Ya, sudah bisa.
57	Now, let's put this top on. Excuse me. I'm going to hold your left hand. Let's put your left arm through the sleeve.	Giờ ta sẽ mặc cái áo này ạ. Cháu xin cầm tay trái của bác một chút ạ. Xin lỗi bác, cháu xin luồn tay bác qua tay áo ạ.	Kalau begitu, mari kenakan mantel ini. Saya pegang tangan kiri ya. Permisi. Mari lengan bajunya dimasukkan.
58	Here is the right sleeve. Please put your right arm through the sleeve.	Cháu sẽ choàng áo ra phía sau, bác hãy luồn tay phải vào tay áo này ạ.	Yang sisi belakang akan saya putar, tolong tangan kanan Anda masukkan ke sini.
59	Please fasten as many buttons as possible.	Bác hãy cài các khuy áo có thể cài được ạ.	Tolong pasang kancingnya sebisa Anda.

53

声かけ表現リスト 04

mp3 021

＜臥位で前開きの上着の着脱：右片麻痺＞

60 田中さん、今からお着替えをさせてくださいね。お部屋の温度はいかがですか。
寒くないですか。

61 ベッドを少し上げますね。お布団をちょっと下げさせていただきます。失礼します。 ❗

62 では、上着を脱いでいきましょう。ボタンを外せるところまで外していただけますか。
……はい、ありがとうございます。残りは私がしますね。

63 左の袖を抜いてください。ありがとうございます。

64 次は左側を向きますので、腕を前で合わせて、足をちょっと曲げてください。
右足を失礼します。 ❕

65 では、私のほう［＝左］を向きますよ。失礼します。1、2の3。

66 右側も脱ぎますね。

67 では、次は上着を着ますね。右手を失礼して、袖を通します。
はい、ありがとうございます。

68 背中のしわを伸ばしますね。

69 では、仰向けに戻りますよ。1、2の3。

70 左側も袖を通します。こちらに左手をどうぞ。ありがとうございます。

71 ボタン（を）できるところまで留めていただけますか。……残りは私がしますね。
いちばん上まで留めますか。

72 はい、お疲れ様でした。着心地はいかがですか。
しわとか、気になるところはありませんか。

❗ 介助で利用者様に触れる前には、「失礼します」とことわります。

❕ 患側が下にならないようにします。

54

List of Koekake Expressions 04 / Cách nói Koekake 04 / Daftar Ekspresi Penyampaian Kata 04

	\<Changing a buttoned top when lying in bed: for a user with right-sided paralysis\>	\<Giúp thay quần áo với áo cài khuy trước cho người đang nằm: Bị liệt nửa bên phải\>	\<Cara melepas dan mengenakan mantel terbuka bagian depan dengan posisi telentang: paralisi kanan\>
60	Tanaka san, may I change your clothes now? How is the room temperature? Is it cold?	Bác Nakata ơi, cháu xin phép được thay đồ cho bác ạ. Nhiệt độ phòng thế này đã được chưa ạ? Bác không lạnh chứ ạ?	Tanaka-san sekarang saya akan mengganti baju Anda ya. Temperatur kamar bagaimana? Apakah tidak dingin?
61	I'm going to raise your bed a little. Excuse me. I'm going to lower the comforter.	Cháu nâng giường lên một chút nhé. Xin phép bác cháu kéo chăn xuống một chút. Xin lỗi bác ạ.	Bednya akan sedikit saya naikkan ya. Futonnya agak sedikit saya turunkan. Permisi.
62	Now, let's take off your top. Could you unbutton as many as possible? ...... Thank you. I'm going to unbutton the rest.	Bây giờ ta sẽ cởi áo ạ. Bác có thể cởi giúp cháu những khuy áo có thể không ạ? Vâng, cháu cảm ơn bác. Các khuy còn lại cháu sẽ cởi ạ.	Kalau begitu, mari lepaskan mantelnya. Apakah Anda bisa melepas kancing sebisa Anda. ...... Ya, terima kasih. Sisanya akan saya lepaskan.
63	Please pull your left arm out of the sleeve. Thank you.	Bác cởi tay áo trái ra ạ. Vâng cháu cảm ơn bác.	Tolong lepaskan lengan baju kiri Anda. Terima kasih.
64	Next, we're going to turn your body to the left. Please cross your arms and bend your legs. Excuse me. I'm going to bend your right leg.	Tiếp theo cháu sẽ xoay bác về phía bên trái, phiền bác để hai tay ra phía trước, chân hơi gấp một chút ạ. Cháu xin làm giúp bên chân phải ạ.	Selanjutnya menghadap ke sisi kiri, lengannya tolong dirapatkan di depan, dan kakinya agak ditekuk. Permisi kaki kirinya.
65	Now, you're going to turn toward me (the left). Excuse me. On my count: 1, 2, 3.	Bây giờ cháu sẽ xoay người bác về phía cháu (phía tay trái) ạ. Xin phép bác. 1, 2, 3.	Kalau begitu, menghadap ke arah saya (kiri). Permisi. Satu, dua, tiga.
66	I'm going to undress your right side.	Cháu cởi cả bên phải ạ.	Sisi kiri juga dilepas ya.
67	Next, we're going to put on the top. Excuse me. I'm going to hold your right hand and I'm going to put your arm through the sleeve.	Tiếp theo, cháu sẽ mặc áo. Cháu xin phép được luồn tay phải bác qua áo ạ. Vâng, xong rồi, cháu cảm ơn bác ạ.	Kalau begitu, selanjutnya mengenakan mantel ya. Permisi tangan kanannya, saya masukkan ke lengan baju. Ya, terima kasih.
68	I'm going to straighten your backside.	Để cháu vuốt nếp nhăn phía sau lưng nhé!	Saya akan rapikan kerutan di punggung.
69	We're going to return your body on your back. On my count: 1, 2, 3.	Bây giờ cháu sẽ xoay người bác nằm ngửa ạ. 1, 2, 3.	Kalau begitu, kembali posisi telentang ya. Satu, dua, tiga.
70	You're going to put your left arm through the sleeve. Here is the sleeve. Thank you.	Ta luồn tay áo cả bên trái ạ. Xin mời bác luồn tay trái vào đây. Cháu cảm ơn bác ạ.	Sisi kiri juga dimasukkan ke lengan baju. Silakan ini dimasukkan ke tangan kiri. Terima kasih.
71	Could you fasten as many buttons as possible? ...... I'm going to fasten the rest. Would you like me to fasten the top button as well?	Bác cài giúp cháu những khuy có thể được không ạ? Những khuy còn lại cháu sẽ cài ạ. Bác cài được cả khuy trên cùng không ạ?	Apakah Anda bisa memasang kancing sebisa Anda? ...... Sisanya akan saya kancingkan.
72	Thank you for your cooperation. How do you like it? Is anything like wrinkles on the backside bothering you?	Vâng, xong rồi bác ạ. Bác mặc bộ này có dễ chịu không ạ? Có chỗ nào nhăn nhúm hay khó chịu không ạ?	Ya, terima kasih. Bagaimana apakah nyaman? Apakah tidak ada yang mengganggu seperti kerutan dan sebagainya.

You need to say 'Excuse me' before touching your user for caregiving.	Khi muốn chạm vào người của bệnh nhân, bạn phải nói "Xin lỗi" trước.	Dalam bantuan sebelum kita menyentuh pengguna jasa, kita minta izin "permisi".
Try not to turn a user's paralyzed side down.	Chú ý không để phần bị bệnh xuống dưới.	Sisi yang sakit jangan sampai di bawah.

声かけ表現リスト 04

＜一部介助でズボンの着脱：麻痺なし、ふらつきあり＞

73　こちらのベッドの手すりをつかんで、立っていただけますか。
　　ズボンをお下げします。失礼します。

74　では、ベッドに腰掛けてください。

75　ズボンを脱ぎましょう。脱いだズボンはお洗濯しますので、お預かりしますね。

76　こちらのズボンをどうぞ。足を通したら、膝の上ぐらいまで上げてください。

77　では、こちらの手すりをつかんで、立ち上がりましょう。
　　そばにいますから、ご安心ください。

78　大丈夫ですか。ズボンを上げますから、そのまま（手すりを）つかんでいてくださいね。

79　失礼します。はい、終わりました。シャツは（ズボンの）中に入れますか。
　　そのまま出しておきますか。

＜一部介助でズボンの着脱：右片麻痺＞

80　次はズボンを履き替えましょう。こちらの手すりをつかんで立ち上がりましょう。

81　大丈夫ですか。ズボンを下げますから、そのままでいていただけますか。

82　では、ベッドに座りましょう。手すりをつかんでいてくださいね。

83　ズボンを左から脱ぎましょう。右の踵（を）、失礼します。

84　次はこちらのズボンを履きましょう。いいお色ですね。右の踵を失礼します。

85　左足もこちらへどうぞ。

86　右側は私が上げますので、左側を上げていただけますか。

87　じゃ、腰までズボンを上げますので、手すりをつかんで立ち上がりましょう。

88　ズボンを上げますね。シャツは出しておきますか。

List of Koekake Expressions 04 / Cách nói Koekake 04 / Daftar Ekspresi Penyampaian Kata 04

	<Changing trousers with partial help: no paralysis but has trouble standing>	<Hỗ trợ một phần khi thay quần: Người bệnh không bị liệt nhưng bị váng vất chóng mặt>	<Cara mengenakan dan melepas celana pada bantuan sebagian: tidak ada paralisis, tetapi terhuyung-huyung>
73	Could you hold this hand rail at the bed and stand up? Excuse me. I'm going to pull down your trousers.	Bác hãy bám tay vào tay vịn của giường và đứng lên nhé? Cháu sẽ tụt quần xuống ạ.	Apakah Anda bisa pegang pegangan bed ini dan berdiri? Celananya akan saya turunkan. Permisi.
74	Please sit on the bed now.	Bây giờ bác hãy ngồi xuống giường đi ạ.	Kalau begitu, tolong duduk di bed.
75	Let's take off the trousers. I'm going to take them to the laundry.	Giờ ta sẽ cởi hẳn quần ra ạ. Cháu sẽ giữ quần cởi ra để mang đi giặt ạ.	Mari lepaskan celana Anda. Karena celana yang dilepas akan dicuci, jadi saya bawa ya.
76	Here are your new trousers. Please pull them up to your knees.	Bác mặc quần này nhé. Sau khi xỏ chân vào, bác hãy kéo lên đến đầu gối nhé!	Ini celananya silakan. Sesudah kaki dimasukkan, tolong naikkan sampai setinggi lutut.
77	Then, let's hold the hand rail and stand up. I'm right here. Please don't worry.	Bây giờ bác hãy bám vào tay vịn này và đứng lên đi ạ. Cháu sẽ ở bên cạnh nên bác đừng lo bác nhé!	Kalau begitu, tolong pegang pegangan ini, mari berdiri. Saya ada di dekat Anda, jangan khawatir.
78	Are you feeling OK? I'm going to pull them up. Please keep holding the rail.	Bác không sao chứ ạ?Bây giờ cháu sẽ kéo quần lên nên bác cứ nắm chặt tay vịn này nhé!	Apakah tidak apa-apa? Saya akan naikkan celana Anda, tolong tetap pegang pegangan ya.
79	Excuse me. It's done. Shall I tuck your shirt into your trousers, or leave the shirt as it is?	Cháu xin phép. Vâng, xong rồi ạ. Bác có cho áo vào trong quần không ạ? Cháu cứ để như vậy nhé?	Permisi. Ya, sudah selesai. Kemejanya mau dimasukkan ke dalam (celana)? Atau dikeluarkan begitu saja?
	<Changing trousers with partial help: for a user with right-sided paralysis>	<Hỗ trợ một phần khi thay quần: Bị liệt nửa bên phải>	<Cara mengenakan dan melepas celana pada bantuan sebagian: paralisis kanan>
80	Next, let's change your trousers. Let's hold this hand rail and stand up.	Sau đây ta sẽ thay quần ạ. Mời bác nắm tay vịn này và đứng lên ạ.	Selanjutnya mari ganti celana Anda. Mari pegang pegangan ini dan berdiri.
81	Are you feeling OK? I'm going to pull them down. Could you stand still?	Bác có sao không ạ? Bây giờ cháu sẽ hạ quần xuống, mời bác cứ đứng yên như vậy ạ.	Apakah tidak apa-apa? Saya akan turunkan celana Anda, apakah Anda bisa tetap seperti itu?
82	Now, let's sit on the bed. Please keep holding the hand rail.	Bây giờ cháu mời bác ngồi xuống giường ạ. Bác hãy nắm tay vịn nhé!	Kalau begitu, mari duduk di bed. Tolong pegang pegangan ya.
83	Let's take off the left side first. Excuse me. I'm going to touch your right heel.	Ta sẽ cởi quần từ chân trái ạ. Cháu xin phép nâng gót chân phải bác lên ạ.	Mari lepaskan celana dari kiri. Tumit kanan, permisi.
84	Next, let's put on these trousers. Nice color. Excuse me. I'm going to touch your right heel.	Tiếp theo ta sẽ mặc chiếc quần này ạ. Màu này đẹp bác nhỉ. Cháu xin phép nâng gót chân phải một chút ạ.	Selanjutnya mari kenakan celana ini. Warnanya bagus ya. Permisi tumit kanannya.
85	Please put your left foot here.	Mời bác xỏ chân trái vào đây ạ.	Kaki kirinya tolong ke sini.
86	I'm going to help pulling up the right side. Could you pull up the left side?	Cháu sẽ kéo bên phải quần, bác giúp cháu kéo bên trái quần nhé!	Yang sisi kanan akan saya naikkan, apakah Anda bisa naikkan yang bagian kiri.
87	Now, let's pull the trousers up to your waist. Let's hold the hand rail and stand up, first.	Bây giờ cháu sẽ kéo quần lên thắt lưng, bác hãy nắm tay vịn để đứng lên nhé!	Kalau begitu, akan saya naikkan celana sampai pinggul, mari berdiri dengan memegang pegangan.
88	I'm going to pull them up. Would you like me to leave your shirt out?	Cháu kéo quần lên đây ạ. Bác bỏ áo sơ mi ra ngoài quần ạ?	Saya akan naikkan celana Anda ya. Apakah kemejanya tetap dikeluarkan?

声かけ表現リスト 04

<臥位でズボンの着脱：左片麻痺>

89　上着が着られたので、次はズボンですね。
　　右手でズボンをできるところまで下ろしていただけますか。

90　ありがとうございます。お尻をちょっと上げられますか。
　　左側のズボンを下げますから。……はい、ありがとうございます。

91　では、右足を抜いていただけますか。左の踵を失礼します。

92　じゃ、新しいズボンを左側から履いていきますよ。右足をこちらに通してください。
　　ありがとうございます。

93　ズボンを上げますね。お尻を少し上げられますか。

94　では、一度横になって、私が上げましょう。腕を胸で組んでいただけますか。
　　膝を曲げていただけますか。ありがとうございます。

95　シャツはいつもと同じで、(ズボンの)中にお入れしたらいいですか。

96　では、1、2の3で私のほう［＝右］を向きましょう。1、2の3。
　　はい、ズボンが上がりましたよ。では、戻りましょう。1、2の3。

97　ありがとうございます。

98　着心地はいかがですか。苦しいところはありませんか。

(一部介助でかぶりの上着の着脱：左片麻痺　→p.52 上)

(一部介助で前開きの上着の着脱：左片麻痺　→p.52 下)

 腰を自分で浮かすことができない場合は、一度側臥位にしてからズボンを下げます。

List of Koekake Expressions 04 / Cách nói Koekake 04 / Daftar Ekspresi Penyampaian Kata 04

	<Changing trousers when lying in bed: for a user with left-sided paralysis>	<Mặc quần cho bệnh nhân nằm: Bị liệt nửa bên trái>	<Cara mengenakan dan melepas mantel terbuka bagian depan dalam posisi telentang: paralisis kiri>
89	You've changed your top. Next, you're going to change your trousers. Could you pull them down with your right hand as much as possible?	Ta mặc xong áo rồi, giờ ta mặc sang quần bác nhé! Bác hãy dùng tay phải kéo quần xuống hết cỡ giúp cháu với ạ.	Karena sudah mengenakan mantel, selanjutnya celana ya? Apakah Anda bisa menurunkan celana dengan tangan kanan sebisa Anda?
90	Thank you. Could you lift your hips a little? I'm going to pull the left side of the trousers down. ...... OK. Thank you.	Cháu cảm ơn bác, bác có thể nhấc mông lên một chút không ạ? Cháu sẽ kéo ống quần bên trái xuống. ...... Vâng, cháu cảm ơn bác ạ.	Terima kasih. Apakah pantat Anda bisa agak diangkat? Celana sisi kiri akan saya turunkan. ...... Ya, terima kasih.
91	Now, could you pull your right foot out of the trousers? Excuse me. I'm going to touch your left heel.	Bây giờ bác giúp cháu cởi ống quần bên phải được không ạ? Cháu xin phép nâng gót chân trái của bác lên ạ.	Kalau begitu, apakah Anda bisa melepas kaki kanan? Tumit kirinya permisi.
92	Now, you're going to put your left foot into the new trousers first. Could you put your right foot here? Thank you.	Bây giờ ta sẽ mặc từ bên trái quần mới bác nhé! Bác hãy luồn chân phải qua đây ạ. Cháu cảm ơn bác ạ.	Kalau begitu, mari kenakan celana baru dari sisi kiri. Tolong kaki kanan Anda masukkan ke sini. Terima kasih.
93	I'm going to pull them up. Could you lift your hips a little?	Cháu kéo quần lên đây ạ. Bác nhấc nhẹ mông giúp cháu ạ.	Celana akan saya naikkan ya. Apakah pantat Anda bisa sedikit dinaikkan?
94	Now, let's turn right and I'm going to pull them up. Could you cross your arms in front of your chest? Could you bend your knees? Thank you.	Bây giờ bác hãy nằm xuống để cháu kéo quần lên ạ. Bác hãy khoanh tay trước ngực giúp cháu ạ. Bác cong chân giúp cháu với ạ. Cháu cảm ơn bác ạ.	Kalau begitu, tolong Anda berbaring, saya yang akan menaikkan. Apakah Anda bisa merapatkan lengan di dada? Apakah Anda bisa menekuk lutut Anda? Terima kasih.
95	Would you like to tuck your shirt into your trousers as usual?	Cháu vẫn cho áo vào trong quần như mọi khi bác nhé?	Apakah kemejanya sama seperti biasanya dimasukkan ke dalam (celana)?
96	Now, please turn toward me (the right) on the count of 3. On my count: 1, 2, 3. I pulled your trousers up. Now, please turn back. On my count: 1, 2, 3.	Cháu đếm 1, 2, 3 thì sẽ xoay người bác về phía cháu (phía tay phải) ạ. 1, 2, 3. Vâng, quần đã được kéo lên rồi ạ. Giờ cháu xoay người bác về vị trí cũ nhé! 1, 2, 3.	Kalau begitu, dalam hitungan satu, dua dan tiga mari menghadap saya (kanan). Satu, dua, tiga. Ya, celananya sudah dinaikkan. Kalau begitu, mari kembali. Satu, dua, tiga.
97	Thank you.	Cháu cảm ơn bác ạ	Terima kasih.
98	How do you like it? Is it too tight?	Bác mặc có thoải mái không ạ? Có chỗ nào khó chịu không ạ?	Bagaimana apakah nyaman? Apakah tidak ada yang sesak?

（一部介助でズボンの着脱：右片麻痺　→p.56下）

（臥位でズボンの着脱：左片麻痺　→p.58）

| If a user can't lift his/her hips up when lying down, turn him/her over on his/her side and then pull his/her trousers down. | Trường hợp bệnh nhân không thể tự nâng lưng lên được phải để bệnh nhân nằm ngửa rồi kéo quần xuống. | Jika yang bersangkutan tidak bisa mengangkat pinggulnya, berbaring telentang dulu baru celananya diturunkan. |

59

練習 04

状況	午後3時のおやつの時間です。ココアが山川さんの上着に少しかかったので、これを機に、着替えをするための声かけを行います。

利用者情報	山川一郎（男性）。認知症で、着脱は見守りが必要だが、おおむね自分でできる。近頃、衛生観念が低くなってきており、服が汚れてもまったく気にならず、同じ服をずっと着ている。適切な服を選ぶのは難しい。

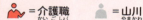

- あ、山川さん、大丈夫ですか。熱くなかったですか。
- ああ、大丈夫。上着にちょっとかかっただけ。
  こうやって手ぬぐいで、拭いとけゃ［＝拭いておけば］大丈夫。
- いえいえ、せっかくの上着が汚れてしまったので、着替えましょうよ。
  ココアですから、ベトベトしますし。
- 面倒だな。
- 一緒にお部屋まで行きますので。すぐ済みますよ。
- しゃあないな［＝しかたないな］。
  ココアとお菓子(を)取っといてな［＝取っておいてな］。
- 大丈夫ですよ。ちゃんと取っておきます。
  では、行きましょう。

↓つづく

Practice 04 / Luyện tập 04 / Latihan 04

[Situation]
It's 3 o'clock in the afternoon, snack time. Hot chocolate was spilled on Yamakawa san's jacket a little. Using this opportunity, you do Koekake to change clothes.

(Bối cảnh)
Bây giờ là giờ ăn quà chiều lúc 3 giờ. Vì ca cao đã bị đổ một chút vào áo của ông Yamakawa nên nhân dịp này bạn hãy Koekake để ông ấy thay quần áo.

[Situasi]
Sore hari pukul tiga saat makan camilan. Kokoa sedikit tumpah di mantel Yamakawa-san, oleh karena itu, dilakukan penyampaian kata untuk ganti pakaian.

[Information about the user]
Yamakawa Ichiro (male). He has dementia and can change clothes mostly by himself though a caregiver needs to watch him. Recently, he has poor sense of hygiene and he doesn't care if his clothes are dirty. He keeps wearing the same clothes. It is difficult for him to choose appropriate clothes.

👤 = Caregiver
👤 = Yamakawa

(Thông tin về bệnh nhân)
Yamakawa Ichiro (nam), bị bệnh Alzheimer (chứng suy giảm trí nhớ), khi thay quần áo thường cần có người quan sát hỗ trợ nhưng hầu hết các thao tác có thể tự làm được. Dạo gần đây, quan niệm về vệ sinh của ông suy giảm đi, quần áo có bị bẩn cũng không để ý, thường mặc mãi một bộ quần áo. Khó chọn được quần áo phù hợp.

👤 = Nhân viên điều dưỡng
👤 = Yamakawa

[Informasi pengguna jasa]
Ichiro Yamakawa (pria), menderita demensia, diperlukan pengawasan untuk berganti pakaian, namun secara garis besar bisa sendiri. Akhir-akhir ini, rasa kebersihan menjadi menurun, meski pakaiannya kotor sama sekali tidak peduli, selalu mengenakan pakaian yang sama. Sulit untuk memilih pakaian yang tepat.

👤 = Tenaga perawat lansia
👤 = Yamakawa

👤 A, Yamakawa san, are you all right? Is it hot?

👤 No, it's OK. It just got on my jacket a little.
If I wipe it off with a towel like this, it's no problem.

👤 No, no. It's going to ruin your nice jacket. Why don't you change clothes?
It's hot chocolate and sticky.

👤 I don't want to.

👤 I'll go to your room with you. We can do it quickly.

👤 All right.
Leave my hot chocolate and sweets here.

👤 Please don't worry. We'll leave them here for you.
Shall we go?

👤 Ôi, bác Yamakawa, bác không sao chứ? Bác không bị bỏng chứ ạ?

👤 À, bác không sao, ca cao chỉ đổ một tẹo lên áo.
Lấy khăn tay lau thế này là hết ý mà.

👤 Không được đâu ạ, quần áo bị dây bẩn thế này ta nên thay ra thôi ạ.
Ca cao dính dáp lắm bác ạ!

👤 Phiền phức quá!

👤 Cháu sẽ cùng bác đi về phòng. Sẽ xong ngay thôi bác ạ.

👤 Thế thì đành đi vậy.
Nhớ để phần ca cao và bánh kẹo cho bác đấy nhé!

👤 Vâng ạ, cháu sẽ để phần cẩn thận. Ta đi thôi bác!

👤 Oh, Yamakawa-san, apakah tidak apa-apa? Apakah tidak panas?

👤 Oh, tidak apa-apa. Hanya tumpah sedikit di mantel.
Seperti ini dengan tangan, cepat dilap (bisa dilap) jadi tidak apa-apa.

👤 Tidak-tidak, karena mantel yang bersih jadi kotor, mari ganti pakaian ya.
Karena kokoa jadi nanti lengket.

👤 Repot ya.

👤 Mari sama-sama pergi ke kamar. Cepat selesai kok.

👤 Mau gimana lagi (apa boleh buat). Kokoa dan kue, dijaga ya (tolong dijaga ya).

👤 Tidak apa-apa. Pasti akan saya jaga.
Kalau begitu, mari pergi.

61

練習 04

mp3 025 ≪山川さんの居室で≫

👤 やっぱりこのままでいいんじゃないか。

🧑‍🦰 いえいえ、着替えましょうよ。どの上着がよろしいですか。

👤 どれかな……。

🧑‍🦰 こちらはいかがですか。今日お召しのズボンともよく合いますよ。

👤 じゃ、それでええよ[＝いいよ]。

🧑‍🦰 じゃ、今の上着を脱いでいただけますか。

👤 はいよ。

🧑‍🦰 こちらの服は洗濯しておきます。

👤 ああ、頼むよ。

🧑‍🦰 はい、こちらをどうぞ。お袖はこちらです。

👤 はい、はい。

🧑‍🦰 前のジッパーはどうされますか。

👤 ジッパー？

🧑‍🦰 チャックです。

👤 ああ、閉めとこかな[＝閉めておこうかな]。

🧑‍🦰 はい、できましたね。すてきですね〜。

👤 そうか？

🧑‍🦰 ええ、きれいな上着に着替えたら、男前が上がりましたよ。

👤 照れるな〜。

🧑‍🦰 じゃ、一緒にリビングに戻って、おやつの続きにしましょうか。

▼チェックリスト

☐ 無理強いせずに着替えを促す声かけができましたか。

☐ 山川さんの希望を聞きながら、服を薦めましたか。

☐ 着脱の見守りをしながら、適時声をかけましたか。

☐ 着替えに積極的になれるように、着替え後に声をかけましたか。

Practice 04 / Luyện tập 04 / Latihan 04

<<At Yamakawa san's room>>

- I don't think I need to change.
- No, no. it'll be good if you change clothes. Which jacket would you like?
- Let's see…
- How about this one? It'll go well with the trousers you're wearing now.
- OK, that one.
- Could you take off your jacket?
- OK.
- I'll wash this jacket.
- I'll leave it to you.
- Here you are. The sleeve is here.
- OK, OK.
- How would you like the zipper in the front?
- Zipper?
- That's チャック (chakku: zipper).
- I guess I should zip it up.
- We are finished. You look great!
- Do I?
- Yes. You look more handsome in your clean and nice jacket.
- You're embarrassing me.
- Would you like to go back to the living room and finish the hot chocolate and snacks?

<<Tại phòng của ông Yamakawa>>

- Hay thôi bác cứ mặc nguyên bộ này nhé?
- Không bác ơi, bác nên thay quần áo đi ạ. Bác thích áo nào ạ?
- Chọn bộ nào bây giờ nhỉ…...
- Cái áo này thì sao ạ? Nó rất hợp với cái quần bác mặc hôm nay ạ.
- Ừ thế thì mặc cái ấy vậy.
- Vậy bây giờ bác cởi áo giúp cháu được không ạ?
- Xong rồi đây.
- Cái áo này cháu giặt cho bác nhé.
- Ừ, cảm ơn cháu.
- Vâng, mời bác mặc áo này vào ạ. Tay áo mặc vào từ đây ạ.
- Vâng vâng.
- Zipper ở phía trước bác thích thế nào ạ?
- Zipper là gì?
- Khóa kéo ấy ạ.
- À, kéo lên cho bác nhé!
- Vâng, xong rồi đây ạ. Đẹp quá ạ!
- Thật không?
- Vâng, khi thay sang bộ quần áo đẹp bác càng đẹp trai phong độ hơn đấy ạ.
- Cháu cứ khen làm bác ngượng!
- Thế bây giờ ta quay lại phòng khách và ăn quà chiều tiếp bác nhé!

<Di kamar Yamakawa-san>

- Memang apakah tidak bagus tetap seperti ini saja?
- Tidak-tidak, mari ganti pakaian ya. Mantel mana yang bagus?
- Yang mana ya......
- Bagaimana dengan yang ini? Hari ini sangat cocok dengan celana yang Anda kenakan.
- Kalau begitu, yang itu cakep (bagus).
- Kalau begitu, mantel yang sekarang apakah bisa dilepas?
- Ya baiklah.
- Baju ini akan saya cuci.
- Ya, tolong ya.
- Ya, yang ini silakan. Lengan bajunya yang ini.
- Ya, ya.
- Zipper yang depan mau bagaimana?
- Zipper?
- Resleting.
- Oh, mesti ditutup (harus ditutup).
- Ya, sudah selesai. Bagus ya.
- Masa?
- Ya, kalau ganti mantel yang bersih, jadi pria yang lebih tampan.
- Jadi malu ~ .
- Kalau begitu, mari kembali sama-sama ke ruang tamu, mari makan camilannya dilanjutkan.

▼ **Checklist / Các điểm cần lưu ý / Daftar cek**

☐ Did you do Koekake properly and not force Yamakawa san to change clothes? / Đã có thể Koekake thúc giục bệnh nhân thay đồ mà không mang tính cưỡng ép được hay chưa? / Apakah Anda sudah bisa menyampaikan kata untuk menghimbau ganti pakaian tanpa memaksakan diri?

☐ Did you recommend a jacket according to his preference? / Đã tư vấn quần áo trên cơ sở lắng nghe nguyện vọng của ông Yamakawa chưa? / Apakah Anda sudah merekomendasikan pakaian, sambil mendengarkan keinginan Yamakawa-san?

☐ Did you watch him change clothes and do Koekake accordingly? / Đã có thể dõi theo cách ông Yamakawa thay đồ và Koekake đúng thời điểm hay chưa? / Apakah Anda sudah menyampaikan kata yang tepat, sambil mengawasi melepas dan mengenakan pakaian?

☐ Did you compliment him after he changed clothes so that he would like to change his clothes more? / Đã Koekake sau khi thay đồ xong để từ lần sau bệnh nhân tích cực thay đồ hơn hay chưa? / Apakah Anda sudah menyampaikan kata setelah ganti pakaian, untuk supaya lebih aktif dalam ganti pakaian?

63

note

車いすの名称
くるま　　　めいしょう

Names of Wheelchair Parts / Tên các bộ phận của xe lăn / Nama-nama Bagian Kursi Roda

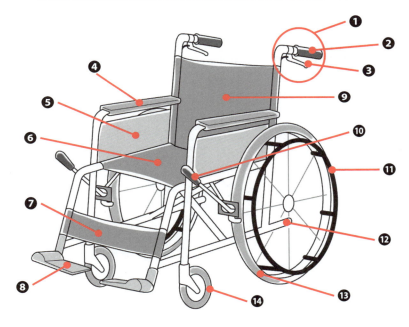

- ❶ 手押しハンドル
  てお
- ❷ グリップ（握り）
  にぎ
- ❸ 介助用ブレーキ
  かいじょよう
- ❹ アームサポート（肘掛け）
  ひじか
- ❺ サイドガード
- ❻ シート（座シート）
  ざ
- ❼ レッグサポート
- ❽ フットサポート
- ❾ バックサポート（背もたれ）
  せ
- ❿ ブレーキ
- ⓫ ハンドリム
- ⓬ ティッピングレバー
- ⓭ 駆動輪（後輪）
  くどうりん　こうりん
- ⓮ キャスタ（前輪）
  ぜんりん

65

第5章 移乗・車いすでの移動の声かけ

Chapter1: Koekake for Transferring and Assisting a User in a Wheelchair
Chương I: Koekake khi hỗ trợ bệnh nhân ngồi lên và di chuyển bằng xe lăn
Bab 1: Penyampaian Kata Saat Pemindahan dan Perpindahan dengan Kursi Roda

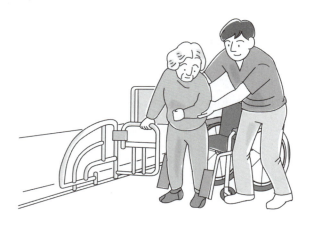

　施設では車いすを利用している利用者様、1日の多くをベッドで過ごしている利用者様が多くいらっしゃいます。移乗は毎日何回も必要な介助動作です。利用者様が安心できる安全・安楽な移乗のためには、技術だけでなく、適切なタイミングで適切な声かけをすることも重要です。焦って、マニュアルを無視した移乗介助をすると事故につながる恐れがあるため、時間がかかっても慎重に行います。無理な体勢で移乗介助を行うと、介助者の身体にも負担になるため、ボディメカニクスの原理を活用します。介護職は「ああ、重い」「大変！」のようなネガティブな発話をしてはいけません。利用者様が移乗を「面倒くさい」「介護職に負担をかけて申し訳ない」と思うと、移乗を避けるようになり、結果として活動範囲が狭くなり、残存能力が発揮できなくなります。気持ち良く移乗をしていただけるように配慮した声かけをします。タイミングを計る声かけとしては「1、2の3」や「せーの」がよく使われます。

　車いすの介助も慎重に行う必要があります。車いすを速く押すと乗っている利用者様は恐怖を感じる可能性が高いです。また、段差は衝撃として伝わり、患部や弱いところに響きます。動作の前にこれから何をするか、何があるか伝え、丁寧に車いすを押しましょう。利用者様の衣服や身体が車いすに巻き込まれないように注意します。移動途中で体調に変化がないか、声をかけて確認します。移乗・移動の際は、巻きこみ・転落・ブレーキのかけ忘れなどに注意します。

There are many users at a caregiving facility who use wheelchairs and who spend most of their time in a day in their beds. Transferring a user is done many times a day. You need not only to acquire transfer techniques, but also to do Koekake with proper timing so that users can feel safe and comfortable during transfer. If you ignore the rules and transfer a user in a hurry, it might lead to an accident. Therefore, no matter how long it takes, you need to transfer a user carefully. You should use proper body mechanics because transferring a user improperly burdens your body. You should not say negative expressions such as 'Oh, you're heavy', 'It's hard!'. If a user feels transferring is troublesome or feels sorry to a caregiver, he/she may tend to avoid transfer. Or it may result in limited movements and underused physical functions. Please do Koekake deliberately so that a user can feel comfortable. In Koekake, timing of the user and the caregiver is often used such as: "1、2 の 3 (Ichi, ni, no san)" 'On my count: one, two, three!' or " せ～の (Seeno)" 'Ready? Go!'.

You need to assist a user in a wheelchair carefully. If you push too fast, a user can feel scared. An uneven floor/ground gives a user in a wheelchair physical shock and affects his/her diseased part or weak part of his/her body. Please tell him/her what you are going to do next before an action and what is located in front and push the wheelchair carefully. Please pay attention not to catch a user's body part or clothes under a wheel. When you assist a user in a wheelchair, please do Koekake to check on a user's physical condition constantly. When transferring and assisting a user in a wheelchair, please pay attention to avoid catching anything under a wheelchair, falling down, and forgetting to put on the hand brake.

Tại bệnh viện có rất nhiều người bệnh sử dụng xe lăn hay người bệnh phải nằm trên giường phần lớn thời gian trong ngày. Di chuyển là một thao tác chăm sóc điều dưỡng cần thực hiện nhiều lần trong ngày. Để người bệnh có thể lên xe lăn một cách an toàn và yên tâm thì ngoài kĩ thuật còn cần phải Koekake thích hợp đúng thời điểm. Nếu bạn nóng vội bỏ qua cảm nang hướng dẫn có thể gây ra nguy cơ phát sinh tai nạn khi hỗ trợ bệnh nhân lên xe vì thế dù có mất thời gian vẫn phải tiến hành cẩn thận. Nếu hỗ trợ lên xe lăn với tư thế không thoải mái có thể gây ảnh hưởng đến thân thể của người bệnh vì vậy cần vận dụng nguyên lý Body Mechanic. Nhân viên điều dưỡng không được có những phát ngôn tiêu cực như "Ôi nặng quá" hay "Mệt quá!". Khi người bệnh cảm thấy việc di chuyển là một việc "mất thời gian" và thấy "ái ngại do phải làm phiền nhân viên điều dưỡng" họ sẽ né tránh việc di chuyển, kết quả là phạm vi hoạt động của người bệnh sẽ thu hẹp lại, năng lực còn lại của họ sẽ không được phát huy. Hãy Koekake một cách cẩn thận để người bệnh thoải mái lên xe lăn. Khi Koekake tính toán thời điểm thường hay sử dụng những câu đếm như "1, 2, 3" hay "Hai~ba nào".

Việc chăm sóc điều dưỡng với xe lăn cũng cần được tiến hành cẩn thận. Nếu ẩn xe nhanh có khả năng sẽ khiến cho người bệnh ngồi trên xe cảm thấy sợ. Ngoài ra, những chỗ lên xuống bậc thềm sẽ gây xóc ảnh hưởng đến phần cơ thể bị bệnh hay yếu ớt. Trước mỗi thao tác cần báo trước sắp đi đến đâu, có gì xảy ra và đẩy xe lăn một cách nhẹ nhàng cẩn thận. Chú ý không để quần áo hay cơ thể của người bệnh bị quấn vào xe lăn. Trong quá trình di chuyển hãy Koekake để xác nhận xem tình trạng cơ thể người bệnh có biến chuyển gì không. Khi lên xe lăn và di chuyển phải chú ý không để cơ thể, trang phục bị quấn vào xe, không để bị ngã hay quên phanh xe.

Pengguna jasa yang menggunakan kursi roda di fasilitas kebanyakan adalah pengguna jasa yang menghabiskan banyak waktunya seharian di bed. Pemindahan adalah merupakan gerakan bantuan yang diperlukan beberapa kali dalam sehari. Untuk dapat melakukan pemindahan yang aman dan nyaman serta membuat pengguna jasa merasa tenang, bukan hanya dari tehnik cara, akan tetapi memerlukan penyampaian kata yang tepat pada waktu yang tepat. Karena bantuan pemindahan yang dilakukan tergesa-gesa serta mengabaikan manual akan beresiko menimbulkan kecelakaan, meski memerlukan waktu perlu dilakukan dengan hati-hati. Jika melakukan bantuan dengan postur yang dipaksakan, akan menimbulkan beban bagi tenaga perawatan lansia, maka perlu memanfaatkan prinsip bodi mekanik. Tenaga perawatan lansia tidak boleh menyampaikan perkataan yang negative seperti "Wah, berat.", "Susah!" Jika pengguna jasa merasa pemindahan itu "Merepotkan" atau "Menyusahkan karena membebani tenaga perawatan lansia", nanti dia akan menghindar dari pemindahan, sebagai akibatnya lingkup geraknya akan jadi sempit, dan tidak dapat mengerahkan kemampuan residunya lagi. Supaya dapat melakukan pemindahan yang nyaman, perlu dilakukan penyampaian kata dengan penuh perhatian. Penyampaian kata untuk mengukur timing sering menggunakan "Satu, dua dan tiga" atau "aba-aba grak".

Bantuan untuk kursi roda perlu dilakukan dengan hati-hati. Jika kursi roda didorong dengan cepat, pengguna jasa yang naik besar kemungkinan akan merasa takut. Serta, undakan akan dirasakan sebagai benturan, dan akan berpengaruh pada bagian yang sakit atau yang lemah. Sebelum gerakan, disampaikan apa yang akan dilakukan, apa yang ada, dan mari kita dorong kursi roda dengan perlahan. Perhatikan pula pakaian atau tubuh pengguna jasa jangan sampai terjerat di kursi roda. Selama perpindahan perlu diperhatikan apakah tidak ada perubahan kondisi tubuh dengan penyampaian kata untuk mengeceknya. Saat pemindahan dan perpindahan, perlu diperhatikan tersangkut, jatuh atau lupa memasang rem.

声かけ表現リスト 05

1. 車いすに移りましょうか。
2. もうすぐ朝ご飯ですから、車いすに移って、準備なさいませんか。
3. 車いすに座りましょうか。
4. 車いすに乗るのをお手伝いしますね。
5. 車いすを持ってきますから、少々お待ちください。
6. 今から車いすに乗りますから、協力していただけますか。
7. 私が支えますので、手すりを使って起き上がりましょう。
8. ゆっくりで大丈夫ですよ。

＜一部介助でベッドから起き上がる（臥位→座位）：右片麻痺＞

9. 私がお手伝いしますので、ベッドから起き上がりましょうか。
10. ベッドを少し下げます。失礼します。
11. 左手で右肘を胸の前に持ってきていただけますか。
12. 左膝を立てていただけますか。
13. 右膝は私がお手伝いします。失礼します。
14. では、私のほう [＝左] を1、2の3で向きましょう。1、2の3。
15. 苦しくないですか。
16. 私が首と膝を支えますから、起き上がりましょう。
17. 1、2の3。ありがとうございます。大丈夫ですか。
18. 手すりをつかんでいてくださいね。
19. ベッドをもう少し下げますね。
20. 足は床にしっかりついていますか。

List of Koekake Expressions 05 / Cách nói Koekake 05 / Daftar Ekspresi Penyampaian Kata 05

1	Would you like to transfer to a wheelchair?	Cháu đỡ bác lên xe lăn nhé?	Mari pindah ke kursi roda.
2	It's almost time for breakfast. Would you like to transfer to a wheelchair and get ready?	Sắp đến giờ ăn sáng rồi, bác lên xe lăn để ta chuẩn bị đi ăn bác nhé?	Sebentar lagi makan pagi, apakah tidak mau pindah ke kursi roda dan siap-siap?
3	Would you like to sit in a wheelchair?	Bác ngồi lên xe lăn nhé?	Mari duduk di kursi roda.
4	I'm going to help you transfer to a wheelchair.	Để cháu giúp bác ngồi lên xe lăn ạ.	Saya akan bantu Anda untuk duduk di kursi roda.
5	I'm going to bring you a wheelchair. Please wait a second.	Cháu sẽ đẩy xe lăn đến, bác chờ một chút nhé.	Saya akan bawa kursi roda, tolong tunggu sebentar.
6	You're going to transfer to the wheelchair. Could I ask for your cooperation?	Bây giờ cháu cho bác di chuyển sang xe lăn nhé. Bác cùng làm nhé.	Karena mulai sekarang akan pindah ke kursi roda, mohon kerja samanya.
7	I'm going to support you. Let's hold the hand rail and get up.	Cháu sẽ đỡ bác ạ, bác hãy lấy tay vịn và ngồi lên nhé.	Saya akan menopang Anda , mari gunakan pegangan untuk bangun.
8	Please take your time.	Bác cứ từ từ ạ.	Pelan-pelan tidak apa-apa lo.
	<Getting up from a bed with partial help (lying position to sitting position): for a user with right-sided paralysis>	<Hỗ trợ một phần giúp người bệnh ngồi lên khỏi giường (Từ tư thế nằm → tư thế ngồi): Bị liệt nửa bên phải>	<Bangun dari bed dengan bantuan sebagian (posisi telentang → posisi duduk): paralisis kanan>
9	I'm going to help you. Would you like to get up from the bed?	Bác ơi bác ngồi lên khỏi giường nhé, cháu sẽ giúp bác ạ.	Saya akan bantu Anda, mari bangun dari bed.
10	Excuse me. I'm going to lower the bed a little.	Cháu xin phép hạ giường xuống một chút ạ.	Bed akan sedikit saya turunkan. Permisi.
11	Could you hold your right arm with your left hand in front of your chest?	Bác có thể dùng tay trái kéo nhẹ khủy tay phải về phía trước được không ạ?	Apakah Anda bisa memindahkan siku kanan Anda ke depan dada dengan tangan kiri?
12	Could you bend your left knee?	Bác có thể đứng lên bằng chân trái không ạ?	Apakah Anda bisa menegakkan lutut kiri?
13	Excuse me. I'm going to bend your right knee.	Cháu sẽ giúp bác phía bên chân phải ạ.	Lutut kanannya akan saya bantu. Permisi.
14	Now, please turn toward me (the left) on the count of 3. On my count: 1, 2, 3.	Cháu đếm 1, 2, 3 thì sẽ xoay người bác về phía cháu (phía tay trái) ạ. 1, 2, 3.	Kalau begitu, dalam hitungan satu, dua dan tiga mari menghadap saya (kiri). Satu, dua dan tiga.
15	Do you feel any pain?	Bác không bị đau chứ ạ?	Apakah tidak sakit?
16	I'm going to support your neck and knees. Let's get up.	Cháu sẽ đỡ cổ và đầu gối, bác hãy chống khủy tay trái xuống giường ạ.	Saya akan menopang leher dan lutut Anda, mari bangun.
17	On my count: 1, 2, 3. Thank you. Are you all right?	1, 2, 3. Cháu cảm ơn bác, bác không sao chứ ạ?	Satu, dua dan tiga. Terima kasih. Apakah tidak apa-apa?
18	Please keep holding the hand rail.	Bác hãy nắm tay vịn nhé.	Tolong pegang pegangan ya.
19	I'm going to lower the bed a little more.	Cháu sẽ hạ giường thấp hơn chút nữa ạ.	Bednya akan sedikit saya turunkan ya.
20	Are your feet touching the floor?	Chân bác đã chạm hẳn xuống sàn chưa ạ?	Apakah kaki Anda benar-benar menginjak lantai?

声かけ表現リスト 05

mp3 027

<一部介助でベッドから車いすに移乗：右片麻痺・手すりなし>

21　お手伝いしますから、車いすに移りましょう。

22　靴を履きましょう。右足はお手伝いしますね。

23　お尻を少し動かして、ベッドに浅く腰掛けていただけますか。

24　次に足をちょっと開いて、(ベッドのほうに)引いていただけますか。

25　右足は私がお手伝いします。失礼します。

26　前かがみになっていただけますか。

27　左手で車いすの肘掛け[＝アームサポート]を握っていただけますか。

28　では、立ち上がりましょう。大丈夫ですか。

29　少しずつ身体の向きを変えましょう。

30　(車いすの)座るところが見えますか。

31　じゃ、ゆっくり腰をおろしましょう。

32　深く腰掛けましょう。

33　右側は私がお手伝いしますね。失礼します。

34　では、足をこちらのフットサポート[＝足置き、足載せ]に載せていただけますか。

35　右足はお手伝いしますね。失礼します。

36　座り心地はいかがですか。

37　クッションをお使いになりますか。

38　ひざ掛けはお使いになりますか。

 患側への倒れ込みに注意し、必要に応じて「こちら(右側)は支えますのでご安心ください」と声をかけます。

List of Koekake Expressions 05 / Cách nói Koekake 05 / Daftar Ekspresi Penyampaian Kata 05

	<Transferring from a bed to a wheelchair with partial help: for a user with right-sided paralysis, without a hand rail>	<Hỗ trợ một phần người bệnh di chuyển từ giường sang xe lăn: Bị liệt nửa bên phải, không có tay vịn>	<Pemindahan dari bed ke kursi roda dengan bantuan sebagian: paralisis kanan dan tanpa pegangan>
21	I'm going to help you transfer to a wheelchair.	Giờ ta di chuyển sang xe lăn bác nhé, cháu sẽ giúp bác ạ.	Saya akan bantu Anda, mari pindah ke kursi roda.
22	Let's put on your shoes. I'm going to help you put on your right shoe.	Bây giờ bác mang giày nhé. Cháu giúp bác mang giày chân phải ạ.	Mari kenakan sepatu. Kaki kanannya akan saya bantu.
23	Could you sit on the edge of the bed by moving your hips?	Bác dịch mông một chút rồi ngồi chếch ra mép giường được không ạ?	Apakah Anda bisa menggerakkan pantat Anda dan duduk dangkal di bed?
24	Next, could you open your legs a little and pull back your legs (toward the bed)?	Tiếp theo, bác hãy hơi mở chân ra một chút rồi co về (phía giường) được không ạ?	Selanjutnya, tolong kakinya agak dibuka, dan ditarik (ke arah bed)?
25	Excuse me. I'm going to pull back your right leg.	Bên chân phải cháu sẽ giúp bác ạ. Cháu xin phép.	Kaki kanannya akan saya bantu. Permisi.
26	Could you bend forward?	Bác cúi người về phía trước giúp cháu ạ.	Apakah Anda bisa bungkuk ke depan?
27	Could you hold the armrest (arm support) of the wheelchair with your left hand?	Bác hãy dùng tay trái nắm lấy phần để tay (thanh hỗ trợ để tay) của xe lăn giúp cháu với ạ.	Apakah Anda bisa memegang sandaran lengan (arm supporter) dari kursi roda dengan tangan kiri?
28	Now, let's stand up. Are you all right?	Bây giờ bác hãy đứng lên nhé. Bác có sao không ạ?	Kalau begitu, mari berdiri. Apakah tidak apa-apa?
29	Let's move your body slowly.	Bác hãy xoay người từ từ nhé.	Mari sedikit demi sedikit arah posisi tubuh diubah.
30	Can you see the seat (on the wheelchair)?	Bác có nhìn thấy chỗ ngồi (của xe lăn) không ạ?	Apakah tempat duduk (kursi roda) bisa terlihat?
31	Now, let's sit down slowly.	Dạ bây giờ bác hãy ngồi xuống từ từ nhé.	Kalau begitu, mari pelan-pelan pinggul diturunkan.
32	Let's sit back.	Bác hãy ngồi sâu vào ạ.	Mari duduk agak dalam.
33	Excuse me. I'm going to support your right side.	Cháu sẽ giúp bác bên phải ạ. Cháu xin phép.	Yang sisi kanan akan saya bantu. Permisi.
34	Now, could you put your feet on this foot support (footrest)?	Bây giờ, bác hãy đặt chân lên thanh hỗ trợ để chân (chỗ để chân) này ạ.	Kalau begitu, apakah Anda bisa meletakkan kaki Anda ke foot support (sandaran kaki, injakan kaki)?
35	Excuse me. I'm going to put your right foot on the foot support.	Cháu sẽ giúp bác phía chân phải ạ. Cháu xin phép.	Kaki kanannya akan saya bantu. Permisi.
36	How do you feel?	Bác ngồi có thoải mái không ạ?	Bagaimana kenyamanan dudukknya?
37	Would you like a cushion?	Bác có cần dùng gối tựa không ạ?	Apakah Anda memerlukan bantalan?
38	Would you like a lap blanket?	Bác có cần chăn đắp đầu gối không ạ?	Apakah Anda memerlukan kain penutup lutut?
!	You need to pay close attention so that a user won't lean down toward his/her paralyzed side. If needed, do Koekake such as 'I'm going to support this (right) side. Please feel at ease.'	Hãy chú ý đừng để bị ngã lại chỗ đã bị thương và nếu cần thiết nên nói thêm câu "Cháu đỡ bác ở bên này (bên tay phải) nên bác cứ yên tâm nhé".	Dengan memperhatikan jatuhnya ke sisi yang sakit, jika perlu disampaikan "Tolong tenang karena saya akan menopang yang sini (sisi kanan).

71

声かけ表現リスト 05

＜一部介助でベッドから車いすに移乗：左片麻痺・手すりあり＞

39 車いすに移りましょうか。

40 お手伝いしますので、安心してくださいね。

41 浅く座って、足を引いていただけますか。

42 左足はお手伝いしますね。失礼します。

43 では、右手で手すりを握って、前かがみになって、立ち上がりましょう。

44 1、2の3。大丈夫ですか。

45 このまま手すりをつかんで、身体の向きを少し変えていただけますか。
……はい、ありがとうございます。

46 車いすが見えますか。

47 私が支えますので、ゆっくり座りましょう。1、2の3。

48 深く座り直しましょう。

49 左はお手伝いしますね。失礼します。

50 右足［右手］でこちらのフットサポート［＝足置き、足載せ］を下ろしていただけますか。ありがとうございます。

51 では、足を（フットサポートに）載せましょう。左足、失礼します。

52 苦しくないですか。

53 クッションは要りませんか。

54 ひざ掛けはいかがですか。

55 田中さんの鞄は私が持っていますので、ご安心ください。

List of Koekake Expressions 05 / Cách nói Koekake 05 / Daftar Ekspresi Penyampaian Kata 05

	\<Transferring from a bed to a wheelchair with partial help: for a user with left-sided paralysis, with a hand rail\>	\<Hỗ trợ một phần người bệnh di chuyển từ giường sang xe lăn: Bị liệt nửa bên trái, có tay vịn\>	\<Pemindahan dari bed ke kursi roda dengan bantuan sebagian: paralisis kiri dan ada pegangan\>
39	Would you like to transfer to a wheelchair?	Bác lên xe lăn nhé?	Mari pindah ke kursi roda.
40	I'll help you so please don't worry.	Cháu sẽ phụ giúp ạ, bác đừng lo nhé.	Saya akan bantu Anda, tolong tenang ya.
41	Could you sit on the edge of the bed and pull back your legs?	Bác ngồi chếch ra mé ngoài và rụt chân vào giúp cháu với ạ.	Apakah Anda bisa duduk dangkal dan menarik kaki?
42	Excuse me. I'm going to pull back your left leg.	Cháu sẽ giúp bác bên chân trái ạ. Cháu xin phép.	Kaki kirinya akan saya bantu. Permisi.
43	Now, let's hold the hand rail with your right hand, bend forward and stand up.	Bây giờ, cháu mời bác nắm tay vịn, cúi về phía trước để đứng lên ạ.	Kalau begitu, tolong pegang pegangan dengan tangan kanan, bungkuk ke depan, mari bangun.
44	On my count: 1, 2, 3. Are you feeling all right?	1, 2, 3. Bác không sao chứ ạ?	Satu, dua dan tiga. Apakah tidak apa-apa?
45	Could you keep holding the hand rail and move your body a little? ...... Yes, thank you.	Bác cứ nắm nguyên tay vịn như thế và xoay người một chút được không ạ? ...... Vâng, cháu cảm ơn bác ạ.	Apakah Anda bisa tetap memegang pegangan, dan mengubah sedikit demi sedikit arah posisi tubuh? ...... Ya, terima kasih.
46	Can you see the wheelchair?	Bác có nhìn thấy xe lăn không ạ?	Apakah kursi rodanya bisa terlihat?
47	I'm going to support you. Let's sit down slowly. On my count: 1, 2, 3.	Cháu sẽ đỡ bác, bác ngồi xuống từ từ nhé. 1, 2, 3.	Saya akan menopang Anda, mari duduk pelan-pelan. Satu, dua dan tiga.
48	Let's sit back.	Bác ngồi sâu vào nhé.	Mari duduk agak dalam.
49	Excuse me. I'm going to help with your left side.	Cháu sẽ giúp bác phía bên trái ạ. Cháu xin phép.	Yang kiri akan saya bantu. Permisi.
50	Could you open the foot support (footrest) with your right foot (right hand)? Thank you.	Bác có thể hạ chân phải (tay phải) xuống thanh hỗ trợ để chân (chỗ để chân) này được không ạ? Cháu cảm ơn bác ạ.	Apakah Anda bisa menurunkan kaki kanan (tangan kanan) ke foot support (injakan kaki, sandaran kaki)? Terima kasih.
51	Now, let's put your feet on the foot support. Excuse me. I'm going to help with your left foot.	Bây giờ, bác hạ chân xuống (chỗ để chân) đi ạ. Cháu xin phép hạ chân trái của bác ạ.	Kalau begitu, mari kakinya diletakkan (ke foot support). Kaki kiri, permisi.
52	Is this painful?	Bác ngồi có thoải mái không ạ?	Apakah tidak sakit?
53	Would you like a cushion?	Bác có cần gối tựa không?	Apakah tidak memerlukan bantalan?
54	Would you like a lap blanket?	Bác có cần chăn đắp đầu gối không ạ?	Bagaimana dengan kain penutup lutut?
55	I'm going to carry Tanaka san's (your) bag so please don't worry.	Bác Nakata cứ yên tâm ạ, cháu sẽ cầm túi giúp cho bác.	Saya akan bawa sepatu Tanaka-san, jangan khawatir.

声かけ表現リスト 05

<全介助でベッドから車いすに移乗：右片麻痺、立位不安定・手すりなし>

56　しっかりお手伝いしますので、車いすに移りましょうか。

57　浅く腰掛けて、足を引いていただけますか。

58　右側はお手伝いしますね。失礼します。

59　左手を私の肩に回していただけますか。

60　では、1、2の3で前かがみになって立ち上がりましょう。1、2の3。大丈夫ですか。

61　少し身体の向きを変えますね。

62　車いすが見えますか。ゆっくり座りましょう。1、2の3。

63　大丈夫ですか。では、深く腰掛けましょう。右はお手伝いします。

64　こちらのフットサポートに足を載せていただけますか。

65　右足、失礼します。

66　車いすで移動中に足が台［＝フットサポート］から落ちると危ないですから、しっかり載せていてくださいね。

67　座り心地は大丈夫ですか。

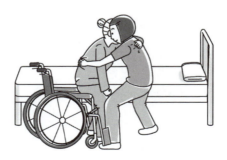

（全介助でベッドから車いすに移乗：右片麻痺、立位不安定・手すりなし　→p.74）

List of Koekake Expressions 05 / Cách nói Koekake 05 / Daftar Ekspresi Penyampaian Kata 05

	<Transferring from a bed to a wheelchair with total help: for a user with right-sided paralysis, unstable standing position, without a hand rail>	<Hỗ trợ hoàn toàn bệnh nhân di chuyển từ giường sang xe lăn: Bị liệt nửa bên phải, không có tay vịn>	<Pemindahan dari bed ke kursi roda dengan bantuan keseluruhan: paralisis kanan, ketidakstabilan posisi berdiri dan tanpa pegangan>
56	I'll help you carefully. Would you like to transfer to a wheelchair?	Chúng ta di chuyển sang xe lăn bác nhé? Cháu sẽ phụ giúp bác cẩn thận ạ.	Saya akan bantu Anda dengan seksama, mari pindah ke kursi roda.
57	Could you sit on the edge of the bed and pull back your legs?	Bác có thể ngồi chếch ra mép giường và rụt chân vào giúp cháu được không ạ?	Apakah Anda bisa duduk dangkal, dan menarik kaki Anda?
58	Excuse me. I'm going to help with your right leg.	Cháu sẽ giúp bác phía bên phải ạ. Cháu xin phép ạ.	Yang sisi kanan akan saya bantu ya. Permisi.
59	Could you put your left arm around my shoulder?	Bác hãy choàng tay trái qua vai cháu ạ.	Apakah tangan kiri Anda bisa diletakkan ke pundak saya?
60	Now, let's bend forward and stand up on the count of 3. On my count: 1, 2, 3. Are you feeling all right?	Bây giờ cháu sẽ đếm đến 3, bác hãy cúi người về phía trước và đứng lên nhé. 1, 2, 3. Bác không sao chứ ạ?	Kalau begitu, dalam hitungan satu, dua dan tiga mari bungkuk ke depan dan bangun berdiri. Satu, dua dan tiga. Apakah tidak apa-apa?
61	I'm going to change the direction of your body a little.	Bây giờ ta xoay người một chút ạ.	Sedikit arah posisi tubuh akan saya ubah ya.
62	Can you see the wheelchair? Please sit down slowly. On my count: 1, 2, 3.	Bác có nhìn thấy xe lăn không ạ? Ta hãy ngồi xuống từ từ nhé. 1, 2, 3.	Apakah kursi rodanya bisa terlihat? Mari duduk pelan-pelan. Satu, dua dan tiga.
63	Are you feeing all right? Now, let's sit back. I'm going to help with your right side.	Bác có sao không ạ? Bây giờ bác hãy ngồi sâu vào nhé. Cháu sẽ giúp bác bên phải.	Apakah tidak apa-apa? Kalau begitu, mari duduk agak dalam. Yang kanan akan saya bantu.
64	Could you put your feet on this foot support?	Bác đặt chân lên thanh hỗ trợ chân này giúp cháu với ạ.	Apakah Anda bisa meletakkan kaki ke foot support di sini?
65	Excuse me. I'm going to help with your right foot.	Cháu xin phép đặt chân phải lên giúp bác.	Kaki kanan, permisi.
66	It'll be dangerous if your feet fall down from the foot support. So, please be sure to keep them on it.	Trong khi di chuyển trên xe lăn, nếu chân bị trượt ra thanh gác chân thì rất nguy hiểm. Bác để yên chân lên thanh gác chân cho chắc nhé.	Selama perpindahan dengan kursi roda, jika kaki jatuh dari pijakan (foot support) akan berbahaya, tolong letakkan benar-benar.
67	How do you feel?	Bác ngồi có thoải mái không ạ?	Bagaimana apakah merasa nyaman?

声かけ表現リスト 05

＜一部介助で車いすからベッドに移乗：右片麻痺・手すりなし＞

68 では、ベッドに移りますから、ブレーキをかけていただけますか。

69 フットサポートから足を下ろして、左足［左手］でフットサポートを上げていただけますか。右足はお手伝いします。はい、ありがとうございます。

70 浅く座り直していただけますか。右側はお手伝いしますね。

71 立ち上がりやすいように、足を引いていただけますか。

72 左手をベッドの端についていただけますか。

73 では、私が右側の腰と膝を支えますから、腰を上げて、ベッドにそのまま移りましょう。1、2の3。はい、ありがとうございます。

74 深く腰掛けましょう。右側、失礼します。大丈夫ですか。

＜一部介助で車いすからベッドに移乗：左片麻痺・手すりあり＞

75 ベッドに移りますので、ブレーキをかけていただけますか。ありがとうございます。

76 フットサポートから足を下ろしていただけますか。左足はお手伝いします。失礼します。

77 フットサポートを上げていただけますか。ありがとうございます。

78 浅く座って、足を引いていただけますか。左側、失礼します。

79 右手で手すりをつかんでいただけますか。

80 支えますから、前かがみになって立ち上がりましょう。1、2の3。大丈夫ですか。

81 手すりをつかんだまま、お身体の向きを少し変えましょう。

82 左側は私が支えますので、ゆっくり座りましょうか。1、2の3。はい、ありがとうございます。大丈夫ですか。

List of Koekake Expressions 05 / Cách nói Koekake 05 / Daftar Ekspresi Penyampaian Kata 05

	English	Tiếng Việt	Bahasa Indonesia
	<Transferring from a wheelchair to a bed with partial help: for a user with right-sided paralysis, without a hand rail>	<Hỗ trợ một phần di chuyển từ xe lăn sang giường: Bị liệt nửa bên phải, không có tay vịn>	<Pemindahan dari kursi roda ke bed: paralisis kanan dan tanpa pegangan>
68	Now, you're going to transfer to the bed. Could you set the brake on the wheelchair?	Bây giờ ta sẽ di chuyển sang giường ạ. Bác kéo phanh xe lăn giúp cháu với.	Kalau begitu, karena Anda akan pindah ke bed, apakah Anda bisa memasang rem?
69	Could you put your feet down from the foot support and close the foot support with your left foot (left hand)? I'm going to help with your right foot. Yes. Thank you.	Bác hãy bỏ chân xuống khỏi thanh hỗ trợ đặt chân và dùng chân trái (tay trái) hất thanh hỗ trợ ấy lên giúp cháu với ạ. Cháu sẽ phụ bên chân phải ạ. Vâng, cháu cảm ơn bác.	Apakah Anda bisa menurunkan kaki dari foot support, apakah Anda bisa menaikkan foot support dengan kaki kiri (tangan kiri)? Kaki kanannya akan saya bantu. Ya, terima kasih.
70	Could you sit on the edge of the wheelchair? I'm going to help with your right side.	Bác có thể ngồi lại chếch ra mé ngoài không ạ? Cháu sẽ hỗ trợ bên phải ạ.	Apakah Anda bisa duduk dangkal kembali? Yang sisi kanan akan saya bantu.
71	Could you pull back your feet to stand up easily?	Bác có thể co chân lại để đứng lên cho dễ không ạ?	Supaya mudah untuk berdiri, apakah kaki Anda bisa ditarik?
72	Could you put your left hand on the edge of the bed?	Bác hãy chống tay trái xuống mép giường giúp cháu ạ.	Apakah tangan kiri bisa menyentuh tepi bed?
73	Now, I'm going to support your waist and knee on your right side. Please get up and transfer to the bed. On my count: 1, 2, 3. Yes. Thank you.	Bây giờ cháu sẽ đỡ lưng và đầu gối phía bên phải, bác hãy nhấc lưng lên và cứ thế di chuyển sang giường ạ. 1, 2, 3. Vâng, cháu cảm ơn bác ạ.	Kalau begitu, saya akan menopang pinggul dan lutut sisi kanan, tolong pinggul diangkat, mari pindah langsung ke bed. Satu, dua dan tiga. Terima kasih.
74	Let's sit back. Excuse me. I'm going to help with your right side. Are you feeling all right?	Bác hãy ngồi sâu vào ạ. Cháu xin phép giúp bác phía bên phải. Bác không sao chứ ạ?	Mari duduk agak dalam. Sisi kanan, permisi. Apakah tidak apa-apa?
	<Transferring from a wheelchair to a bed with partial help: for a user with left-sided paralysis, with a hand rail>	<Hỗ trợ một phần di chuyển từ xe lăn sang giường: Bị liệt nửa bên trái, có tay vịn>	<Pemindahan dari kursi roda ke bed dengan bantuan sebagian: paralisis kiri dan ada pegangan>
75	Now, you're going to transfer to the bed. Could you set the brake on the wheelchair? Thank you.	Bây giờ ta sẽ di chuyển sang giường ạ. Bác kéo phanh xe lăn giúp cháu với. Cháu cảm ơn bác ạ.	Karena Anda akan pindah ke bed, apakah Anda bisa memasang rem. Terima kasih.
76	Could you put your feet down from the foot support? Excuse me. I'm going to help with your left foot.	Bác hãy bỏ chân xuống khỏi thanh hỗ trợ đặt chân và dùng chân trái hất thanh hỗ trợ ấy lên giúp cháu với ạ. Cháu sẽ phụ bên chân trái ạ. Cháu xin phép.	Apakah Anda bisa menurunkan kaki dari foot support? Kaki kirinya akan saya bantu. Permisi.
77	Could you close the foot support? Thank you.	Bác gạt thanh hỗ trợ đặt chân lên giúp cháu ạ. Cháu cảm ơn bác.	Apakah Anda bisa menaikkan foot support? Terima kasih.
78	Could you sit on the edge of the wheelchair and pull back your legs? Excuse me. I'm going to help with your left side.	Bác ngồi chếch ra phía ngoài và thu chân lại giúp cháu ạ. Bên chân trái cháu xin giúp bác ạ.	Apakah Anda bisa duduk dangkal, dan menarik kaki Anda? Sisi kiri, permisi.
79	Could you hold the hand rail with your right hand?	Bác có thể dùng tay phải nắm thanh vịn không ạ?	Apakah Anda bisa memegang pegangan dengan tangan kanan?
80	I'm going to support you. You're going to bend forward and stand up. On my count: 1, 2, 3. Are you feeling all right?	Bác hãy cúi về phía trước và đứng lên, cháu sẽ đỡ bác ạ. 1, 2, 3. Bác không sao chứ ạ?	Saya akan topang, mari membungkuk ke depan dan bangun berdiri. Satu, dua dan tiga. Apakah tidak apa-apa?
81	Let's keep holding the hand rail and move your body a little.	Bác cứ giữ thanh vịn và xoay người một chút ạ.	Tolong tetap memegang pegangan, mari sedikit demi sedikit arah posisi tubuh diubah.
82	I'm going to support your left side and let's sit down slowly. On my count: 1, 2, 3. Yes, thank you. Are you feeling all right?	Cháu sẽ đỡ bên trái nên bác cứ từ từ ngồi xuống nhé. 1, 2, 3. Vâng, xong rồi ạ. Bác không sao chứ ạ?	Yang sisi kiri akan saya topang, mari duduk pelan-pelan. Satu, dua dan tiga. Terima kasih. Apakah tidak apa-apa?

声かけ表現リスト 05

＜全介助で車いすからベッドに移乗：右片麻痺・手すりなし＞

83	今からベッドに移りますので、ブレーキをかけていただけますか。 ありがとうございます。
84	フットサポートから足を下ろしていただけますか。ありがとうございます。 右足、失礼します。
85	左足［左手］でフットサポートを上げられますか。はい、ありがとうございます。
86	では、立ち上がる準備をしましょう。浅く腰掛けていただけますか。 右側はお手伝いさせてくださいね。
87	足を軽く引いてくださいね。左手を私の肩の後ろに回していただけますか。
88	では、せーので前かがみになって立ち上がりましょう。せーの。大丈夫ですか。
89	このままお身体の向きを変えましょう。
90	ベッドが見えますか。あちらに座りますよ。私が支えますので、ご安心ください。
91	では、1、2の3でゆっくり座りましょう。1、2の3。大丈夫ですか。
92	深く座れていますか。

List of Koekake Expressions 05 / Cách nói Koekake 05 / Daftar Ekspresi Penyampaian Kata 05

	<Transferring from a wheelchair to a bed with total help: for a user with right-sided paralysis, without a hand rail>	<Hỗ trợ hoàn toàn di chuyển từ xe lăn sang giường: Bị liệt nửa bên phải, không có tay vịn>	<Pemindahan dari kursi roda ke bed dengan bantuan keseluruhan: paralisis kanan dan tanpa pegangan>
83	You're going to transfer to the bed now. Could you set the brake on the wheelchair? Thank you.	Bây giờ bác sẽ di chuyển sang giường, bác kéo phanh xe lăn giúp cháu với ạ. Cháu cảm ơn bác ạ.	Mulai sekarang Anda akan pindah ke bed, apakah Anda bisa memasang rem? Terima kasih.
84	Could you put your feet down from the foot support? Thank you. Excuse me. I'm going to help with your right foot.	Bác hạ chân xuống khỏi thanh hỗ trợ đặt chân giúp cháu ạ. Cháu cảm ơn bác, cháu xin giúp bác bên chân phải ạ.	Apakah Anda bisa menurunkan kaki Anda dari foot support? Terima kasih. Kaki kanan, permisi.
85	Can you close the foot support with your left foot (left hand)? Yes, thank you.	Bác có thể dùng chân phải hất thanh hỗ trợ đặt chân lên được không ạ? Vâng. Cháu cảm ơn bác ạ.	Apakah Anda bisa menaikkan foot support dengan kaki kiri (tangan kiri)? Ya, terima kasih.
86	Now, let's get ready to stand up. Could you sit on the edge of the wheelchair? I'm going to help with your right side.	Bây giờ bác chuẩn bị đứng lên nhé. Bác ngồi chếch ra ép ngoài giúp cháu với ạ. Cháu sẽ giúp phía chân phải ạ.	Kalau begitu, mari persiapan untuk bangun berdiri. Apakah Anda bisa duduk dangkal? Yang sisi kanan apakah boleh saya bantu?
87	Please pull back your feet a little. Could you put your left arm around the back of my shoulder?	Bác hãy thu nhẹ chân về ạ. Bác có thể vòng tay trái qua vai cháu được không ạ?	Tolong kakinya ditarik pelan-pelan ya. Apakah tangan kirinya bisa diputar ke belakang pundak saya?
88	Now, let's bend forward and stand up on my call 'Ready? Go!'. Ready? Go! Are you feeling OK?	Bây giờ cháu đếm "hai~ba" và bác hãy cúi người về phía trước để đứng lên nhé. "Hai ~ba". Bác ổn chứ ạ?	Kalau begitu, tolong membungkuk ke depan dan mari bangun berdiri dengan aba-aba grak. Grak. Apakah tidak apa-apa?
89	Let's change the direction of your body.	Bây giờ bác hãy xoay người một chút nhé.	Mari arah posisi tubuh diubah langsung.
90	Can you see the bed? You're going to sit on it. I'll support you so please don't worry.	Bác có nhìn thấy giường không ạ? Ta sẽ ngồi lên giường ạ. Cháu sẽ đỡ bác, bác đừng lo nhé.	Apakah bed bisa terlihat? Duduk di situ lo. Saya akan menopang, jangan khawatir.
91	Now, let's sit down on the count of 3. On my count: 1, 2, 3. Are you feeling all right?	Bây giờ, cháu sẽ đếm đến 3 và bác từ từ ngồi xuống nhé. 1, 2, 3. Bác không sao chứ ạ?	Kalau begitu, mari duduk pelan-pelan dalam hitungan satu, dua dan tiga. Satu, dua dan tiga. Apakah tidak apa-apa?
92	Are you sitting back?	Bác có thể ngồi sâu vào không ạ?	Apakah bisa duduk dengan dalam?

(一部介助で車いすからベッドに移乗：右片麻痺・手すりなし
→ p.76 上)

(一部介助で車いすからベッドに移乗：左片麻痺・手すりあり
→ p.76 下)

声かけ表現リスト 05

mp3 032

＜車いすでの移動＞

93 では、行きましょう。ブレーキを外していただけますか。

94 手は肘掛けの内側に置いておいていただけますか。

95 車いすを押しますので、動きます。

96 このぐらいの速さで大丈夫ですか。

97 速いと感じられたら、おっしゃってくださいね。

98 お身体が傾いていますよ。危ないので、まっすぐ座っていただけますか。

99 お身体が傾いていて危ないですので、直しますね。失礼します。

100 左に曲がります。

101 ちょっと右に寄せます。

102 少しだけ段差がありますので、ちょっとガタッとしますよ。

103 上り坂なので、ゆっくり行きましょう。

104 この先下り坂なので、後ろ向きでゆっくり行きます。

105 段差を上るので、前輪を上げます。ひじ掛けをつかんでいただけますか。

106 段差を下りますので、後ろ向きで行きます。そっとやりますので、ご安心ください。

107 エレベーターを降ります。後ろ向きで行きますね。

108 この先ちょっとでこぼこ道なので、前輪を上げていきます。
ガタガタしないようにゆっくり行きますので、ご安心ください。

109 ＜走行中＞　すみません。何かおっしゃいましたか。

110 車いすを止めます。……着きましたよ。お疲れ様でした。

111 ブレーキをかけていただけますか。

112 ブレーキをおかけします。お疲れ様でした。

List of Koekake Expressions 05 / Cách nói Koekake 05 / Daftar Ekspresi Penyampaian Kata 05

	\<Moving in a wheelchair\>	\<Di chuyển bằng xe lăn\>	\<Perpindahan dengan kursi roda\>
93	Now, let's go. Could you release the brake?	Bây giờ ta đi thôi ạ. Bác tháo phanh hộ cháu với ạ.	Kalau begitu, mari pergi. Apakah Anda bisa melepas rem?
94	Could you put your arms inside the armrest?	Bác hãy đặt tay lên chỗ đặt tay giúp cháu ạ.	Apakah tangan Anda bisa diletakkan di sisi dalam dari sandaran lengan?
95	I'm going to push the wheelchair and it will move.	Cháu sẽ đẩy xe đây ạ.	Saya akan mendorong kursi rodanya, bergerak.
96	Is the speed of the wheelchair good?	Tốc độ như thế này đã được chưa ạ?	Apakah dengan kecepatan seperti ini tidak apa-apa?
97	If you think that the speed is too fast, please let me know.	Nếu bác thấy nhanh bác hãy cho cháu biết với ạ.	Kalau Anda merasa terlalu cepat, tolong bilang ya.
98	Your body is tilting. It's dangerous. Could you sit straight?	Người bác bị nghiêng ạ. Như vậy rất nguy hiểm, bác có thể ngồi thẳng lên giúp cháu không ạ?	Tubuhnya miring lo. Karena berbahaya, apakah Anda bisa duduk dengan tegak?
99	Your body is tilting. It's dangerous. Excuse me. I'm going to fix your position.	Người bác bị nghiêng, như vậy rất nguy hiểm ạ. Để cháu giúp bác sửa lại dáng ngồi. Cháu xin phép ạ.	Karena berbahaya jika tubuh miring, saya perbaiki ya. Permisi.
100	We're going to turn left.	Cháu sẽ rẽ sang trái ạ.	Belok ke kiri.
101	I'm going to move the wheelchair to the right a little.	Cháu chếch sang phải một chút ạ.	Agak menepi ke kanan.
102	The floor is not even. You're going to feel a little bump.	Chỗ này có bậc thềm nên xe sẽ hơi nhấc lên một chút ạ.	Karena ada sedikit undakan, akan agak goyang.
103	We're coming to an uphill slope. We're going to go slowly.	Ta lên dốc nên cháu sẽ ẩn từ từ ạ.	Karena slope menaik, mari jalan pelan-pelan.
104	We're coming to a downhill slope ahead. We're going to go backwards slowly.	Sắp tới sẽ xuống dốc nên cháu xe ẩn ngược xe lăn một cách từ từ ạ.	Sebentar lagi slope menurun, menghadap ke belakang dan jalan pelan-pelan.
105	We're going to go up a step. I'm going to raise the front wheels. Could you hold the armrest?	Giờ ta lên bậc thềm nên cháu sẽ nhấc bánh trên lên. Bác hãy nắm chặt chỗ để tay bác nhé!	Karena akan naik undakan, roda depan akan saya angkat. Apakah Anda bisa memegang kain penutup lutut?
106	We're going to go down a step backwards. I'm going to do it slowly and gently. Please don't worry.	Bây giờ ta sẽ xuống thềm, cháu sẽ đẩy xe ngược. Cháu sẽ đẩy thật nhẹ, bác đừng lo nhé.	Karena akan turun undakan, akan jalan dengan menghadap ke belakang. Saya akan perlahan, jangan khawatir.
107	We're going to get off the elevator backwards.	Ta sẽ ra khỏi thang máy. Cháu sẽ đẩy ngược ạ.	Kita akan turun lift. Akan jalan menghadap ke belakang ya.
108	There is a bumpy road ahead and I'm going to raise the front wheels. I'm going to push the wheelchair slowly so that you will not feel any bump. Please don't worry.	Phía trước đường hơi khấp khểnh. Cháu sẽ nhấc hai bánh trước lên. Cháu sẽ đi thật chậm để xe không rung lắc . Bác yên tâm ạ.	Karena di depan jalannya bergeronjal, roda depan akan saya angkat. Supaya tidak goyang saya akan jalan pelan-pelan, jangan khawatir.
109	\<While pushing the wheelchair\> Excuse me. What did you say?	\<Đang đi bộ\> Xin lỗi bác,bác vừa nói gì ạ?	\<Saat tengah jalan\> Mohon maaf. Tadi Anda bilang apa?
110	I'm going to stop the wheelchair. ...... Here we are. Thank you for your cooperation.	Cháu dừng xe lăn lại đây ạ. ...... Đến nơi rồi ạ. Cháu cảm ơn bác ạ.	Kursi roda akan saya hentikan. ...... Sudah sampai. Terima kasih atas kerja samanya.
111	Could you set the brake on the wheelchair?	Bác kéo phanh xe giúp cháu với ạ.	Apakah Anda bisa memasang remnya?
112	I'm going to set the brake on the wheelchair. Thank you for your cooperation.	Cháu sẽ kéo phanh xe, cháu cảm ơn bác ạ.	Saya akan memasang remnya. Terima kasih atas bantuannya.

練習 05

状況：朝7時です。野田さんの居室に行って、起床の声かけとベッドから車いすへの移乗を行います。

利用者情報：野田文雄（男性）。左片麻痺で、車いすを使用している。ベッドからの起き上がりや車いすへの移乗は一部介助が必要である。ベッドに手すりはない。今朝はすでに起床している。昨夜はよく眠れ、食欲もある。移乗を手伝ってもらうことに申し訳ないと思っている。

＝介護職　＝野田

≪起床の声かけ≫

- ＜コンコンコン＞　失礼します。
  野田さん、おはようございます。起きていらっしゃいますか。
- おはよう。起きてるよ［＝起きているよ］。
- 野田さん、昨日の晩はよく眠れましたか。
- ああ、ぐっすり眠れたよ。
- それは良かったです。顔色もいいですね。
  もうすぐ朝ご飯ですが、食欲はいかがですか。
- あるよ。
- それはいいですね。
  では、ベッドから起き上がりましょうか。
  車いすを準備しますので、少々お待ちいただけますか。
- 悪いね。
- とんでもないです。起きて、今日も1日楽しく過ごしましょう。
- 助かるよ。

↓つづく

Practice 05 / Luyện tập 05 / Latihan 05

[Situation]
It's 7 o'clock in the morning. You go to Noda san's room and do Koekake for wake-up and help him transfer from his bed to a wheelchair.

(Bối cảnh)
Bây giờ là 7 giờ sáng, bạn hãy đến phòng ông Noda để Koekake gọi ông dậy và di chuyển từ giường sang xe lăn.

[Situasi]
Pagi hari pukul tujuh. Anda pergi mendatangi kamar Noda-san, untuk melakukan penyampaian kata dan memindahkan dari bed ke kursi roda.

[Information about the user]
Noda Fumio (male). He has paralysis on his left side and uses a wheelchair. He needs partial help to get up from his bed and transfer to a wheelchair. There isn't a hand rail at his bed. He has already woken up this morning. He slept well last night and has a good appetite for food. He feels sorry to caregivers for getting help to transfer.

🧑 = Caregiver
👤 = Noda

(Thông tin về bệnh nhân)
Noda Fumio (Nam giới), liệt nửa người bên trái, phải sử dụng xe lăn. Cần hỗ trợ một phần khi thức dậy từ giường và khi chuyển sang xe lăn. Giường không có tay vịn. Sáng nay ông đã dậy rồi. Đêm qua ông ngủ rất ngon, bây giờ ông cũng cảm thấy đói. Ông cũng cảm thấy ngại vì được giúp di chuyển sang xe lăn.

🧑 = Nhân viên điều dưỡng
👤 = Noda

[Informasi pengguna jasa]
Fumio Noda (pria), menderita paralisis kiri, dan menggunakan kursi roda. Untuk bangun dari bed dan berpindah ke kursi roda memerlukan bantuan sebagian. Pada bed tidak terdapat pegangan. Pagi ini dia sudah bangun. Kemarin malam tidur dengan enak, dan ada nafsu makan. Dia merasa tidak enak dibantu dalam pemindahan.

🧑 = Tenaga perawat lansia
👤 = Noda

<<Koekake for wake-up>>

🧑 <Knock 3 times> Excuse me.
Noda san, good morning. Are you awake?

👤 Good morning. I'm awake.

🧑 Did you sleep well last night, Noda san?

👤 Yes, I had a good sleep.

🧑 That's good. You look fine.
Breakfast will be ready soon. How's your appetite?

👤 I have an appetite.

🧑 I'm glad to hear that.
Would you like to get up from your bed?
I'm going to prepare the wheelchair. Could you wait a second?

👤 I'm sorry.

🧑 No, not at all. Let's get up and have a pleasant day.

👤 Thanks for your help.

<<Koekake khi giúp thức giấc>>

🧑 <Cộc cộc cộc> Cháu xin phép.
Cháu chào bác Noda ạ. Bác đã dậy rồi ạ?

👤 Chào cháu. Bác đã dậy rồi.

🧑 Bác Noda ơi, đêm qua bác ngủ có ngon không ạ?

👤 À, bác ngủ ngon lắm.

🧑 Thế thì tốt quá.
Sắc mặt bác cũng hồng hào lắm ạ. Sắp đến giờ ăn sáng rồi, bác có cảm thấy muốn ăn không ạ?

👤 Có.

🧑 Thế thì hay quá.
Bây giờ bác ngồi dậy khỏi giường nhé.
Cháu sẽ chuẩn bị xe lăn, bác đợi cháu một chút ạ.

👤 Phiền cháu quá.

🧑 Không phiền gì đâu ạ. Bác hãy ngồi dậy để trải qua một ngày thật vui bác nhé.

👤 May mà có cháu.

<<Penyampaian kata saat bangun tidur>>

🧑 <Tok tok tok> Permisi.
Noda-san. Selamat Pagi. Apakah Anda sudah bangun?

👤 Selamat Pagi. Dah bangun (sudah bangun).

🧑 Noda-san, kemarin malam apakah sudah tidur dengan nyenyak?

👤 Ya, bisa tidur dengan nyenyak.

🧑 Itu bagus. Wajah Anda juga terlihat segar ya.
Sebentar lagi makan pagi, bagaimana nafsu makannya?

👤 Ada lo.

🧑 Itu bagus ya.
Kalau begitu mari bangun dari bed.
Saya akan siapkan kursi roda, apakah Anda bisa menunggu sebentar?

👤 Maaf ya.

🧑 Tidak apa-apa ya. Bangun, dan mari nikmati satu hari ini dengan senang.

👤 Saya tertolong lo.

83

練習 05

≪ベッドから起き上がる≫

- では、お布団を失礼します。
  右手で左肘をつかんで、胸の前に持ってきてくださいますか。
- はい。
- ありがとうございます。
  では、右膝を立てていただけますか。左はお手伝いしますね。失礼します。
- …………
- では、1、2の3で私のほう[=右]を向きましょう。
  1、2の3。大丈夫ですか。
- 大丈夫。
- 私が首と膝を支えますので、1、2の3で座りましょう。
  1、2の3。
  はい、大丈夫ですか。
- あんた[=あなた]、上手だね。
  ひょいっとやっちゃうんだね[=やってしまうんだね]。
- ありがとうございます。プロですから、慣れていますよ。
  ですから、必要なときはいつでも呼んでくださいね。
- ありがとう。

≪ベッドから車いすへの移乗≫

- ベッドを少し下げますね。……足は床についていらっしゃいますか。
- ああ。
- 車いすをもう少しだけベッドに寄せますね。ブレーキをかけて……。
  では、車いすに移りましょうか。
- はい、お願いします。
- では、お尻を動かして浅く腰かけていただけますか。
  靴はこちらでよろしいですか。
- それ、それ。
- 左足はお手伝いしますね。失礼します。
  では、足を軽く後ろに引いていただけますか。
- はい。

↓つづく

Practice 05 / Luyện tập 05 / Latihan 05

<<Getting up from a bed>>

Excuse me. I'm going to remove your comforter.
Could you hold your left elbow with your right hand and pull it in front of your chest?

Yes.

Thank you.
Could you bend your right knee?
Excuse me. I'm going to help with your left knee.

......

Now, you're going to turn towards me (the right) on the count of 3.
On my count: 1, 2, 3.
Are you feeling all right?

OK.

I'm going to support your neck and knees and you're going to sit on the bed on the count of 3. On my count: 1, 2, 3. Are you all right?

You're good.
You turn my body so easily.

Thank you very much. I'm a professional caregiver so I'm used to this.
Please feel free to call me whenever you need any help.

Thank you.

<<Transferring from a bed to a wheelchair>>

I'm going to lower the bed a little.
...... Are your feet touching the floor?

Yes.

I'm going to move the wheelchair a little closer to the bed.
I set the brake......
Now, let's sit in it.

OK, thank you.

Then, could you move your hips and sit on the edge of the bed?
Would you like to wear these shoes?

Yes, those.

Excuse me. I'm going to help you put on the left shoe.
Now, could you pull back your legs a little?

Yes.

<<Ngồi dậy trên giường>>

Bác hãy dùng tay phải nắm lấy khủy tay trái và để trước ngực giúp cháu với ạ.

Vâng.

Cháu cảm ơn bác.
Bây giờ bác có thể co đầu gối phải lên không ạ? Bên trái cháu sẽ giúp bác ạ. Cháu xin phép.

......

Cháu đếm 1, 2, 3 thì sẽ xoay người bác về phía cháu (phía tay phải) ạ.
1, 2, 3. Bác không sao chứ ạ?

Bác không sao.

Cháu sẽ đỡ cổ và đầu gối, cháu đếm 1, 2, 3 và bác ngồi xuống nhé.
1, 2, 3.
Rồi ạ. Bác ổn chứ ạ?

Cháu giỏi thật đấy nhỉ.
Làm vèo một cái là xong.

Cháu cảm ơn bác. Cháu chuyên nghiệp rồi nên quen rồi bác ạ.
Vì thế bất cứ khi nào cần bác cứ gọi cháu bác nhé.

Cảm ơn cháu.

<<Di chuyển từ giường sang xe lăn>>

Cháu xin phép hạ giường xuống một chút ạ.
Chân bác đã chạm xuống sàn chưa ạ?

Rồi cháu ạ.

Cháu sẽ kéo xe lăn dịch vào gần giường hơn chút nữa.
Cháu kéo phanh lại ạ...
Bây giờ bác di chuyển sang xe lăn bác nhé.

Nhờ cháu nhé.

Bây giờ bác hãy dịch mông ngồi ra mép giường giúp cháu ạ.
Giày của bác đây đúng không ạ?

Đúng rồi, đúng rồi.

Để cháu giúp bác bên chân trái.
Bây giờ, bác có thể khẽ co chân lại phía sau giúp cháu được không ạ?

Vâng.

<<Bangun dari bed>>

Kalau begitu, futonnya permisi.
Apakah Anda bisa pegang siku kiri dengan tangan kanan, dan membawanya ke depan dada.

Ya.

Terima kasih.
Kalau begitu, Apakah Anda bisa menegakkan lutut kanan? Yang kiri akan saya bantu ya. Permisi.

......

Kalau begitu, dalam hitungan satu, dua dan tiga mari menghadap saya (kanan).
Satu, dua dan tiga.
Apakah tidak apa-apa?

Tidak apa-apa.

Saya akan menopang leher dan lutut Anda, mari duduk dalam hitungan satu, dua dan tiga. Satu, dua dan tiga. Ya, apakah tidak apa-apa?

Kamu (Anda), mahir ya. Langsung bisa ya (langsung bisa selesai ya).

Terima kasih. Karena tenaga professional, jadi terbiasa.
Jadi, jika perlu kapan saja tolong panggil saya ya.

Makasih.

<<Pemindahan dari bed ke kursi roda>>

Bednya akan sedikit saya turunkan ya.
...... Kaki Anda apakah sudah menginjak lantai?

Ya.

Kursi rodanya agak sedikit saya rapatkan ke bed ya.
Remnya dipasang......
Kalau begitu, mari pindah ke kursi roda.

Ya, mohon bantuannya.

Kalau begitu, apakah Anda bisa menggerakkan pantat Anda dan duduk dengan dangkal?
Sepatunya apakah boleh di sini?

Itu, itu.

Kaki kirinya akan saya bantu ya.
Permisi. Kalau begitu, apakah Anda bisa menarik kaki pelan-pelan ke belakang?

Ya.

85

練習 05

🧑‍⚕️ 左、失礼します。
では、右手を私の肩に回していただけますか。

👤 はい。

🧑‍⚕️ ありがとうございます。
では、私が腰と膝を支えますので、前かがみになって、1、2の3で立ちましょう。
1、2の3。大丈夫ですか。

👤 ああ、大丈夫。

🧑‍⚕️ では、右足を軸にこのまま少し身体の向きを変えましょう。

👤 はい。

🧑‍⚕️ ありがとうございます。
車いすの座るところが見えますか。

👤 はい。

🧑‍⚕️ では、1、2の3で車いすにゆっくり座りましょう。
1、2の3。大丈夫ですか。

👤 大丈夫。

🧑‍⚕️ 深く座り直しましょうか。ちょっとお手伝いさせてくださいね。
……座り心地はいかがですか。

👤 問題ない。

🧑‍⚕️ では、右足でフットサポートを下ろして、足を載せていただけますか。
左、すみません。
……はい、できました。

👤 ありがとう。

▼チェックリスト

- ☐ 起床の声かけでは睡眠や食欲について尋ねましたか。
- ☐ 自分でできるところは自分でしてもらいながら、麻痺側に配慮し、正しい順番で起き上がりと移乗の介助ができましたか。
- ☐ 動作の前に次に何をするか説明しましたか。
- ☐ 起き上がりや移乗の介助を申し訳なく思っている野田さんの気持ちが軽くなるような声かけ・対応ができましたか。

Practice 05 / Luyện tập 05 / Latihan 05

👩‍⚕️ Excuse me. I'm going to help with your left leg.
Now, could you put your right arm around my shoulder?

🧑 Yes.

👩‍⚕️ Thank you. I'm going to support your waist and knees.
Could you bend forward and stand up on the count of 3.
On my count: 1, 2, 3. Are you feeling all right?

🧑 Yes, OK.

👩‍⚕️ Let's move your body with your right foot.

🧑 Yes.

👩‍⚕️ Thank you.
Can you see the seat of the wheel-chair?

🧑 Yes.

👩‍⚕️ Now, let's sit down on the count of 3.
On my count: 1, 2, 3. Are you feeling all right?

🧑 Yes.

👩‍⚕️ Would you like to sit back in the wheelchair? May I help you a little?
...... How do you feel?

🧑 OK.

👩‍⚕️ Now, could you open the foot support with your right foot and put your feet on it?
Excuse me. I'm going to put your left foot on it.
...... We're finished.

🧑 Thank you.

👧 Cháu xin kéo giúp bác bên chân trái ạ.
Bây giờ bác có thể quàng tay phải qua vai cháu được không ạ?

🧑 Vâng.

👧 Cháu cảm ơn bác.
Bây giờ cháu sẽ đỡ lưng và đầu gối, bác cúi người về phía trước và sau khi cháu đếm đến 3 bác hãy đứng lên nhé.
1, 2, 3. Bác có sao không ạ?

🧑 À, bác không sao.

👧 Bây giờ bác hãy lấy chân phải làm trụ và xoay người từng chút một giúp cháu ạ.

🧑 Vâng.

👧 Cháu cảm ơn bác, bác đã nhìn thấy chỗ ngồi của xe lăn chưa ạ?

🧑 Bác nhìn thấy rồi.

👧 Bây giờ cháu sẽ đếm đến 3 và bác từ từ ngồi xuống xe lăn nhé.
1, 2, 3. Bác không sao chú ạ?

🧑 Bác không sao.

👧 Bác ngồi sâu thêm vào chút nữa nhé. Để cháu giúp bác ạ.
...... Bác ngồi đã thoải mái chưa ạ?

🧑 Thoải mái rồi cháu ạ.

👧 Bây giờ bác hãy dùng chân phải hạ thanh hỗ trợ để chân xuống và để chân lên đó giúp cháu ạ.
Bên chân trái cháu xin phụ bác ạ.
Đây xong rồi ạ.

🧑 Cảm ơn cháu nhé.

👩‍⚕️ Yang kiri, permisi.
Kalau begitu, apakah Anda bisa meletakkan tangan kanan Anda ke pundak saya?

🧑 Ya.

👩‍⚕️ Terima kasih.
Kalau begitu, saya akan menopang pinggul dan lutut Anda, tolong membungkuk ke depan, mari dalam hitungan satu, dua dan tiga berdiri.
Satu, dua dan tiga. Apakah tidak apa-apa?

🧑 Ya, tidak apa-apa.

👩‍⚕️ Kalau begitu, tolong gunakan kaki kanan sebagai poros mari sedikit demi sedikit ubah arah posisi tubuh.

🧑 Ya.

👩‍⚕️ Terima kasih.
Tempat duduk di kursi roda apakah bisa terlihat?

🧑 Ya.

👩‍⚕️ Kalau begitu, mari duduk pelan-pelan ke kursi roda dengan satu, dua dan tiga.
Satu, dua dan tiga. Apakah tidak apa-apa?

🧑 Tidak apa-apa.

👩‍⚕️ Mari duduk lebih dalam lagi. Apakah boleh sedikit saya bantu ya.
...... Bagaimana duduknya apakah nyaman?

🧑 Tidak masalah.

👩‍⚕️ Kalau begitu, apakah Anda bisa menurunkan foot support dengan kaki kanan (tangan kanan) dan meletakkan kaki?
Yang kiri, maaf.
...... Ya, sudah selesai.

🧑 Makasih.

▼ Checklist / Các điểm cần lưu ý / Daftar cek

☐ Did you ask Noda san about his sleep and appetite for food when you did Koekake for wake-up? / Khi Koekake đánh thức dậy, đã hỏi người bệnh về tình trạng giấc ngủ và việc muốn ăn sáng hay chưa? / Apakah Anda sudah menanyakan mengenai kondisi tidur dan nafsu makan dalam penyampaian kata saat bangun tidur?

☐ While you asked him to do what he can, did you pay attention to his paralyzed side and help him get up and transfer to a wheelchair in a proper order? / Đã hỗ trợ thức dậy và dịch chuyển trên tinh thần để người bệnh tự làm những chỗ có thể làm được, chú ý hỗ trợ bên bị liệt và tiến hành theo trình tự đúng hay chưa? / Apakah Anda sudah bisa meemberikan bantuan bangun dan pemindahan dengan urutan yang benar, dengan memperhatikan sisi yang paralisis sambil membiarkan pengguna jasa melakukan apa yang dia bisa?

☐ Did you explain the action before doing it? / Trước mỗi thao tác có giải thích trước bước tiếp theo mình sẽ làm gì hay chưa? / Apakah Anda sudah menjelaskan apa yang harus dilakukan sebelum melakukan gerakan?

☐ Noda san feels sorry to caregivers for getting help to get up and transfer. Considering his feelings, did you do Koekake and respond to him to reduce his worries? / Đã có thể Koekake, giao tiếp phù hợp để bác Noda - người luôn cảm thấy áy náy vì được hỗ trợ ngồi dậy và di chuyển sang xe lăn - cảm thấy nhẹ lòng hơn hay chưa? / Apakah Anda bisa menyampaikan kata dan tanggapan untuk memperingan perasaan Noda-san yang merasa tidak enak untuk dibantu saat bangun dan pemindahan?

明治以降の元号
めいじいこう　げんごう

Names of Eras after the Meiji Era / Niên hiệu sau thời Meiji / Nama Era setelah Meiji

【元号（年号）】
げんごう　ねんごう

年につける名前。現代の日本では天皇がかわると元号がかわります。
とし　　　　なまえ　げんだい　にほん　　てんのう　　　　　げんごう

Name of an era. In modern Japan, a new Gengou starts with the new Emperor.
Tên gọi của thời đại. Hiện nay ở Nhật Bản khi có thiên hoàng mới thì niên hiệu cũng thay đổi.
Nama yang digunakan pada tahun. Pada Jepang zaman modern jika kaisar berganti nama era juga berganti. (= nama tahun)

元号 Era / Niên hiệu / Nama era	西暦 せいれき Western calendar / Lịch tây / Kalender masehi	元号 Era / Niên hiệu / Nama era	西暦 せいれき Western calendar / Lịch tây / Kalender masehi
明治 めいじ	1868～1912	平成 へいせい	1989～2019
大正 たいしょう	1912～1926	令和 れいわ	2019 (5月1日)～
昭和 しょうわ	1926～1989		

十二支
じゅうにし

Juunishi / 12 con giáp / *Juunishi* (dua belas zodiak Cina)

【十二支（干支）】
じゅうにし　えと

暦、時刻、方位を表すのに使われる12区分。現代では特に
こよみ　じこく　ほうい　あらわ　　つか　　　　くぶん　げんだい　　とく
暦(年)に使われることが多く、「2020年は子年です」や「私
こよみ とし　つか　　　　　　　おお　　　　　　ねん　ねどし　　　　わたし
は丑年生まれ」というように使います。干支とも言います。
うしどし う　　　　　　　　　　　　つか　　　　　えと　　　　い

12 animal signs which show calendar, time and directions. Presently, Juunishi is used for years such as '2020 is the year of the Rat.' or 'I was born in the year of the Ox'. It is also called *Eto*.
12 con giáp được sử dụng để chỉ năm, thời gian, và phương hướng. Hiện nay người Nhật thường sử dụng 12 con giáp để chỉ năm (tuổi). Ví dụ, nói "Năm 2020 là năm tý.", "Tôi sinh ra năm sửu". Có thể gọi là "Eto".
12 segmen yang digunakan untuk mewakili kalender, waktu dan arah. Pada zaman modern sering digunakan terutama untuk kalender (tahun). Sering digunakan seperti "tahun 2020 adalah tahun tikus" atau "saya lahir tahun sapi". Sering disebut dengan *Eto*.

子	ねずみ	rat / tý / tikus
丑	うし	ox / sửu / sapi
寅	とら	tiger / dần / harimau
卯	うさぎ	rabbit / mẹo / kelinci
辰	たつ	dragon / thìn / naga
巳	へび	snake / tỵ / ular
午	うま	horse / ngọ / kuda
未	ひつじ	sheep / mùi / domba
申	さる	monkey / thân / kera
酉	とり	rooster / dậu / ayam
戌	いぬ	dog / tuất / anjing
亥	いのしし	boar / hợi / babi hutan

第6章 食事・服薬の声かけ

Chapter 6: Koekake for Meals and Medication
Chương 6: Koekake khi phục vụ ăn, uống thuốc
Bab 6: Penyampaian Kata Saat Makan dan Minum Obat

　1日3回の食事やおやつは本来楽しいものです。食事やおやつの時間を楽しみにしている利用者様も多いでしょう。一方、咀嚼や嚥下が難しい利用者様やもともと食に興味・関心がない利用者様にとっては、食事は辛いものかもしれません。食事やおやつは健康を支えるために大切ですが、誤嚥などによる危険や利用者様同士のいさかいなどを伴う可能性もあります。アレルギーや持病による食事制限のある利用者様には、配膳時だけでなく、食事中も注意深く見守り、間違って口にしないように気をつけます。食事やおやつの時間は決まっており、一斉に行うので、介護職にとっては忙しい時間帯ですが、利用者様一人ひとりの状態や好みに合わせた介助・声かけをします。どんなに慌ただしくても、急かさず、食べたがらない利用者様に無理強いせず、楽しい食事・おやつの時間を提供するように心がけます。

　皆さんの中には、口に合わない、宗教上食べられないなどの理由で日本料理を普段まったく口にしない方もいると思います。ですが、利用者様と楽しく食事についてお話しできると、会話も弾み、良い人間関係の構築もできます。日本料理は季節や行事と関係があります。できれば、料理の名前と材料や季節などを覚えましょう。

　利用者様の多くはなんらかの薬を服用しています。決められた薬を決められた時間に決められた量、服用するように注意して介助します。誤薬防止のため、薬を渡す前には利用者様のフルネームや薬の種類を声に出して言います。

Three meals a day and snack time are usually an enjoyable part of the day. There are many users who look forward to meals and snack time. On the other hand, users who have difficulties in mastication, swallowing or who have less interest in meals by nature, might find this experience unpleasant. Meals and snack time are essential to maintain health, but they can also cause danger due to aspiration or conflict between users. You need to pay close attention to users with allergies or dietary restrictions due to his/her chronic illness not only when you serve meals, but also during eating so that they may not have the wrong food. Meal or snack time is usually fixed and users have meals or snacks together. Caregivers are busy during this time, but try to help and do Koekake according to a user's individual condition and preference. No matter how busy you are, you must not hurry users or force users with no appetite to eat. You should always try to offer a pleasant experience during meals and snack time.

Some of you don't eat Japanese food due to taste or religious restrictions. However, if you can enjoy talking about food with users, the conversation becomes lively and you can also build a good relationship of trust. Japanese ingredients and dishes are related to seasons and events. If possible, please remember the names of dishes, ingredients, and seasons.

Most users take medicine. You should carefully help users take prescribed medicine in the proper amount at the right time. To prevent medication error, please say the user's full name and explanation of the medicine aloud.

Ba bữa ăn và bữa quà chiều trong một ngày vốn là khoảng thời gian vui vẻ. Có rất nhiều bệnh nhân háo hức mong đến giờ đi ăn hay thời gian của bữa quà chiều. Tuy nhiên, với những người bệnh gặp khó khăn trong việc nhai nuốt hay những người bệnh vốn không hứng thú gì với việc ăn uống sẽ thấy bữa ăn là thời gian khó chịu. Các bữa chính và bữa quà chiều rất qua trọng trong việc bảo đảm sức khỏe nhưng lại có khả năng đi kèm với các vấn đề nguy hiểm như khi người bệnh bị nghẹn, mâu thuẫn giữa các người bệnh với nhau. Với những người bệnh bị dị ứng hay có tiền sử bệnh nên bị giới hạn thức ăn thì không chỉ lúc mang bữa ăn tới mà trong khi họ ăn bạn cũng phải theo dõi thật cẩn thận để bảo đảm họ không ăn nhầm. Do thời gian dùng bữa chính và quà chiều được định sẵn và tất cả các bệnh nhân cùng tham gia nên đó chính là khoảng thời gian bận rộn nhất của nhân viên điều dưỡng, tuy nhiên hãy lưu ý hỗ trợ và Koekake phù hợp với tình trạng và sở thích của từng bệnh nhân. Dù có bận đến đâu cũng phải lưu ý không thúc giục, không bắt ép khi người bệnh không muốn ăn, hãy cố gắng tạo ra khoảng thời gian dùng bữa thật vui vẻ.

Trong số các bạn nhân viên điều dưỡng chắc sẽ có nhiều bạn vì khẩu vị không hợp hay vì lý do tôn giáo thông thường hoàn toàn không ăn món Nhật. Tuy nhiên nếu bạn có thể trò chuyện vui vẻ với người bệnh về bữa ăn thì câu chuyện cũng trở nên sôi nổi đồng thời có thể xây dựng được mối quan hệ tốt với họ. Món ăn Nhật Bản có liên quan đến thời tiết và các sự kiện trong năm. Nếu có thể hãy nhớ tên các món ăn và nguyên liệu, tên gọi các mùa v.v…

Nhiều người bệnh phải uống thuốc. Hãy chú ý chăm sóc điều dưỡng để họ có thể uống đúng loại thuốc quy định vào đúng thời gian quy định với đúng liều lượng quy định. Để tránh uống nhầm, trước khi trao thuốc cho người bệnh hãy lên tên gọi đầy đủ của họ và tên của loại thuốc.

Camilan dan makan sehari tiga kali pada hakikatnya adalah hal yang menyenangkan. Mungkin banyak pengguna jasa yang tidak sabar menantikan waktu makan dan camilan. Di lain sisi, bagi para pengguna jasa yang sulit mengunyah dan menelan atau yang tidak ada ketertarikan dan minat terhadap makanan, makan adalah mungkin hal yang membuat penderitaan. Makan dan camilan adalah hal yang penting untuk mendukung kesehatan, akan tetapi juga beresiko terjadi aspirasi dan lain-lain serta harapan di antara sesama pengguna jasa. Untuk pengguna jasa yang menderita alergi dan penyakit bawaan , bukan hanya saat penyajian, saat tengah makan pun perlu diawasi dengan hati-hati supaya tidak salah makan. Waktu makan dan camilan sudah ditentukan, dan dilakukan secara serempak, bagi para tenaga perawatan lansia adalah saat-saat yang sibuk, namun perlu dilakukan bantuan dan penyampaian kata yang disesuaikan dengan kondisi dan selera pengguna jasa satu demi per satu. Bagaimanapun sibuknya, jangan tergesa-gesa, jangan memaksa terhadap pengguna jasa yang tidak mau makan, perhatikan untuk memberikan waktu makan dan camilan yang menyenangkan.

Di antara Anda sekalian, mungkin ada yang tidak makan masakan Jepang dengan alasan seperti tidak cocok rasanya, alas an agama dan lain-lain. Akan tetapi, jika bisa berbincang dengan pengguna jasa mengenai makan, percakapan akan meriah, dan akan dapat membangun hubungan interpersonal yang baik. Sebaiknya mari kita ingat nama masakan, bahan makanan serta musim dan lain-lain.

Kebanyakan pengguna jasa yang mengonsumsi obat Bantulah secara hati-hati supaya dapat meminum obat yang ditentukan pada waktu yang ditentukan dan dengan jumlah yang sudah ditentukan. Untuk mencegah salah obat, pada saat sebelum diserahkan ucapkan dengan lantang nama lengkap pengguna jasa dan jenis obatnya.

声かけ表現リスト 06

mp3 037

1. そろそろ朝ご飯のお時間ですよ。

2. 朝ご飯のお時間になりましたから、リビングに行かれませんか。

3. お昼の支度ができましたが、お食事に行かれませんか。

4. 晩ご飯の準備ができましたよ。

5. お食事ができるまでもう少しかかりますので、しばらくお待ちいただけますか。

6. ご飯は今作っていますので、30分ほどお待ちいただけますか。

7. お昼ご飯まであと1時間ぐらいありますよ。
   よかったら、こちらで一緒にお話しませんか。

8. もうすぐおやつのお時間ですよ。

9. こちらにお掛けください。

10. いすの座り心地はいかがですか。

11. クッションを持ってきましょうか。

12. 田中さんの席はこちらですよ。お座りください。

13. 今、お食事をお持ちしますので、お待ちください。

14. 入れ歯は入っていますか。

15. 何だか元気がないですね。食欲はどうですか。

16. お料理を見たら、食べたくなるかもしれませんから、ちょっと食堂に行ってみませんか。

17. すみませんが、お箸を並べるの（を）手伝っていただけませんか。

18. おしぼりをどうぞ。

19. お手拭きをどうぞ。手を拭いていただけますか。

20. ＜片麻痺のある利用者様に＞　手（を）拭かせていただいてもいいですか。

List of Koekake Expressions 06 / Cách nói Koekake 06 / Daftar Ekspresi Penyampaian Kata 06

1	It's almost time for breakfast.	Sắp đến giờ ăn sáng rồi ạ.	Sebentar lagi waktu makan pagi.
2	It's time for breakfast. Would you like to go to the living room?	Đến giờ ăn sáng rồi ạ, ta đến phòng khách bác nhé.	Karena sudah waktu makan pagi, apakah Anda tidak mau pergi ke ruang tamu?
3	Lunch is ready. Would you like to go for lunch?	Bữa trưa đã được chuẩn bị xong. Ta đi ăn bác nhé?	Persiapan makan siang sudah selesai, apakah Anda tidak mau pergi makan?
4	Dinner is ready.	Cháu đã chuẩn bị xong bữa tối rồi ạ.	Persiapan makan malam sudah selesai lo.
5	It will take more time for (breakfast, lunch, dinner) to be ready. Could you wait a little longer?	Bữa ăn sắp được chuẩn bị xong. Phiền bác chờ một chút ạ.	Sampai makanan selesai masih perlu waktu, apakah Anda bisa menunggu beberapa waktu?
6	They are cooking your (breakfast, lunch, dinner) now. Could you wait for about 30 minutes?	Bữa ăn hiện đang được nấu, bác có thể chờ khoảng 30 phút không ạ?	Karena sekarang makanan sedang dibuat, apakah Anda bisa menunggu sekitar tiga puluh menit?
7	You have another hour before lunch. If you don't mind, would you like to have a chat here?	Còn khoảng 1 tiếng nữa sẽ đến giờ ăn trưa. Nếu bác không phiền cháu ngồi nói chuyện ở đây với bác nhé?	Sampai makan siang masih ada waktu sekitar satu jam. Kalau boleh, apakah Anda mau ke sini berbincang bersama?
8	It's almost snack time.	Sắp đến giờ quà chiều rồi bác ạ.	Sebentar lagi waktu camilan lo.
9	Please have a seat here.	Cháu mời bác ngồi đây ạ.	Tolong duduk di sini.
10	Is your seat comfortable?	Ghế này ngồi có thoải mái không ạ?	Kenyamanan duduk kursinya bagaimana?
11	Shall I bring you a cushion?	Cháu mang gối tựa đến cho bác nhé?	Mari saya bawakan bantalan.
12	Tanaka san (your) seat is here. Please have a seat.	Ghế của bác Tanaka ở đây ạ. Cháu mời bác ngồi ạ.	Tempat duduk Tanaka-san di sini. Silakan duduk.
13	I'll bring your (breakfast, lunch, dinner) now. Please wait.	Cháu sẽ dọn bữa ăn ra. Bác chờ cháu một chút ạ.	Sekarang, sedang menunggu makan, tolong tunggu.
14	Are you using your dentures?	Bác đã gắn răng giả vào chưa ạ?	Apakah gigi palsunya sudah dipasang?
15	You don't look well. Do you have an appetite for food?	Bác có vẻ không khỏe? Bác có cảm thấy muốn ăn không ạ?	Kelihatannya seperti tidak sehat ya. Nafsu makan Anda bagaimana?
16	When you see the food, you might want to eat it. Would you like to go to the dining room?	Nếu thức ăn dọn ra có khi bác lại thấy muốn ăn đấy ạ, ta cùng đi đến phòng ăn bác nhé?	Jika Anda melihat masakannya, mungkin Anda ingin makan, mari kita pergi ke ruang makan sebentar.
17	Excuse me, but could you help me put the chopsticks on the table?	Xin lỗi bác, bác có thể giúp cháu xếp đũa được không ạ?	Minta maaf, apakah Anda bisa membantu menata sumpit?
18	Here is your wet napkin.	Cháu mời bác dùng khăn lau tay ạ.	Waslafnya silakan.
19	Here is your wet napkin. Could you wipe your hands?	Khăn lau tay đây bác ạ. Bác lau tay đi giúp cháu với.	Lap tangannya silakan.
20	\<To a user with hemiplegia\> May I wipe your hand(s)?	\<Với bệnh nhân bị liệt nửa người\> Cháu lau tay giúp bác có được không ạ?	\<Kepada pengguna jasa yang menderita hemiplegia\> Apakah saya boleh mengelap tangan Anda?

93

声かけ表現リスト 06

mp3 038

21 エプロンはお使いになりますか。

22 きれいなお洋服が汚れると大変ですから、エプロン（を）されますか。

23 フォーク（を）お使いになりますか。

24 お待たせしました。お昼ご飯です。

25 献立を説明しますね。

26 今日のメニューをご説明します。

27 今日は焼き魚にサラダにお味噌汁ですよ。

28 今日は肉じゃがですよ。味がしみ込んでいますよ。

29 今日は田中さんの好きな天ぷらですよ。

30 今日は敬老の日なので、特別な料理ですよ。

31 いいにおいですね。

32 おいしそうなにおいですね。

33 彩りがきれいでおいしそうですね。

34 この前、田中さんがおいしいっておっしゃってた [＝とおっしゃっていた] 煮魚ですよ。

35 まずお茶をどうぞ。

36 お茶を飲んでから、食べましょうか。

37 おいしいお茶をいれましたから、まずお茶からどうぞ。

38 熱いですので、お気をつけください。

39 ゆっくり召し上がってくださいね。

40 よく噛んで召し上がってくださいね。

41 ご自分で食べられますか。

42 食べるの（を）お手伝いしましょうか。

94

List of Koekake Expressions 06 / Cách nói Koekake 06 / Daftar Ekspresi Penyampaian Kata 06

21	Would you like to use an apron?	Bác có dùng khăn ăn không ạ?	Apakah Anda menggunakan celemek?
22	I'm afraid that your nice clothes will get dirty. Would you like to use an apron?	Quần áo đẹp thế này mà bẩn thì gay lắm ạ. Bác choàng khăn ăn nhé?	Susah kalau pakaian bagus nanti kotor, apakah Anda memerlukan celemek?
23	Would you like to use a fork?	Bác có dùng dĩa không ạ?	Apakah Anda memakai garpu?
24	I'm sorry to have kept you waiting. Here is your lunch.	Xin lỗi đã để bác đợi lâu. Bữa ăn đã được dọn xong rồi ạ.	Maaf telah menunggu. Ini makan siangnya.
25	I'm going to explain the menu.	Cháu xin được giải thích về thực đơn ạ.	Saya akan jelaskan menunya.
26	I'm going to explain today's menu.	Cháu xin được giải thích về thực đơn ạ.	Saya akan jelaskan menu hari ini.
27	Today is grilled fish, salad, and miso soup.	Hôm nay có món cá nướng, sa lát và canh tương ạ.	Hari ini ikan panggang ditambah salad dan miso sup.
28	Today is Nikujaga (meat and potatoes). It's well-seasoned and delicious.	Hôm nay có món khoai tây hầm thịt bò. Hầm lâu nên vị rất ngấm rồi ạ.	Hari ini semur kentang lo. Rasanya meresap lo.
29	Today's menu is Tanaka san's (your) favorite, tempura.	Hôm nay là món Tempura mà bác Tanaka thích đấy ạ.	Hari ini tempura kesukaan Tanaka-san.
30	Today is the Respect for the Aged Day. We have a special menu.	Hôm nay là ngày Kính lão nên bữa ăn hôm nay cũng đặc biệt hơn ạ.	Hari ini Hari Penghormatan Kaum Lansia, masakannya spesial lo.
31	It smells delicious.	Mùi thơm quá bác nhỉ!	Baunya enak lo.
32	It smells delicious.	Mùi có vẻ ngon bác nhỉ.	Baunya terasa enak.
33	The colors of the dish are beautiful and look delicious.	Món ăn được sắp xếp màu sắc đẹp quá bác nhỉ.	Hiasannya cantik kelihatan enak ya.
34	Here is the grilled fish which Tanaka san (you) said was delicious before.	Món cá kho mà lần trước bác Tanaka đã khen ngon đấy ạ.	Ikan panggang yang sebelumnya Tanaka-san bilang enak.
35	First, here is your tea.	Trước tiên cháu mời bác dùng trà ạ.	Pertama-tama, teh Jepang silakan.
36	Please have tea first and then eat your food.	Sau khi dùng trà xong, bác hãy dùng bữa ạ.	Setelah minum teh Jepang, mari makan.
37	I made delicious tea. Please drink the tea first.	Cháu đã pha tách trà ngon, cháu mời bác nhấp một ngụm trà trước ạ.	Saya sudah seduh teh Jepang yang enak, pertama-tama teh Jepangnya silakan.
38	It's hot. Please be careful.	Bác cẩn thận kẻo nóng ạ.	Karena panas, tolong berhati-hati.
39	Please eat slowly.	Bác hãy dùng bữa thật thong thả ạ.	Tolong dimakan pelan-pelan.
40	Please chew the food well.	Bác hãy nhai thật kĩ nhé!	Tolong dikunyah dan dimakan pelan-pelan.
41	Can you eat by yourself?	Bác có thể tự ăn không ạ?	Apakah Anda bisa makan sendiri?
42	Shall I help you eat the food?	Cháu giúp bác nhé?	Mari saya bantu makannya.

声かけ表現リスト 06

mp3 039

43 何から召し上がりますか。

44 どれもおいしそうですが、どれがいいですか。

45 （量は）このぐらいでいいですか。

46 （お口に運ぶ）スピードはこのぐらいでいいですか。

47 お口（を）開けていただけますか。

48 すみませんが、もう少しお口を開けてくださいませんか。

49 お味はいかがですか。

50 味はお口に合いますか。

51 次は何がよろしいですか。

52 もうちょっといかがですか。

53 もう一口いかがですか。

54 次はお味噌汁（を）いかがですか。

55 ちょっと食べにくいですか。

56 とろみをつけましょうか。

57 小さく切りましょうか。

58 少し硬いですか。

59 味が薄かったですか。すみません。

60 もう少しだけ召し上がりませんか。

61 魚の骨（は）ないと思いますが、見てみましょうか。

62 魚の皮はお嫌いですか。お取りしましょうか。

63 果物（は）いかがですか。

64 今日はデザートもありますよ。

96

List of Koekake Expressions 06 / Cách nói Koekake 06 / Daftar Ekspresi Penyampaian Kata 06

43	What would you like to have first?	Bác muốn ăn từ món nào ạ?	Anda mau makan dari apa dulu?
44	Everything looks delicious. Which one would you like to eat?	Món nào cũng ngon lắm ạ. Bác thích món nào ạ?	Semuanya kelihatan enak, Anda mau yang mana?
45	Is this portion good for you?	Lấy từng này được chưa ạ?	Apakah (jumlahnya) sebanyak ini boleh?
46	Is the speed (to bring the food to your mouth) good?	Tốc độ bón thế này có vừa không ạ?	Apakah kecepatan (memasukkan ke mulut) seperti ini?
47	Could you open your mouth?	Bác há miệng ra giúp cháu ạ.	Apakah Anda bisa membuka mulut Anda?
48	Excuse me, but could you open your mouth a little bigger?	Cháu xin lỗi, bác có thể há miệng to hơn một chút nữa được không ạ?	Minta maaf, apakah Anda bisa membuka mulut Anda sedikit?
49	How do you like the taste?	Món ăn thế nào ạ?	Rasanya bagaimana?
50	Is it delicious?	Vị này có hợp với bác không ạ?	Apakah rasanya cocok di mulut?
51	What would you like to have next?	Tiếp theo bác thích ăn món gì ạ?	Selanjutnya Anda mau apa?
52	Would you like to have a little more?	Bác ăn thêm chút nữa nhé?	Apakah mau agak ditambah?
53	Would you like another bite?	Bác ăn thêm miếng nữa nhé?	Satu suapan lagi bagaimana?
54	Would you like the miso soup next?	Tiếp theo bác dùng canh tương nhé?	Selanjutnya miso sup bagaimana?
55	Is this a little difficult to eat?	Hơi khó ăn ạ?	Apakah agak sulit dimakan?
56	Shall I add thickening to the dish?	Cháu chan sền sệt cho bác nhé?	Apakah perlu diperkental?
57	Shall I cut this into small pieces?	Cháu cắt nhỏ cho bác nhé?	Mari saya potong kecil-kecil.
58	Is this a little hard?	Hơi dai ạ?	Apakah keras?
59	Does this have less seasoning? Sorry.	Hơi nhạt ạ? Cháu xin lỗi bác.	Apakah rasanya hambar? Minta maaf.
60	Would you like to have a little more?	Bác ăn thêm chút nữa được không ạ?	Apakah Anda tidak mau makan sedikit lagi?
61	I don't think that there are any bones in the fish, but shall I check it just in case?	Cháu nghĩ không có xương cá đâu ạ. Để cháu kiểm tra xem.	Saya kira tidak ada duri ikannya, mari saya lihat.
62	Do you dislike the skin of the fish? Shall I remove it?	Bác ghét da cá ạ? Cháu bỏ đi cho bác nhé!	Apakah Anda tidak suka kulit ikan? Mari saya ambil.
63	Would you like to have fruit?	Bác có muốn ăn hoa quả không ạ?	Buah bagaimana?
64	Today, you have dessert, too.	Hôm nay có món tráng miệng đấy ạ.	Hari ini juga ada pencuci mulut.

声かけ表現リスト 06

mp3 040

65 あ、こぼれましたか。大丈夫ですか。

66 これで拭いていただけますか。

67 ちょっと拭かせてくださいね。

68 袖口につきそうなので、少しまくってもよろしいですか。

69 ほっぺにご飯がついて（い）ますよ。ちょっと失礼します。＜頬についているご飯粒を取る＞

70 セーターもご飯を食べて（い）ますね。ちょっと失礼してもいいですか。

71 そのお箸だと食べにくいですか。スプーンをお持ちしましょうか。

72 おいしいですか。

73 お代わりもありますが、いかがですか。

74 すみません。お代わりはないんです。

75 ＜他の利用者様の食事を食べようとしている利用者様に＞　田中さんのご飯はこちらですよ。

76 ＜食事を勧めてくる利用者様に＞　ありがとうございます。私（は）もう食べちゃった［＝食べてしまった］んです。

77 ＜食事を勧めてくる利用者様に＞　ありがとうございます。私（は）お弁当（を）持ってきて（い）ますから。

78 ＜噛み続けている利用者様に＞　飲み込んでみましょうか。

79 ＜噛み続けている利用者様に＞　飲み込みにくかったら、出してくださっても大丈夫ですよ。

80 食べたくないですか。

81 食欲がないですか。

82 お嫌いなものですか。

83 久しぶりに食べるとおいしいかもしれませんよ。召し上がってみませんか。

98

List of Koekake Expressions 06 / Cách nói Koekake 06 / Daftar Ekspresi Penyampaian Kata 06

65	Ah! did it spill over? Are you all right?	Ôi, bác bị đổ rồi ạ. Có sao không ạ?	Wah, tumpah ya. Apakah tidak apa-apa?
66	Could you wipe it with this?	Bác lau giúp cháu bằng khăn này với ạ.	Apakah Anda bisa mengelapnya dengan ini?
67	May I wipe it a little?	Cháu lau cho bác nhé.	Apakah saya boleh sedikit mengelapnya ya?
68	The food may get on your sleeve. Shall I roll your sleeve up?	Tay áo của bác sắp bị dính vào đồ ăn, để cháu xắn lên giúp bác nhé?	Hampir saja kena ujung lengan baju, apakah boleh saya gulung sedikit?
69	You have rice on your cheek. Excuse me. <A caregiver takes off the rice from a user's cheek>	Má của bác bị dính cơm ạ. Cháu xin phép <Lấy hạt cơm dính khỏi má ra>	Ada nasi menempel di pipi lo. Permisi sebentar.<Mengambil nasi yang menempel di pipi>
70	It looks like your sweater is eating rice, too. Excuse me.	Áo len cũng đang ăn cơm bác ạ. Cháu xin phép lấy ra ạ.	Sweaternya juga ikut makan ya. Apakah boleh permisi sebentar?
71	Are these chopsticks hard to use? Shall I bring you a spoon?	Đũa ấy khó gắp ạ? Để cháu mang thìa tới nhé?	Apakah dengan sumpit itu sulit makan? Mari saya bawakan sendok.
72	Is that delicious?	Có ngon không ạ?	Apakah enak?
73	There is more food available. Would you like a second helping?	Có thể ăn bát nữa đấy ạ, bác có muốn dùng thêm không ạ?	Ada untuk tambah makanan, bagaimana?
74	We're sorry. We don't have extra food.	Cháu xin lỗi, đã hết cơm (để ăn thêm) rồi ạ.	Minta maaf. Tidak ada tambah makanan.
75	<To a user who is trying to eat another user's food> Tanaka san's (your) food is here.	<Với bệnh nhân định ăn bữa ăn của bệnh nhân khác> Cơm của bác Tanaka ở bên này ạ.	<Terhadap pengguna jasa yang mau makan makanan pengguna jasa lain> Tanaka-san makanannya di sini lo.
76	<To a user who offers food to a caregiver> Thank you. I've already eaten.	<Với bệnh nhân mời nhân viên điều dưỡng ăn> Cháu cảm ơn bác. Cháu đã ăn cơm rồi ạ.	<Terhadap pengguna jasa yang menawarkan makanan> Terima kasih. Saya udah makan (sudah makan).
77	<To a user who offers food to a caregiver> Thank you. I brought my own meal.	<Với bệnh nhân mời nhân viên điều dưỡng ăn> Cháu cảm ơn bác. Cháu có mang theo cơm hộp rồi ạ.	<Terhadap pengguna jasa yang menawarkan makanan> Terima kasih. Saya sudah bawa nasi bekal.
78	<To a user who keeps chewing> Can you swallow (the food in your mouth)?	<Với bệnh nhân nhai mãi không nuốt> Giờ bác thử nuốt xem sao ạ?	<Kepada pengguna jasa yang terus mengunyah> Mari ditelan.
79	<To a user who keeps chewing> It's all right for you to spill out the food in your mouth if it's difficult to swallow.	<Với bệnh nhân nhai mãi không nuốt> Nếu khó nuốt bác nhè ra cũng được ạ.	<Kepada pengguna jasa yang terus mengunyah> Kalau sulit ditelan, boleh Anda keluarkan tidak apa-apa lo.
80	Don't you want to eat your food?	Bác không muốn ăn ạ?	Apakah Anda tidak mau makan?
81	Do you not have an appetite?	Bác không muốn ăn ạ?	Apakah Anda tidak ada nafsu makan?
82	Do you dislike this?	Bác không thích ăn món nào đó ạ?	Apakah Anda tidak suka ini?
83	You haven't eaten this in a long time so you might like it. Would you like to eat it?	Lâu không ăn có khi lại thấy ngon đấy ạ. Bác thử ăn xem sao?	Sudah lama tidak makan mungkin enak lo. Apakah Anda tidak mau mencoba makan?

声かけ表現リスト 06

mp3 041

84 無理しなくてもいいですよ。食べられそうなものだけでも召し上がってみてください。

85 あれ？　入れ歯（は）入れていらっしゃいませんか。

86 食べにくそうですね。歯が痛みますか。

87 ＜むせた利用者様に＞　大丈夫ですか。少し休憩しましょう。

88 大丈夫ですか。詰まりましたか。

89 咳が収まってから、食べましょう。

90 こちらの料理は健康を考えて、味が濃くないんですよ。すみません。

91 田中さんのリクエストを調理の担当にお伝えしますので、ご希望をお聞かせ願えますか。

92 調理の担当の者にそう伝えておきます。

93 （お食事は）お済みですか。

94 よく召し上がりましたね。

95 きれいに召し上がりましたね。

96 あまり召し上がっていませんね。どうされましたか。

97 全然召し上がっていませんが、どうなさいましたか。

98 お茶のお代わり（は）いかがですか。

99 食器をお下げしてもいいですか。

100 お膳を下げてもよろしいですか。

101 食器をあちらまで持って行っていただけますか。

102 エプロンを外してもよろしいですか。

103 おしぼりでお口を拭いていただけますか。

104 新しいおしぼりをお持ちしましょうか。

List of Koekake Expressions 06 / Cách nói Koekake 06 / Daftar Ekspresi Penyampaian Kata 06

84	You don't need to force yourself to eat. Please eat what you can.	Bác không phải cố đâu ạ. Bác cứ ăn những món bác có thể ăn được là được ạ.	Jangan dipaksakan lo. Tolong Anda makan yang bisa dimakan saja.
85	Oh? Do you not have dentures in your mouth?	Ôi, bác không gắn răng giả ạ?	Loh? Anda tidak memasukkan gigi palsu?
86	You seem to have difficulty in eating. Do you have a toothache?	Có vẻ khó ăn đúng không ạ? Răng bác bị đau ạ?	Agak sulit dimakan ya. Apakah gigi anda sakit?
87	<To a choking user> Are you all right? Please take a rest.	<Với bệnh nhân bị sặc> Bác có sao không ạ? Bác nghỉ một chút nhé.	<Kepada pengguna jasa yang tersedak> Apakah tidak apa-apa? Mari istirahat sebentar?
88	Are you all right? Is anything stuck in your throat?	Bác có sao không ạ? Bác có bị nghẹn không?	Apakah tidak apa-apa? Apakah tersangkut?
89	Please eat again when your coughing stops.	Khi nào ngừng ho ta lại ăn bác nhé.	Kalau batuknya sudah reda, mari makan.
90	For your health, there is less seasoning in the dishes. We're sorry.	Món này được nấu nhạt để đảm bảo tốt cho sức khỏe của bác. Cháu xin lỗi bác.	Masakan ini memikirkan kesehatan, rasanya tidak kuat. Minta maaf.
91	I'll tell Tanaka san's (your) request to the people in charge of cooking. Please tell me your request.	Cháu sẽ truyền đạt yêu cầu của bác đến đầu bếp. Bác cho cháu biết yêu cầu của bác ạ.	Saya sampaikan kepada petugas masak permintaan Tanaka-san, apakah Anda bisa menyampaikan keinginan Anda?
92	I'll tell it to the people in charge of cooking.	Cháu sẽ truyền đạt lại cho đầu bếp ạ.	Saya akan sampaikan seperti itu kepada petugas masak.
93	Did you finish (eating)?	Bác dùng bữa xong rồi ạ?	Apakah sudah selesai (makannya)?
94	You ate well.	Hôm nay bác ăn được nhiều quá!	Anda makannya banyak ya.
95	You ate up everything.	Bác đã ăn gọn gàng quá!	Anda makannya bersih ya.
96	You haven't eaten a lot. What's the matter?	Hôm nay bác không ăn mấy. Bác mệt ạ?	Anda tidak begitu makan ya. Ada apa gerangan?
97	You haven't eaten at all. What's the matter?	Hôm nay bác chẳng ăn gì cả. Bác có sao không ạ?	Anda sama sekali tidak makan. Ada apa kiranya?
98	Would you like a refill of your tea?	Bác muốn uống thêm trà không ạ?	Tambah teh Jepang bagaimana?
99	Shall I clear the table?	Cháu dọn bát đĩa được không ạ?	Apakah saya boleh membereskan alat makannya?
100	Shall I clear the table?	Cháu dọn khay được không ạ?	Apakah saya boleh membereskan sumpitnya?
101	Could you take your plates over there?	Bác có thể mang bát đĩa ra kia giúp cháu không ạ?	Apakah Anda bisa membawa alat makan sampai ke sini?
102	May I remove your apron?	Cháu tháo khăn ăn ra nhé?	Apakah saya boleh melepas celemek Anda?
103	Could you wipe your mouth with a wet napkin?	Bác dùng khăn lau lau miệng giúp cháu với ạ.	Apakah Anda bisa mengelap mulut dengan waslaf?
104	Shall I bring you a new wet napkin?	Cháu mang khăn lau mới ra cho bác nhé?	Mari saya bawakan waslaf baru.

声かけ表現リスト 06

＜おやつ＞

105 お飲み物は何がよろしいですか。

106 コーヒー、紅茶、お茶、ココア、ジュースがありますが。

107 コーヒーは温かいのでよろしいですか。

108 ジュースは氷をお入れしますか。

109 ミルクは入れますか。

110 紅茶はストレート、ミルクティー、レモンティー、どれがよろしいですか。

111 いつものココアでよろしいですか。

112 お砂糖はお入れしますか。

113 お砂糖は何本ですか。

114 今日のおやつは選べますが、これと、これ、どちらがよろしいですか。

115 お菓子（を）召し上がりませんか。

116 もう1つ召し上がりますか。

＜服薬＞

117 そろそろお薬のお時間ですよ。

118 田中一郎さん、食間のお薬です。吐き気止めが1錠です。

119 お食事の前に、薬を飲みましょう。

120 お食事はお済みですか。食後のお薬を飲みましょうか。

121 お水でお口の中を潤してくださいね。

122 まず胃のお薬です。どうぞ。

123 しっかりお水を飲んでくださいね。

124 こちらは舌下錠ですので、舌の下に入れてくださいね。

↓つづく

List of Koekake Expressions 06 / Cách nói Koekake 06 / Daftar Ekspresi Penyampaian Kata 06

	<Snack time>	**<Bữa quà chiều>**	**<Camilan>**
105	What would you like to drink?	Bác thích uống gì ạ?	Minumannya mau minuman apa?
106	We have coffee, tea, Japanese tea, hot chocolate, and juice.	Có cà phê, hồng trà, trà xanh, cacao, nước hoa quả ạ.	Ada kopi, teh, teh Jepang, koka, jus.
107	Would you like your coffee hot?	Bác uống cà phê nóng ạ?	Kopinya mau yang hangat?
108	Would you like ice in your juice?	Bác có cần cho đá vào nước quả không ạ?	Jusnya mau dengan es?
109	Would you like milk in your drink?	Bác có cần cho sữa không ạ?	Apakah mau diberi susu?
110	For your tea, how would you like it: straight, with milk or with lemon?	Hồng trà có hồng trà không, hồng trà với sữa, hồng trà với chanh, bác thích loại nào ạ?	Tehnya straight, teh susu, teh lemon, mau yang mana?
111	Would you like your usual hot chocolate?	Cháu lại lấy ca cao như mọi khi nhé?	Apakah Anda mau kokoa seperti biasanya?
112	Would you like sugar in your drink?	Bác có cần cho đường không ạ?	Apakah mau diberi gula?
113	How many sticks of sugar would you like?	Bác cần mấy túi đường ạ?	Gulanya berapa batang?
114	You can choose your snack today. Which would you like this or this?	Hôm nay được chọn quà chiều, bác thích món này hay món này ạ?	Hari ni Anda bisa memilih camilan, yang ini, atau ini, mau yang mana?
115	Would you like to have any sweets?	Bác có muốn ăn bánh kẹo không ạ?	Apakah Anda tidak mau makan kue?
116	Would you like one more?	Bác ăn thêm một cái nữa nhé?	Apakah Anda mau makan satu lagi?
	<Medication>	**<Khi uống thuốc>**	**<Minum obat>**
117	It's almost time for your medication.	Đến giờ uống thuốc rồi ạ.	Sebentar lagi waktu minum obat.
118	Tanaka Ichiro san, this is your medicine. You take this between meals. Here is one tablet for nausea.	Bác Tanaka, đến giờ uống thuốc rồi. Một viên chống buồn nôn ạ.	Ichiro Tanaka-san, obat di antara makan. Obat anti mual satu tablet.
119	Let's take your medicine before (breakfast, lunch, dinner).	Trước khi ăn ta uống thuốc bác nhé.	Sebelum makan, mari minum obatnya.
120	Did you finish (eating)? Would you like to take your medicine after the meal?	Bác ăn xong rồi ạ. Ta uống thuốc sau bữa ăn nhé.	Apakah makannya sudah selesai? Mari minum obat setelah makan.
121	Please moisten the inside of your mouth with water.	Bác uống nước để làm ướt miệng đi ạ.	Tolong basahi dalam mulut dengan air.
122	Let's take your stomach medicine first. Here you are.	Đầu tiên là thuốc dạ dày, cháu mời bác ạ.	Pertama-tama obat lambung. Silakan.
123	Please drink a lot of water.	Bác hãy uống nước đủ nhé.	Tolong benar-benar minum airnya.
124	Here is your sublingual tablet. Please put it under your tongue.	Đây là thuốc đặt dưới lưỡi. Bác hãy đặt dưới lưỡi nhé.	Ini tablet sublingual, tolong masukkan di bawah lidah.

声かけ表現リスト 06

mp3 043

125 粉薬はこのままでよろしいですか。

126 オブラートに包みますか。

127 （服薬）ゼリーに混ぜてお飲みになりますか。

128 飲み込めましたか。

129 お口にお薬は残っていませんか。

130 飲み薬（を）どうぞ。

131 湿布（は）ご自分で貼れますか。

132 湿布（を）貼るの（を）お手伝いしましょうか。

133 この辺りでよろしいですか。

134 塗り薬（は）ご自分で塗りますか。

135 塗り薬（を）お塗りしましょうか。

136 これぐらいでよろしいですか。

137 座薬（を入れるのを）、お手伝いしましょうか。

138 ちょっと冷たいですよ。失礼します。

139 目薬（を）差しましょうか。

140 目を開けていてくださいね。

141 はい、目を閉じていただけますか。

＜薬を何度も飲みたがる利用者様に＞

142 もうお薬は飲まれましたよ。

143 これがさっき飲まれたお薬です。ちゃんと正しく飲まれたので、ご安心ください。

144 痛み止めは6時間以上経ってからでないと飲めないんですよ。すみません。

List of Koekake Expressions 06 / Cách nói Koekake 06 / Daftar Ekspresi Penyampaian Kata 06

125	Would you like to take your powdered medicine as is?	Thuốc bột uống thẳng thế này có được không ạ?	Obat bubuknya tetap seperti ini tidak apa-apa?
126	Would you like to wrap it with an oblate disc?	Bác có cần cháu bọc thuốc và màng bọc (hỗ trợ dễ uống) không ạ?	Apakah mau dibungkus oblat?
127	Would you like to mix it with medication jelly?	Bác có cần trộn thuốc với thạch cho dễ dùng không ạ?	Apakah (obat minumnya) mau dicampur jelly dan diminum?
128	Did you swallow it?	Bác đã nuốt chưa ạ?	Apakah sudah bisa ditelan?
129	Is there any medicine remaining in your mouth?	Thuốc có còn dư trong miệng bác không ạ?	Apakah obatnya tidak tersisa di mulut?
130	Here is your liquid medicine.	Cháu mời bác uống thuốc.	Obat minumnya silakan.
131	Can you apply the poultice by yourself?	Bác có tự dán miếng cao dán được không ạ?	Apakah Anda bisa menempel obat koyo sendiri?
132	Shall I help you apply the poultice?	Để cháu giúp bác dán miếng cao dán ạ.	Mari saya bantu menempel obat koyo.
133	Can I put it on here?	Dán ở chỗ này được chưa ạ?	Apakah boleh di sekitar sini?
134	Would you like to apply the ointment by yourself?	Bác có tự bôi thuốc được không ạ?	Apakah Anda bisa mengoles obat salep sendiri?
135	Shall I apply the ointment on you?	Để cháu bôi thuốc cho bác nhé?	Mari saya oleskan obat salepnya.
136	Is this enough?	Thế này đã đủ chưa ạ?	Apakah boleh seperti ini?
137	Shall I help you put the suppository?	Để cháu giúp bác nhét viên thuốc đặt hậu môn nhé?	Mari saya bantu (untuk memasukkan) supositoria?
138	It's going to be a little cold. Excuse me.	Sẽ hơi lạnh một chút đấy ạ. Cháu xin phép.	Agak dingin lo. Permisi.
139	Shall I apply the eyedrops on you?	Để cháu nhỏ thuốc mắt cho bác nhé?	Mari saya teteskan obat matanya.
140	Please keep your eyes open.	Bác mở mắt như thế nhé.	Tolong buka matanya.
141	All right. Could you close your eyes?	Vâng, bác nhắm mắt lại đi ạ.	Ya, apakah Anda bisa menutup mata Anda?
	<To a user who wants to take medicine repeatedly>	**<Với bệnh nhân cứ muốn uống thuốc mãi>**	**<Kepada pengguna jasa yang minum obat berkali-kali>**
142	You've already taken your medicine.	Bác đã uống thuốc rồi cơ mà ạ.	Anda sudah minum obat lo.
143	This is the medicine you just took. You took it properly so please don't worry.	Thuốc này là thuốc bác vừa uống xong ạ. Bác đã uống đúng liều rồi ạ, bác đừng lo quá.	Ini obat yang baru Anda minum. Sudah diminum dengan benar, tolong tenang.
144	You can't take pain killers after 6 or more hours. Sorry.	Thuốc giảm đau phải uống cách nhau 6 tiếng đồng hồ. Cháu xin lỗi không thể để bác uống bây giờ được ạ.	Obat penghilang rasa sakit hanya boleh diminum setelah lewat enam jam lebih lo. Minta maaf.

105

練習 06

状況
午後5時55分、リビングで車いすに座って他の利用者様と会話している渡辺さんに声をかけて、食卓に誘導します。渡辺さんの食事と服薬の介助と声かけをします。今晩のメニューは、粥、煮魚（カレイ）、かぼちゃのサラダ、豚汁、寒天です。

利用者情報
渡辺みえ（女性）。認知症。車いすを利用している。慢性関節リウマチの悪化により、先週より食事は全介助になった。咀嚼・嚥下力が落ちてきているため、ソフト食を摂取している。好き嫌いはないが、食が細く、食事に時間がかかる。血圧が高いので、食後に服薬している。今、尿意はない。

=介護職　=渡辺

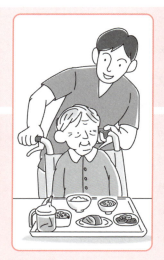

mp3 044
- お話中、失礼します。皆さん、楽しそうですね。そろそろ晩ご飯ですから、お席についていただけますか。渡辺さん、お席に行きましょうか。
- はい、お願いね。
- では、行きましょう。ブレーキを外します。（車いすを）押しますから、動きます。
- はい。
- 渡辺さん、お手洗い(に)行かれますか。
- 大丈夫。
- はい、わかりました。

mp3 045 ≪食卓で≫
- はい、着きました。ブレーキを掛けますね。
- はい。
- おしぼりをどうぞ。
- ありがとう。

↓つづく

Practice 06 / Luyện tập 06 / Latihan 06

[Situation]
It's 5:55 in the afternoon. You do Koekake to Watanabe san who is sitting in a wheelchair and talking with the other users in the living room and you take her to the table. You help her eat and take medicine and do Koekake. Tonight's menu is rice porridge, fish boiled in broth (flounder), pumpkin salad, miso soup with pork and vegetables, and agar jelly.

[Information about the user]
Watanabe Mie (female). Sha has dementia and uses a wheelchair. Because of her worsened rheumatoid arthritis, she started to get total help for meals last week. As her abilities to chew and swallow have been decreasing, she eats re-formed soft foods. She doesn't have special likes or dislikes, but she eats only a little and takes time. She takes medicine for high blood pressure after meals. She doesn't have a desire to urinate now.

👤 = Caregiver
👤 = Watanabe

(Bối cảnh)
Bây giờ là 5 giờ 55 phút chiều, bạn hãy Koekake với bà Watanabe đang ngồi trên xe lăn nói chuyện với bệnh nhân khác ở phòng khách để hướng dẫn bà đi ăn tối. Bạn sẽ hỗ trợ bà Watanabe ăn và uống thuốc. Thực đơn tối nay là cháo, cá kho (cá bơn kho), xa-lát bí đỏ, canh thịt, thạch Kanten.

(Thông tin về bệnh nhân)
Watanabe Mie (nữ giới), bị bệnh đãng trí. Sử dụng xe lăn. Do bệnh thấp khớp mãn tính tiến triển xấu nên từ tuần trước bà phải được hỗ trợ hoàn toàn khi ăn. Do khả năng nhai, nuốt yếu đi nên chỉ ăn đồ ăn mềm. Tuy không kén chọn trong ăn uống nhưng ăn rất lâu. Do bà bị huyết áp cao nên cần uống thuốc sau khi ăn. Hiện giờ không muốn đi tiểu.

👤 = Nhân viên điều dưỡng
👤 = Watanabe

[Situasi]
Sore hari pukul lima lebih lima puluh lima menit. Anda menyampaikan kata kepada Watanabe-san yang duduk di kursi roda di ruang tamu yang tengah berbicara dengan pengguna jasa lain, untuk pergi ke meja makan. Menu mala mini adalah bubur, ikan rebus (kalei), salad labu kuning, sup daging babi dan agar-agar.

[Informasi pengguna jasa]
Mie Watanabe (wanita), menderita demensia. Menggunakan kursi roda. Rematik artritis kronisnya memburuk, mulai minggu lalu makan perlu bantuan secara keseluruhan. Karena kemampuan mengunyah dan menelan menurun, banyak mengasup makanan lunak. Tidak ada suka atau tidak suka terhadap makanan, makannya sedikit, untuk makan memerlukan waktu. Karena tekanan darahnya tinggi, setelah makan perlu minum obat. Sekarang tidak ada rasa ingin kencing.

👤 = Tenaga perawat lansia
👤 = Watanabe

👤 Excuse me for interrupting your conversation. You all are having fun.
It's time for dinner. Could you take a seat?
Watanabe san, would you like to go to the dining table?

👤 Yes, please.

👤 Then, we'll go together.
I'm going to release the brake, push the wheelchair and it will move.

👤 Yes.

👤 Watanabe san, would you like to go to a toilet?

👤 No, it's OK.

👤 I see.

<<At the dining table>>

👤 Here we are. I'm going to set the brake on the wheelchair.

👤 Yes.

👤 Here is your wet napkin.

👤 Thank you.

👤 Cháu xin lỗi làm phiền trong khi bác đang nói chuyện. Các bác chuyện trò vui quá.
Sắp đến giờ ăn tối rồi, các bác về chỗ giúp cháu với ạ.
Bác Watanabe, ta đi ra ghế ngồi bác nhé?

👤 Vâng, nhờ cháu nhé.

👤 Ta đi bác nhé.
Cháu tháo phanh xe lăn đây ạ.
Cháu sẽ đẩy (xe lăn). Xe di chuyển đây ạ.

👤 Vâng.

👤 Bác Watanabe, bác có muốn đi vệ sinh không ạ?

👤 Không cần đâu.

👤 Vâng, cháu hiểu rồi ạ.

<<Tại bàn ăn>>

👤 Đến bàn ăn rồi ạ. Cháu kéo phanh xe lăn bác nhé.

👤 Vâng

👤 Cháu mời bác dùng khăn lau tay ạ.

👤 Cảm ơn cháu.

👤 Minta maaf, tengah bicara. Anda sekalian, kelihatan senang ya.
Sebentar lagi makan malam, apakah bisa pindah ke tempat duduk masing-masing?
Watanabe-san, mari pergi ke tempat duduk.

👤 Ya, minta tolong.

👤 Kalau begitu, mari pergi.
Remnya saya lepas. Saya akan mendorong (kursi roda), bergerak.

👤 Ya.

👤 Watanabe-san, apakah Anda mau pergi ke toilet?

👤 Tidak apa-apa.

👤 Ya, baiklah.

<<Di meja makan>>

👤 Ya, sudah sampai. Saya pasang remnya ya.

👤 Ya.

👤 Waslafnya silakan.

👤 Makasih.

107

練習

- 今日のメニューは、お粥、カレイの煮つけ、かぼちゃサラダ、豚汁と寒天ですよ。豪華ですね。まず、お茶を少し飲みましょうか。温度は大丈夫ですから、どうぞ。
- ＜お茶を飲む＞ ん。
- もう少しいかがですか。
- ううん。
- おいしそうですね。何から召し上がりましょうか。
- 魚(を)ちょうだい。
- はい、お魚ですね。どうぞ。
- ああ。
- お口を閉じていただけますか。はい、ありがとうございます。
- ……。おいしい。もうちょっと。
- お口にあったようでよかったです。はい、お魚ですね。どうぞ。
- ＜モグモグ＞
- お粥も少しいかがですか。
- ＜口を開けて、少し食べる＞
- スプーンで運ぶの(は)速すぎませんか。
- 大丈夫。
- 次は何になさいますか。
- う～ん。
- かぼちゃはいかがですか。おいしく作ってありますよ。
- ちょっともらおうかしら。
- はい、ありがとうございます。どうぞ。
- ＜モグモグ＞

 ≪2、3分後≫

- もう、ええ［＝いい］。
- もう少しだけいかがですか。
- う～ん。
- おいしいとおっしゃったお魚はいかがですか。
- うん。
- はい、どうぞ。
- ＜モグモグ＞

↓つづく

Today's menu is porridge, flounder boiled in broth, pumpkin salad, miso soup with pork and vegetables, and agar jelly. Luxurious dinner, isn't it? Would you like to drink tea first? The temperature (of the tea) is adequate. Here you are.

<She drinks tea.> Umm.

What about more tea?

No.

They look delicious. What would you like to have first?

Fish, please.

I see. Fish. Here you are.

Aa.

Could you close your mouth? All right. Thank you.

...... It's delicious. I want more.

I'm glad that you like it. Fish, isn't it? Here you are.

<She chews.>

Would you like to have some porridge?

<She opens the mouth and eats a little.>

Am I too fast?

No problem.

What would you like to have next?

Ummm.

How about the pumpkin (salad)? They cooked it well.

I'll have some.

All right. Thank you. Here you are.

<She chews.>

<<After a few minutes>>

No, no more.

How about a little more?

Umm.

What about the fish you said is delicious?

OK.

Here you are.

<She chews.>

Thực đơn hôm nay có cháo, cá bơn kho, xa-lát bí đỏ, canh thịt và thạch kanten ạ. Nhiều món ngon quá bác nhỉ. Bác uống chút trà trước nhé? Trà nóng vừa rồi, cháu mời bác ạ.

<Uống trà> Ừm.

Bác uống thêm chút nữa không ạ?

Đủ rồi cháu ạ.

Đồ ăn trông ngon bác nhỉ. Bác muốn ăn từ món nào trước ạ?

Cho bác món cá.

Vâng, món cá ạ. Cháu mời bác ạ.

Aaaa.

Bác khép miệng lại được rồi ạ. Vâng, cháu cảm ơn bác.

...ngon quá, cho tôi thêm chút nữa.

Bác ăn ngon miệng cháu vui lắm ạ. Vâng, cá đây ạ. Cháu mời bác.

<Nhai>

Bác có muốn ăn chút cháo không ạ?

<Mở miệng, ăn một chút>

Cháu đút thìa thế này có nhanh quá không ạ?

Không đâu.

Tiếp theo bác muốn ăn gì ạ?

Ừm...

Bác muốn ăn xa-lát bí đỏ không ạ? Nhà bếp làm ngon lắm ạ.

Thế thì bác ăn một chút vậy.

Vâng, cháu cảm ơn bác. Cháu mời bác ạ.

<Nhai>

<<2, 3 phút sau>>

Thôi bác no rồi.

Bác ăn thêm một chút nữa nhé?

Ừm...

Bác có muốn ăn thêm vài miếng cá không? Món bác vừa khen ngon ý ạ.

Có.

Vâng, cháu mời bác ạ.

<Nhai>

Menu hari ini adalah bubur, ikan rebus kalei, salad labu kuning, sup daging babi dan agar-agar lo. Mewah ya. Pertama-tama mari minum teh Jepangnya dulu. Temperaturnya tidak apa-apa, silakan.

<Minum teh Jepang> Glek.

Sedikit lagi bagaimana?

Ya.

Kelihatannya enak. Anda mau makan dari yang mana dulu?

Minta ikan.

Ya, ikan ya. Silakan.

Ya.

Apakah bisa ditutup mulutnya? Ya, terima kasih.

...... Enak. Minta lagi.

Masih ada di mulut. Ya, ikan ya. Silakan.

<Nyam nyam>

Buburnya mau sedikit juga bagaimana?

<Mulutnya dibuka, sedikit makan>

Apakah suapan dengan sendoknya tidak terlalu cepat?

Tidak apa-apa.

Selanjutnya Anda mau apa?

Ya......

Labu kuning bagaimana? Enak dimasaknya.

Bisa minta sedikit.

Ya, terima kasih. Silakan.

<Nyam nyam>

<<Setelah dua dan tiga menit>>

Udah (sudah).

Tinggal sedikit lagi bagaimana?

Ya......

Ikan yang Anda bilang enak bagaimana?

Ya.

Ya, silakan.

<Nyam nyam>

練習 06

mp3 048 《2、3分後》

👤 もうお腹(が)いっぱい。

🧑‍⚕️ そうですか。デザートの寒天はいかがですか。さっぱりして、おいしいですよ。

👤 うーん、1口だけ。

🧑‍⚕️ はい、どうぞ。

👤 ……ありがとう。ごちそうさま。

🧑‍⚕️ 頑張って召し上がりましたね。食器をお下げしてよろしいですか。

👤 ええ。

mp3 049 《下膳後》

🧑‍⚕️ すみません。お口を拭かせていただけますか。

👤 何かついて(い)る？

🧑‍⚕️ ちょっとお粥が。すみません、失礼します。
では、渡辺みえさん、夕食後のお薬を飲みましょうか。
血圧の薬と胃の調子を整える薬ですね。先にお水を少し飲みましょうか。

👤 ええ。＜水を飲む＞

🧑‍⚕️ では、胃のお薬からどうぞ。お水をどうぞ。……飲み込めましたか。

👤 ええ。

🧑‍⚕️ 次は血圧のお薬ですね。どうぞ。お水もどうぞ。……飲み込めましたか。

👤 ええ。

🧑‍⚕️ はい、お疲れ様でした。

▼チェックリスト

☐ 会話している利用者様に断ってから、会話を始めましたか。

☐ 食卓につく前に、周りに配慮してお手洗いについて聞きましたか。

☐ 渡辺さんの好みを確認しながら、食事の介助・声かけを行いましたか。

☐ 食の細い渡辺さんの食が進むような声かけをしましたか。

☐ 許可を得てから下膳しましたか。

☐ 誤薬防止のため、フルネームで名前を呼び、薬について説明をし、正しく服薬できたか確認しましたか。

Practice 06 / Luyện tập 06 / Latihan 06

<<After a few minutes>>

👤 I'm full.

👩‍⚕️ Are you? What about the agar jelly, dessert? It's fresh and delicious.

👤 One bite only.

👩‍⚕️ All right. Here you are.

👤 ...... Thank you. Gochisosama.

👩‍⚕️ You ate well. May I clear the table?

👤 Yes.

<<After clearing the table>>

👩‍⚕️ Excuse me. May I wipe your mouth?

👤 Is something on my face?

👩‍⚕️ A little porridge. Excuse me.
Now, Watanabe Mie san, you're going to take your medicine after dinner.
One is to reduce blood pressure and the other is to protect your stomach. Could you drink water a little first?

👤 Yes. <She drinks.>

👩‍⚕️ Now, please take medicine for the stomach first. Water, here you are. ...... Did you swallow it?

👤 Yes.

👩‍⚕️ Next, medicine to reduce high pressure. Here you are. Please drink some water. ...... Did you swallow it?

👤 Yes.

👩‍⚕️ All right. Thank you for your cooperation.

<<2, 3 phút sau>>

👤 Bác no rồi.

👩‍⚕️ Thế ạ? Bác có muốn ăn thạch Kanten tráng miệng không ạ? Món này ăn mát dịu ngon lắm ạ.

👤 Ừm...... một miếng thôi nhé.

👩‍⚕️ Vâng, cháu mời bác ạ.

👤 ...... Cảm ơn cháu. Bác ăn xong rồi.

👩‍⚕️ Bác đã cố ăn thật nhiều tuyệt quá ạ. Cháu dọn dẹp bát đĩa bác nhé?

👤 Vâng.

<<Sau khi dọn dẹp xon>>

👩‍⚕️ Xin lỗi bác, để cháu lau miệng cho bác nhé?

👤 Miệng tôi bị dính cái gì à?

👩‍⚕️ Có chút cháo ạ.
Cháu xin phép. Bây giờ, bác Watanabe Mie, bác uống thuốc sau bữa tối nhé.
Đây là thuốc huyết áp và thuốc điều tiết dạ dày ạ. Trước tiên bác uống chút nước nhé.

👤 Vâng. <Uống nước>

👩‍⚕️ Bây giờ cháu mời bác uống từ thuốc dạ dày ạ. Mời bác uống nước ạ. ...... Bác đã nuốt được thuốc chưa ạ?

👤 Rồi cháu ạ.

👩‍⚕️ Tiếp theo là thuốc huyết áp ạ. Cháu mời bác. Nước đây ạ. ...... Bác đã nuốt được thuốc chưa ạ?

👤 Rồi cháu ạ.

👩‍⚕️ Vâng, xong rồi ạ, cháu cảm ơn bác ạ.

<<Setelah dua dan tiga menit>>

👤 Perut sudah kenyang.

👩‍⚕️ Oh begitu. Pencuci mulut agar-agar bagaimana? Segar, enak lo.

👤 Ya...... Satu suapan saja.

👩‍⚕️ Ya, silakan.

👤 ...... Makasih. Terima kasih atas makanannya.

👩‍⚕️ Anda sudah berusaha makan banyak. Alat makannya boleh saya bereskan?

👤 Ya.

<<Setelah dibereskan>>

👩‍⚕️ Minta maaf. Apakah mulut Anda bisa saya lap?

👤 Apa yang menempel?

👩‍⚕️ Sedikit ada bubur. Minta maaf, permisi.
Kalau begitu, Watanabe-san, mari minum obat setelah makan malam.
Obat untuk tekanan darah dan obat untuk mengatur kondisi lambung ya. Mari minum air dulu sedikit.

👤 Ya.<Minum air>

👩‍⚕️ Kalau begitu, dari obat lambung silakan. Airnya silakan. ...... Apakah sudah ditelan?

👤 Ya.

👩‍⚕️ Selanjutnya obat tekanan darah ya. Silakan. Airnya silakan. ...... Apakah sudah ditelan?

👤 Ya.

👩‍⚕️ Ya, terima kasih atas kerja samanya.

▼ **Checklist / Các điểm cần lưu ý / Daftar cek**

☐ Did you start the conversation after saying sorry to disturb the users who were enjoying conversation? / Đã bắt đầu câu chuyện sau khi xin lỗi và xin phép vì cắt ngang cuộc chuyện trò của các bệnh nhân chưa? / Apakah Anda memulai percakapan, setelah meminta izin kepada para pengguna jasa lainnya?

☐ Did you pay attention to privacy and ask watanabe san about the toilet? / Trước khi đến bàn ăn đã để tâm đến xung quanh và hỏi người bệnh có muốn đi vệ sinh không hay chưa? / Apakah Anda menanyakan tentang toilet dan sekeliling sebelum sampai di meja makan?

☐ While you asked her preference, did you help her eat the dinner and do koekake? / Đã hỗ trợ ăn và Koekake khi đã hỏi về sở thích của bà Watanabe hay chưa? / Apakah Anda melakukan bantuan dan penyampaian kata sambil mengecek keinginan Watanabe-san?

☐ Did you do Koekake properly to Watanabe san who eats only a little so that she could eat well? / Đã Koekake để mời bà Watanabe khành ăn thêm hay chưa? / Apakah Anda sudah melakukan penyampaian kata untuk mendorong Watanabe-san yang makannya sedikit?

☐ Did you clear the table after getting her permission? / Đã xin phép trước khi dọn bát đĩa chưa? / Apakah Anda sudah minta izin dulu sebelum meberesikan?

☐ Did you say her full name and explain the medicine to prevent taking the wrong medicine? Did you check if she took medicine properly? / Để tránh uống nhầm thuốc, có gọi tên đầy đủ của bệnh nhân, giải thích về thuốc và kiểm tra xác nhận xem bệnh nhân đã uống thuốc đúng không hay chưa? / Untuk mencegah salah obat, apakah Anda memanggil nama lengkap, menjelaskan mengenai obat dan mengecek apakah peminuman obat sudah benar?

111

note

第 7 章
だい　　しょう

口腔ケアの声かけ
こうくう　　　　　　　こえ

Chapter1: Koekake for Oral Health Care
Chương I: Koekake khi chăm sóc răng miệng
Bab 1: Penyampaian Kata untuk Perawatan Rongga Mulut

　　　口腔ケアは近年大変重要だと考えられており、うがい、歯・義歯・粘膜・舌の清掃、口腔周辺筋の運動訓練、嚥下訓練などを含みます。口腔ケアにより、むし歯・歯周病・口臭・誤嚥性肺炎の予防、味覚・発話・表情の改善、唾液分泌の促進などが期待できます。しかし、多くの利用者様はうがい・歯磨き以外の口腔ケアの経験が少なく、口腔ケアを適切に行うことが難しいです。そのため、介護職による適切な介助と声かけが求められます。一部・全介助の利用者様にとって、他者が口腔内に手を入れるのは苦痛だということを介護職が十分理解し、痛みや不快感がないように心がけます。

Oral health care is regarded as very important in recent years. It includes gargling, cleaning of teeth, dentures, oral mucosa, tongue, exercise training of the perioral muscles, swallowing training, and so on. Oral health care can prevent cavities, periodontal diseases, oral odor, aspiration, and improve taste, speech, facial expressions, and increase saliva. However, many users lack oral health care experience except for gargling and brushing teeth and have difficulties in carrying out appropriate oral health care. Therefore, proper help and Koekake by caregivers is necessary. Please understand that a user with total or partial help feels very uncomfortable when a caregiver puts his/her fingers in a user's mouth. Users should not feel any pain or discomfort during care so you should provide proper help and do proper Koekake.

　　　Việc chăm sóc răng miệng những năm gần đây ngày càng được coi trọng. Chăm sóc răng miệng bao gồm xúc miệng, làm sạch răng, răng giả, niêm mạc, lưỡi, luyện vận động cơ xung quanh miệng, luyện nuốt v.v…Nhờ chăm sóc răng miệng có thể ngăn ngừa sâu răng, bệnh nha khoa, hôi miệng hay viêm phổi hít, cải thiện vị giác, phát âm, biểu hiện khuôn mặt, thúc đẩy tiết dịch vị v.v…Tuy nhiên, hầu hết các bệnh nhân đều ít có kinh nghiệm về chăm sóc răng miệng ngoài xúc miệng, đánh răng, nên việc tiến hành chăm sóc răng miệng một cách thích hợp trở nên khó khăn hơn. Cần hỗ trợ và hướng dẫn thích hợp từ nhân viên điều dưỡng. Ngoài ra, nhân viên điều dưỡng phải nhận thức đầy đủ rằng đối với những bệnh nhân cần chăm sóc hỗ trợ toàn bộ, việc bị người khác cho tay vào trong khoang miệng là một việc rất đau đớn khó chịu, cần chú ý Koekake sao cho bệnh nhân không cảm thấy đau đớn hay không thoải mái.

　　　Perawatan rongga mulut dianggap sangat penting dalam beberapa tahun terakhir termasuk berkumur, pembersihan gigi, gigi palsu, selaput lendir, lidah, latihan gerakan otot sekitar rongga mulut, latihan menelan, dll. Perawatan rongga mulut dapat diharapkan untuk mencegah karies gigi, penyakit periodontal, bau mulut, aspirasi pneumonia, memperbaiki indera perasa, ucapan, ekspresi wajah, mengakselerasi sekresi air liur, dll. Namun, banyak pengguna jasa yang sedikit memiliki pengalaman perawatan rongga mulut selain berkumur/menyikat gigi, serta sulit untuk melakukan perawatan rongga mulut dengan benar. Oleh karena itu, bantuan dan penyampaian kata yang tepat oleh tenaga perawatan lansia diperlukan. Bagi tenaga perawatan lansia untuk memahami sepenuhnya bahwa pengguna jasa dengan bantuan sebagian dan keseluruhan merasa tidak nyaman jika ada orang lain yang memasukkan tangan mereka ke rongga mulut adalah penting, oleh karena itu mari kita perhatikan jangan sampai ada rasa sakit atau ketidaknyamanan.

声かけ表現リスト 07

1. お食事の前にお口の体操をしましょう。
2. 「パタカラ体操」をしましょう。
3. お口をしっかり動かして、「パ」、「タ」、「カ」、「ラ」と言っていただけますか。
4. おいしくお食事が食べられるように、つばがよく出るマッサージをしましょう。
5. 親指で顎の下のここをやさしく押していただけますか。
6. つばがよく出るマッサージをしますね。軽く押しますよ。痛くないですか。
7. では、今からお食事がおいしく食べられる体操をします。
8. 気持ちを楽にして座ってください。
9. 私のまねをしていただけますか。
10. 無理しないで、できる範囲でけっこうですよ。
11. お腹に手を当てて深呼吸をします。
12. はい、ゆっくり吸ってください。
13. はい、けっこうです。次は、ゆっくり吐いてください。
14. もう一度お願いします。吸って～。はい、吐いて～。
15. 首を動かす体操です。
16. 振り返る感じで、首をゆっくり後ろに動かします。
17. 右後ろを振り返る感じです。
18. はい、けっこうです。反対側もお願いします。
19. 左後ろを振り返りましょう。
20. 次は耳を肩につける感じで、首を横に曲げます。
21. ゆっくり右肩につけるように曲げます。
22. では、反対です。左肩につけるように曲げます。

(11)

(16)

(20)

↓つづく

List of Koekake Expressions 07 / Cách nói Koekake 07 / Daftar Ekspresi Penyampaian Kata 07

1	Let's exercise your mouth before the meal.	Trước khi ăn ta hãy tập thể dục cho miệng bác nhé.	Sebelum makan mari lakukan senam mulut.
2	Let's do the 'PA, TA, KA, RA exercise'.	Bác hãy tập bài phát âm PATAKARA nhé.	Mari lakukan "senam patakara".
3	Could you say these sounds clearly with your mouth: 'PA', 'TA', 'KA', 'RA'?	Bác có thể cử động miệng thật rõ ràng và phát âm PA, TA, KA, RA giúp cháu không ạ?	Tolong gerakkan mulut benar-benar, apakah Anda bisa menyebut "pa", "ta", "ka", "ra"?
4	Let's massage your mouth area to build up saliva so that you can enjoy meals.	Bây giờ ta sẽ mát-xa hỗ trợ tiết nước bọt giúp ăn ngon miệng hơn ạ.	Supaya dapat makan dengan enak, mari kita pijat supaya ludah banyak keluar.
5	Could you press here, under your jaw, with your thumbs gently?	Bác hãy dùng ngón cái ấn nhẹ chỗ dưới cằm này hộ cháu ạ.	Apakah Anda bisa menekan pelan-pelan bawah dagu dengan jari ibu?
6	I'm going to give you a massage to stimulate release of saliva. I'm going to press gently. Is this painful?	Bây giờ cháu sẽ mát-xa hỗ trợ tiết nước bọt ạ. Cháu sẽ ấn nhẹ chỗ này. Bác không bị đau chứ ạ?	Saya akan melakukan pijat supaya ludah banyak keluar ya. Saya akan tekan pelan-pelan lo. Apakah tidak sakit?
7	Now, let's do an exercise to enjoy meals.	Bây giờ ta sẽ tập thể dục để ăn được ngon miệng hơn ạ.	Kalau begitu, mulai sekarang senam supaya bisa makan dengan enak.
8	Please take a seat and relax.	Bác hãy ngồi thật thoải mái ạ.	Tolong duduk untuk menenangkan perasaan.
9	Could you imitate me?	Bác có thể làm theo cháu được không ạ?	Apakah Anda bisa meniru saya?
10	Please don't overdo yourself. Please only do what you can.	Bác cứ làm những phần có thể, không cần cố quá đâu ạ.	Jangan dipaksa, cukup sebisa Anda.
11	Please put your hands on your stomach and breathe deeply.	Đặt tay lên bụng và thở sâu.	Tolong tangan diletakkan di perut tarik napas dalam-dalam.
12	Now, please breathe in slowly and deeply.	Vâng, bác hãy hít vào thật từ từ.	Ya, tolong tarik napas pelan-pelan.
13	Good. Now, please breathe out slowly and deeply.	Vâng, được rồi ạ. Tiếp theo, bác hãy từ từ thở ra ạ.	Ya, cukup. Selanjutnya, lepaskan napas pelan-pelan.
14	Please do that one more time. Please breathe in. All right. Please breathe out.	Mời bác làm lại lần nữa ạ. Hít vào. Rồi, thở ra ạ.	Minta tolong sekali lagi. Tarik napas. Ya, lepas napas.
15	Next, you'll exercise your neck (face).	Tiếp theo là bài thể dục xoay cổ.	Senam menggerakkan leher.
16	Please turn your head to the right as if you're looking back.	Bác hãy từ từ xoay cổ ra phía sau, giống như ta ngoảnh mặt lại ấy ạ.	Seperti menoleh, leher pelan-pelan digerakkan ke belakang.
17	It should feel like you're looking back on the right.	Ta quay lại từ bên phải ạ.	Seperti menoleh ke kanan belakang.
18	Good. Please do the left side.	Vâng, được rồi ạ. Bác quay cả phía đối diện hộ cháu ạ.	Ya, cukup. Yang sebalikknay juga minta tolong.
19	Let's turn your head to the left.	Ta hãy quay đầu lại từ bên trái.	Mari menoleh ke kiri belakang.
20	Next, you'll tilt your head sideways as if you're touching your shoulder with your head.	Tiếp theo ta sẽ nghiêng đầu, như kiểu để tai chạm vào vai ấy ạ.	Selanjutnya seperti telinga disentuhkan ke pundak, leher ditekuk ke samping.
21	Please tilt your head to the right as if you're touching your right shoulder with your head.	Ta sẽ nghiêng đầu cho đến khi tai chạm vào vai phải.	Pelan-pelan ditekuk dan disentuhkan ke pundak kanan.
22	Please do the other side. Please tilt your head to the left as if you're touching your left shoulder with your head.	Ta đổi sang bên đối diện. Nghiêng cổ để tai chạm vào vai trái.	Kalau begitu, sebaliknya. Ditekuk dan disentuhkan ke pundak kiri.

声かけ表現リスト 07

mp3 051

23	次はゆっくり首を回します。右から左に回します。
24	左から右に回しましょう。
25	次は肩の運動です。
26	両手を頭の上まで上げて、ゆっくり下げましょう。
27	ゆっくり頭の上まで上げます。
28	次にゆっくり左右に手を下ろします。
29	次は手を上げないで、肩だけ動かします。
30	肩をこんな感じで上げてから、すとんと下げます。
31	上げて〜、下げます。
32	今度は肩を回しましょう。腕は上げなくてけっこうです。
33	前から後ろに回します。
34	反対に後ろから前に回します。
35	次は口の体操です。
36	「あー」と口を大きく開けます。
37	はい、閉じます。歯も上下しっかり噛み合わせます。
38	「い」の口を作って、「いー」と横いっぱいに引っ張ります。
39	次に「うー」と口をすぼめます。
40	ほっぺの運動です。
41	こうやってほっぺを膨らませます。
42	次は反対にほっぺをすぼめます。
43	舌の運動をします。
44	舌を「べー」と出して、しまいます。

(29)

(42)

List of Koekake Expressions 07 / Cách nói Koekake 07 / Daftar Ekspresi Penyampaian Kata 07

23	Next, you'll turn your head around slowly. You'll turn from the right to the left.	Tiếp theo ta sẽ xoay cổ từ từ, ta sẽ xoay từ phải sang trái.	Selanjutnya pelan-pelan leher diputar. Diputar dari kanan ke kiri.
24	Please turn your head from the left to the right.	Lại xoay từ trái sang phải.	Mari diputar dari kiri ke kanan.
25	You'll exercise your shoulders next.	Tiếp theo là bài tập cho vai.	Selanjutnya gerakan pundak.
26	You'll raise your hands up above your head and bring them down slowly.	Nâng hai tay lên đến đầu rồi từ từ hạ xuống.	Kedua tangan diangkat sampai di atas kepala, mari turunkan pelan-pelan.
27	Please raise your hands up above your head slowly.	Nâng tay lên trên đầu.	Diangkat pelan-pelan sampai di atas kepala.
28	Next, you'll bring your hands down to the sides slowly.	Từ từ hạ từng tay xuống.	Selanjutnya pelan-pelan turunkan tangan ke kiri dan kanan.
29	Next, you'll move your shoulders only without raising your hands.	Tiếp theo ta không nâng tay lên mà chỉ cử động vai.	Selanjutnya tangannya jangan digerakkan, hanya pundak yang digerakkan.
30	You'll move your shoulders up like what I am doing now, and move them down fast.	Ta sẽ dâng vai lên như thế này, rồi hạ nhanh xuống.	Setelah pundak dinaikkan seperti ini, langsung diturunkan.
31	Please move them up and then move them down.	Nâng lên, hạ xuống.	Naikkan..., turunkan.
32	Now, let's rotate your shoulders. You don't need to move your arms.	Giờ ta sẽ xoay vai ạ. Không cần nhấc tay đâu ạ.	Berikut mari pundaknya diputar. Lengannya tidak perlu diangkat.
33	Please rotate them from front to back.	Ta sẽ xoay vai từ trước ra sau.	Diputar dari depan ke belakang.
34	Let's do the reverse, rotate them from back to front.	Tiếp theo ta xoay ngược lại từ sau ra trước.	Sebaliknya diputar dari belakang ke depan.
35	Next, you'll exercise your mouth.	Tiếp theo là bài thể dục cho miệng.	Selanjutnay senam mulut.
36	Please open your mouth wide, saying 'a-'.	Bác hãy mở rộng miệng và nói "A".	"A-" tolong mulut dibuka lebar-lebar.
37	All right. Now, please close your mouth and clench your teeth.	Vâng. Giờ ta khép miệng lại. Răng hàm trên và hàm dưới cũng khép chặt vào nhau.	Ya, ditutup. Gigi atas dan bawah benar-benar dirapatkan.
38	Please make an ' い (i)' shape with your mouth and stretch your mouth sideways, saying 'i-'.	Ta hãy điều chỉnh miệng để phát âm chữ "I", Ta nói "I" và môi bạch ra hai bên.	Tolong buat bentuk mulut "I", "i-" ditarik panjang-panjang ke samping.
39	Next, please purse up your lips, saying 'u-'.	Tiếp theo, ta chu miệng lại và nói "U".	Selanjutnya, "u-" mulutnya diciutkan.
40	Next, you'll exercise your cheeks.	Tiếp theo là bài tập cử động má.	Gerakan pipi.
41	Please puff out your cheeks like this.	Ta sẽ phồng má ra như thế này.	Seperti ini pipi dikembungkan.
42	Next, please do the reverse with your cheeks by sucking them in.	Tiếp theo, ta sẽ làm ngược lại, hóp má vào.	Selanjutnya sebaliknya pipi diciutkan.
43	You'll exercise your tongue.	Ta sẽ vận động lưỡi.	Gerakan lidah.
44	Please stick your tongue out and draw it back.	Thè lưỡi ra, rụt lưỡi vào.	Lidahnya dijulurkan dengan menyebut "be-" dan dimasukkan.

声かけ表現リスト 07

mp3 052

45	次は舌を出して、このように口の両端を舌の先で触ります。
46	難しい方はできるだけ両端に動かすだけでいいですよ。
47	今度は舌を上下に動かします。
48	まず舌の先で鼻を触るつもりで出します。
49	次は顎を触る感じで出します。
50	最後は咳ばらいです。
51	お腹に手を当てて、「えへん」と咳ばらいをします。
52	以上です。お疲れ様でした。ご飯がおいしく召し上がれますよ。

(47)

＜うがい＞

53	うがいをしましょう。
54	水を口に含んで、左右に動かします。
55	終わったら、「ぺっ」と吐き出します。
56	こちらに吐き出していただけますか。
57	少しお手伝いさせてくださいね。少し唇を引っ張ります。失礼します。
58	お口の中のお水をこちらで取らせてくださいね。

＜義歯の手入れ＞

59	入れ歯のお手入れをしましょう。
60	入れ歯の容器に水を入れていただけますか。
61	ご自分で（入れ歯を）外せますか。
62	入れ歯を外して、洗っていただけますか。
63	外しにくいようでしたら、お手伝いしましょうか。

↓つづく

List of Koekake Expressions 07 / Cách nói Koekake 07 / Daftar Ekspresi Penyampaian Kata 07

45	Next, please stick your tongue out and try to touch the sides of your mouth with your tongue like this.	Tiếp theo, ta thè lưỡi ra và dùng đầu lưỡi để liếm quanh miệng như thế này.	Selanjutnya lidah dijulurkan, seperti ini kedua tepi mulut menyentuh ujung lidah.
46	If it's difficult, you can just move your tongue from side to side.	Bác nào thấy khó quá thì chỉ cần cố gắng cứ động lưỡi sang hai bên khóe miệng là được ạ.	Untuk yang sulit sedapat mungkin hanya menggerakkan kedua tepi saja cukup.
47	Next, you'll move your tongue up and down.	Tiếp theo ta cử động lưỡi lên xuống.	Berikut lidah digerakkan atas dan bawah.
48	First, please stick your tongue out and try to touch your nose with the tip of your tongue.	Trước tiên, ta hãy thè lưỡi ra như thể muốn chạm vào chóp mũi.	Pertama-tama ujung lidah dijulurkan seperti akan menyentuh hidung.
49	Next, please stick it out like and try to touch your jaw with the tip of your tongue.	Tiếp theo, ta thè lưỡi xuống như muốn chạm vào hàm.	Selanjutnya dijulurkan seperti akan menyentuh dagu.
50	Finally, you'll clear your throat.	Cuối cùng là bài tập "ho".	Selanjutnya keluarkan batuk.
51	Please touch your stomach and clear your throat, saying 'EHEN'.	Đặt tay lên bụng và ho húng hắng.	Sentuhkan tangan pada perut, "ehem" keluarkan batuk.
52	That's all. Thank you for your cooperation. I'm sure that you'll enjoy your meal.	Xong rồi ạ, cảm ơn bác ạ. Bác sẽ ăn ngon miệng hơn đấy ạ.	Sekian. Terima kasih atas kerja samanya. Akan bisa makan dengan enak lo.
	<Gargling>	**<Xúc miệng>**	**<Kumur>**
53	Let's gargle.	Ta sẽ xúc miệng bác nhé.	Mari kumur.
54	Let's put some water in your mouth and gargle it.	Bác hãy ngậm nước rồi xúc hai bên trái phải.	Masukkan air ke dalam mulut, kumur ke kiri dan ke kanan.
55	You'll spit it out afterwards.	Xúc xong bác hãy nhổ nước ra ạ.	Setelah selesai, "pe" dimuntahkan keluar.
56	Could you spit it out here?	Bác có thể nhổ ra đây được không ạ?	Apakah bisa dimuntahkan di sini?
57	May I help you a little? Excuse me. I'm going to pull your lips a little.	Cháu giúp bác một chút nhé. Bác xin phép kéo nhẹ miệng bác một chút.	Sedikit saya bantu ya. Bibirnya sedikit ditarik. Permisi.
58	Please put the water in your mouth in this cup here.	Bác hãy nhổ nước trong miệng ra đây ạ.	Air yang ada di dalam mulut akan saya ambil.
	<Denture cleaning>	**<Vệ sinh răng giả>**	**<Perawatan gigi tiruan>**
59	Let's clean your dentures.	Ta sẽ vệ sinh răng giả ạ.	Mari rawat gigi palsu.
60	Could you pour some water into the denture case?	Bác hãy cho nước vào hộp đựng răng.	Apakah Anda bisa memasukkan air ke wadah gigi palsu?
61	Can you remove your dentures by yourself?	Bác có thể tự tháo răng giả ra không ạ?	Apakah Anda bisa melepas (gigi palsu) sendiri?
62	Could you remove your dentures and wash them?	Bác hãy tháo răng giả ra rửa giúp cháu với ạ.	Apakah Anda bisa melepas, dan mencuci gigi palsu?
63	If it's hard to remove your dentures, shall I help you?	Nếu bác khó tháo, cháu sẽ giúp bác ạ.	Kalau sulit dilepas, mari saya bantu.

声かけ表現リスト 07

64	下の入れ歯から外しましょう。
65	上の入れ歯も外しましょう。
66	お手伝いさせていただきますね。お口を開けてください。失礼します。
67	では、このブラシで歯の部分を洗っていただけますか。
68	次にこの小さいほうでプラスティックのところを洗っていただけますか。
69	金属のところも洗ってください。
70	水で洗い流しましょう。
71	ちょっと見せていただけますか。
72	少しお手伝いして、磨き残しをお掃除しますね。
73	では、こちらに入れ歯を入れていただけますか。
74	では、入れ歯をはめていきましょう。上の入れ歯からはめましょう。
75	次は、下の入れ歯をはめましょう。

＜歯磨き＞

76	歯を磨きましょう。
77	歯ブラシに歯磨き粉を絞っていただけますか。
78	私が歯ブラシを持っていますので、歯磨き粉を絞っていただけますか。
79	奥から磨きましょう。
80	強く磨くと傷がついてしまいますから、やさしく磨いてくださいね。
81	磨けたら、口をゆすぎましょう。
82	これを使って舌を軽く掃除していただけますか。
83	すっきりしましたね。タオルでお口の周りを拭いていただけますか。

List of Koekake Expressions 07 / Cách nói Koekake 07 / Daftar Ekspresi Penyampaian Kata 07

64	Let's remove your lower dentures first.	Tháo từ răng giả hàm dưới trước ạ.	Mari lepaskan gigi palsu yang bawah.
65	Let's remove your upper dentures, too.	Tháo cả răng giả hàm trên ạ.	Mari lepaskan gigi palsu yang atas.
66	May I help you? Please open your mouth. Excuse me.	Để cháu giúp bác ạ. Phiền bác há miệng ra giúp cháu ạ.	Akan saya bantu ya. Tolong buka mulut Anda. Permisi.
67	Now, could you brush the teeth of your dentures with this brush?	Bây giờ, bác có thể dùng bàn chải này đánh phần răng cho cháu không ạ?	Kalau begitu, apakah Anda bisa mencuci bagian giginya dengan sikat ini?
68	Next, could you clean the plastic part with this small one?	Bây giờ bác hãy dùng bàn chải nhỏ hơn này đánh phần nhựa plastic giúp cháu ạ.	Selanjutnya apakah anda bisa mencuci dengan sikat yang kecil bagian plastiknya?
69	Please clean the metal part, too.	Bác hãy đánh cả phần kim loại ạ.	Tolong cuci bagian logamnya?
70	Let's wash the dentures out.	Ta sẽ xả nước.	Mari cuci dengan air.
71	May I have a look?	Bác cho cháu xem một chút ạ.	Apakah Anda bisa tunjukkan sebentar?
72	I'm going to help you and clean the un-cleaned parts.	Cháu giúp bác vệ sinh phần đánh sót một chút ạ.	Saya sedikit bantu, saya bersihkan bagian yang tersisa kotorannya.
73	Now, could you put your dentures here?	Bây giờ, bác hãy cho răng giả vào đây giúp cháu ạ.	Kalau begitu, apakah Anda bisa memasukkan gigi palsu ke sini?
74	Now, let's put your dentures in your mouth. Let's put on your upper dentures first.	Giờ sẽ gắn răng giả vào ạ. Bác hãy gắn từ răng hàm trên bác nhé.	Kalau begitu, mari dipasang. Mari dipasang dari gigi palsu yang atas.
75	Next, let's put on your lower dentures.	Tiếp theo, bác hãy gắn răng giả hàm dưới.	Selanjutnya, mari dipasang gigi palsu yang bawah.
	<Brushing teeth>	**<Đánh răng>**	**<Sikat gigi>**
76	Let's brush your teeth.	Đi đánh răng bác nhé.	Mari sikat gigi.
77	Could you squeeze the toothpaste onto your toothbrush?	Bác có thể bóp kem đánh răng vào bàn trải được không ạ?	Apakah Anda bisa keluarkan odol ke atas sikat gigi?
78	I'll hold your toothbrush. Could you squeeze and put the toothpaste on it?	Cháu sẽ cầm bàn chải, bác hãy bóp kem vào nhé.	Saya akan bawa sikat giginya, apakah Anda bisa mengeluarkan odolnya?
79	Let's brush your back teeth first.	Bác hãy đánh từ răng hàm ạ.	Mari sikat dari bagian belakang.
80	If you brush too hard, your teeth may get damaged. Please brush them gently.	Đánh mạnh quá sẽ gây tổn thương răng miệng, bác cứ đánh nhẹ nhàng thôi ạ.	Kalau disikat kuat-kuat akan luka, tolong sikat pelan-pelan.
81	After brushing, let's rinse your mouth.	Đánh xong rồi sẽ xúc miệng bác nhé.	Setelah disikat, mari dibilas mulutnya.
82	Could you clean your tongue gently with this?	Bác hãy dùng cái này để vệ sinh nhẹ phần lưỡi nhé.	Apakah Anda bisa membersihkan lidah dengan menggunakan ini?
83	You've cleaned them well. Could you wipe your mouth with your towel?	Bác thấy thoải mái dễ chịu không ạ? Bác hãy dùng khăn lau quanh miệng nhé.	Sudah bersih ya. Apakah Anda bisa mengelap sekitar mulut dengan handuk?

声かけ表現リスト 07

＜歯磨き介助＞

84 少しお手伝いをして磨いてもよろしいですか。

85 すみませんが、お口を開けていただけますか。

86 このぐらいの強さでよろしいですか。痛くないですか。

87 細いブラシで磨きにくいところをきれいにしますね。

88 このスポンジブラシで上の顎のほうをお掃除しますね。

89 この丸いブラシでお口の中に残っている食べかすを取りますね。

90 痛くないですか。

91 舌を出していただけますか。これで舌を軽くきれいにしますね。

92 水でお口をすすぎましょう。

93 きれいになりましたね。タオルでお口を拭きますね。お疲れ様でした。

＜その他＞

94 歯の健康のためにお口の中をきれいにしましょう。

95 歯とかお口の中のことで気になることはございませんか。

96 お口を開けて中を見せていただけますか。

97 右頬に口内炎ができていますが、しみますか。

98 歯ぐきから少し血が出ていますが、痛みますか。

99 歯茎が腫れていますね。痛いですか。

100 ちょっと歯がグラグラしていますね。

101 被せてあったものが取れたみたいですね。

102 入れ歯が合わない感じですか。痛みますか。

103 一度歯医者に診てもらいませんか。

List of Koekake Expressions 07 / Cách nói Koekake 07 / Daftar Ekspresi Penyampaian Kata 07

	<Helping to brush teeth>	<Hỗ trợ đánh răng>	<Bantuan sikat gigi>
84	May I help you brush your teeth a little?	Cháu giúp bác đánh răng một chút có được không ạ?	Apakah saya boleh sedikit membantu menyikat?
85	Excuse me, but could you open your mouth?	Xin lỗi bác, bác há miệng ra giúp cháu ạ.	Minta maaf, apakah Anda bisa membuka mulut?
86	Is the brushing strength adequate? Is this painful?	Cháu đánh răng thế này có mạnh quá không ạ? Bác có đau không ạ?	Apakah boleh kekuatannya seperti ini? Apakah tidak sakit?
87	Using this thin brush, I'm going to clean the area which is difficult to brush.	Cháu sẽ dùng bàn chải đầu nhỏ đánh những chỗ khó đánh ạ.	Saya akan menyikat bagian yang sulit dengan sikat gigi yang kecil ya.
88	I'm going to clean your upper jaw with this sponge brush.	Cháu sẽ dùng bàn chải bằng miếng mút này vệ sinh hàm trên ạ.	Dengan sikat spons ini akan saya bersihkan bagian rahang atas.
89	I'm going to remove food particles from your mouth with this round brush.	Cháu sẽ dùng bàn chải tròn này để lấy đi những mảng thức ăn còn bám trong miệng ạ.	Dengan sikat bundar ini akan saya ambil sisa makanan yang tersisa dalam mulut.
90	Do you feel any pain?	Bác không đau chứ ạ?	Apakah tidak sakit?
91	Could you stick your tongue out? I'm going to clean your tongue gently with this.	Bác thè lưỡi ra giúp cháu ạ. Cháu sẽ dùng cái này khẽ làm sạch lưỡi ạ.	Apakah Anda bisa menjulurkan lidah? Dengan ini akan saya bersihkan lidah pelan-pelan.
92	Let's rinse your mouth with water.	Bác hãy xúc miệng nhé.	Mari bilas mulut dengan air.
93	Your mouth is clean. I'm going to wipe your mouth with the towel. Thank you for your cooperation.	Ta đã đánh răng sạch sẽ rồi. Cháu sẽ dùng khăn lau miệng bác ạ. Cháu cảm ơn bác.	Sudah jadi bersih ya. Saya lap mulut Anda dengan handuk ya. Terima kasih atas kerja samanya.
	<Others>	<Các nội dung khác>	<Lain-lain>
94	Let's clean the inside of your mouth for the health of your teeth.	Ta sẽ làm sạch miệng để bảo đảm răng chắc khỏe.	Untuk kesehatan gigi mari bersihkan bagian dalam mulut.
95	Do you have any problems with your teeth or the inside of your mouth?	Bác có lo lắng điều gì về răng miệng không ạ?	Apakah tidak ada yang mengkhawatirkan mengenai gigi atau bagian dalam mulut?
96	Could you open your mouth and show me the inside?	Bác có thể há miệng để cháu xem bên trong được không ạ?	Apakah Anda bisa membuka mulut dan memperlihatkan dalamnya?
97	You have a canker sore inside your right cheek. Does it bother you?	Bác bị nhiệt miệng ở bên má trái, bác có thấy xót không ạ?	Di pipi kanan ada sariawan, apakah perih?
98	You are bleeding from your gums a little. Do you feel any pain?	Bác hơi bị chảy máu chân răng, bác có đau không ạ?	dari gusi sedikit keluar darah, apakah sakit?
99	Your gums are swollen. Do they ache?	Lợi bác bị sưng rồi. Bác có đau không ạ?	Gusi Anda bengkak./Apakah sakit?
100	Your tooth is a little loose.	Răng bác hơi bị lung lay rồi ạ.	Giginya sedikit goyah ya.
101	It seems that the cap of your tooth has come off.	Chỗ trám răng có vẻ bị long ra rồi ạ.	Tempelannya mungkin terlepas ya.
102	Do you think that your dentures don't fit well? Do they ache?	Răng giả có vẻ không hợp ạ. Bác có đau không ạ?	Apakah gigi palsunya tidak pas? Apakah sakit?
103	Why don't you see a dentist?	Để nha sĩ khám cho xem sao bác nhé?	Apakah tidak mau diperiksa sekali ke dokter gigi?

123

練習 07

状況：朝8時、朝食後です。山川さんの居室に行って、歯磨きの見守りを行います。必要なら一部介助します。

利用者情報：山川一郎（男性）。認知症で、近頃、衛生観念が低くなってきているため、歯磨きの見守りが必要である。下の奥歯に入れ歯を使用している。歯磨きは面倒だと思っており、ついいい加減に磨いてしまうことがある。口腔内に問題はない。今朝、朝食は全部食べた。焼き魚がおいしかった。

＝介護職　＝山川

 mp3 055

- ＜コンコンコン＞　山川さん、失礼します。
- ああ、何？
- 朝ご飯はいかがでしたか。
- 焼き魚、おいしかったなあ。全部食べたよ。
- それは良かったです。山川さん、お魚、お好きですよね。
- ああ、わしゃ［＝私は］肉より魚が好きで。
- そうですか。私も魚（が）好きですよ。山川さん、歯磨きはまだですよね。
- ああ、面倒でね。夜、磨くよ。
- 歯の健康のために歯磨きは大切ですから、ぜひしましょう。大変だったら、お手伝いしますよ。
- わかった、わかった。やるよ。
- ありがとうございます。では、こちらのコップにお水を入れて、口をすすぎましょう。
- ああ。＜口をすすぐ＞
- 入れ歯を外していただけますか。
- はいよ。
- このブラシで入れ歯を軽く洗っていただけますか。
- こんな感じだろ（う）？

↓つづく

Practice 07 / Luyện tập 07 / Latihan 07

[Situation]
It's 8 o'clock in the morning. Breakfast service was over. You go to Yamakawa san's room and watch him brush his teeth. You help him, if necessary.

(Bối cảnh)
Bây giờ là 8 giờ sáng, mọi người đã ăn sáng xong. Bạn hãy đến phòng ông Yamakawa để theo dõi ông đánh răng. Nếu cần hãy hỗ trợ một phần.

[Situasi]
Pagi hari pukul delapan, setelah makan. Anda pergi mendatangi kamar Yamakawa-san, melakukan pengawasan sikat gigi. Jika perlu membantu secara sebagian.

[Information about the user]
Yamakawa Ichiro (male). He has dementia and recently, he has poor hygiene. A caregiver needs to watch him brush his teeth. He has dentures for his back teeth. He thinks that brushing his teeth is troublesome and he sometimes doesn't brush his teeth carefully. He doesn't have any problem inside his mouth. He ate all of his breakfast this morning. He enjoyed the grilled fish.

👩 = Caregiver
👤 = Yamakawa

(Thông tin về bệnh nhân)
Yamakawa Ichiro (nam giới), bị bệnh bị bệnh Alzheimer (chứng suy giảm trí nhớ), gần đây do quan niệm về vệ sinh suy giảm đi nên cần phải giám sát việc ông đánh răng. Ông có gắn răng giả ở vị trí răng hàm hàm dưới. Ông cảm thấy đánh răng rất phiền phức, có nhiều lúc đánh quấy quá cho xong. Không có vấn đề gì về khoang miệng. Sáng nay ông đã ăn hết bữa sáng. Ông thấy món cá nướng rất ngon.

👩 = Nhân viên điều dưỡng
👤 = Yamakawa

[Informasi pengguna jasa]
Ichiro Yamakawa (pria), menderita demensia, akhir-akhir ini, rasa kebersihannya menurun, karena itu memerlukan pengawasan sikat gigi. Menggunakan gigi palsu pada bagian gigi geraham bawah. Karena merasa sikat gigi itu merepotkan, akibatnya menyikat gigi seenaknya. Tidak ada masalah dengan rongga mulut. Pagi ini, makan pagi semua habis dimakan. Ikan panggangnya enak.

👩 = Tenaga perawat lansia
👤 = Yamakawa

👩 <Knock 3 times> Yamakawa san, excuse me.

👤 Yes, what?

👩 How was the breakfast?

👤 The grilled fish was delicious. I ate it all.

👩 That's good. Yamakawa san, you like fish, don't you?

👤 Yeah, I like fish better than meat.

👩 Oh, do you? I like fish, too. Yamakawa san, you haven't brushed your teeth yet, have you?

👤 No, it's troublesome. I'll brush them at night.

👩 It's important to keep your teeth healthy.
Let's brush them! If it's difficult, I'll help you.

👤 OK, OK. I will.

👩 Thank you. Now, let's pour some water in this glass and rinse your mouth.

👤 Yes. <He rinses his mouth.>

👩 Could you remove your dentures?

👤 All right.

👩 Could you clean your dentures gently with this brush?

👤 Like this?

👩 <Cộc cộc cộc> Cháu chào bác Yamakawa.

👤 A, có chuyện gì thế cháu?

👩 Bác ăn sáng có ngon miệng không ạ?

👤 Món cá nướng ngon lắm. Bác đã ăn hết đấy.

👩 Thế thì tốt quá ạ. Bác Yamakawa, bác thích cá bác nhỉ.

👤 Ừ, bác thích cá hơn thịt.

👩 Thế ạ, cháu cũng thích cá lắm ạ. Bác Yamakawa ơi, bác vẫn chưa đánh răng đúng không?

👤 À, bác lười quá. Tối nay bác đánh một thể nhé.

👩 Đánh răng rất quan trọng để bảo vệ răng nên bác cố gắng đánh đi nhé.
Nếu bác thấy mệt mỏi cháu sẽ phụ giúp bác ạ.

👤 Bác hiểu rồi bác hiểu rồi. Bác sẽ đánh.

👩 Cháu cảm ơn bác. Bây giờ bác hãy cho nước vào cốc này và xúc miệng nhé.

👤 Ừ <Xúc miệng>

👩 Bác tháo răng giả ra giúp cháu ạ.

👤 Đây cháu.

👩 Bác hãy dùng bàn chải này chải nhẹ răng giả nhé.

👤 Như thế này à cháu?

👩 <Tok tok tok> Yamakawa-san, permisi.

👤 Oh, ada apa?

👩 Makan paginya bagaimana?

👤 Ikan panggang, enak ya. Saya makan semua.

👩 Kalau begitu bagus ya. Yamakawa-san, ikan, suka ya?

👤 Ya, aku (saya) lebih suka ikan daripada daging.

👩 Oh begitu. Saya juga senang ikan lo. Yamakawa-san, belum sikat gigi ya.

👤 Ya, repot ya. Malam, mau sikatnya.

👩 Sikat gigi penting untuk kesehatan gigi, mari lakukan.
Kalau sulit, saya bantu ya.

👤 Baiklah, baiklah. Saya lakukan.

👩 Terima kasih. Kalau begitu, masukkan air ke gelas ini, mari bilas mulut Anda.

👤 Ya. <Membilas mulut>

👩 Apakah Anda bisa melepas gigi palsu Anda?

👤 Ya boleh.

👩 Apakah Anda bisa mencuci gigi palsu pelan-pelan dengan sikat ini?

👤 Seperti ini?

125

練習 07

mp3 056

👩‍🦰 はい、そうです。……きれいに磨けましたね。
じゃ、水で洗って、この中に入れておいていただけますか。

👤 ああ。＜入れ歯を容器に入れる＞

👩‍🦰 ブラシも水で軽く洗って、ここに立てておいてくださいますか。

👤 ああ。＜ブラシを立てて入れる＞

👩‍🦰 次は、歯ブラシに歯磨き粉をつけていただけますか。
たくさんじゃなくていいですよ。

👤 ＜歯ブラシに歯磨き粉をつける＞

👩‍🦰 それぐらいでいいですよ。じゃ、やさしく奥歯から磨きましょう。

👤 ああ。

👩‍🦰 奥から前にブラシを動かしましょう。……とてもいいですね。

👤 ＜磨き終わる＞　もういいだろ（う）？

👩‍🦰 はい、大変きれいに磨けたと思います。
口をすすぎましょうか。

👤 ああ。＜口をすすぐ＞

👩‍🦰 痛いところとか、ありませんか。

👤 ない、ない。すっきり！

👩‍🦰 良かったです。お口の中をちょっと見せていただけますか。

👤 ＜口を開ける＞

👩‍🦰 上手に磨けていますね。
入れ歯をまたつけていただけますか。

👤 ああ、つけとかんとな［＝つけておかないとな］。

👩‍🦰 はい、お願いします。
お口の周りに泡がついているので、タオルをどうぞ。

👤 おう！　ありがとう。ご苦労さん！

👩‍🦰 山川さん、お疲れ様でした。失礼します。

▼チェックリスト

☐ 無理強いせずに、気持ち良く歯磨きをしてもらうための声かけができましたか。

☐ 認知症の山川さんに配慮して、次に何をすべきか、わかりやすく声かけしましたか。

☐ 歯磨きが正しくできたか、口腔内に問題がないか確認しましたか。

Yes, that's right. ...... You've cleaned them well.
Now, could you wash them off and put them in this?

Yes. <He puts his dentures in the case.>

Could you wash the brush gently as well and put it here?

Yes. <He puts the denture brush in the brush stand.>

Next, could you put toothpaste on your toothbrush?
Please don't put too much toothpaste.

<He puts toothpaste on his toothbrush.>

That's enough. First, let's brush your back teeth gently.

Yeah.

Let's move your toothbrush from the back to the front. ...... You're doing very well.

<He finishes brushing.> Is this enough?

Yes. I think that you brushed your teeth very well.
Would you like to rinse your mouth?

Ah. <He rinses his mouth.>

Do you have any pain (in your mouth)?

No, no. It's clean and clear.

That's good. Could you show me the inside of your mouth a little?

<He opens his mouth.>

You brushed your teeth very well.
Could you put your dentures on again?

Yes, I must put them on.

Yes, please.
You have toothpaste around your mouth. Here is your towel.

Yeah! Thank you for your help!

Yamakawa san, thank you for your cooperation. Excuse me.

Vâng, đúng rồi ạ. ...... Bác hãy đánh thật sạch nhé.
Bây giờ bác rửa lại bằng nước rồi cho vào đây giúp cháu với ạ.

Ừ. <Cho vào hộp đựng răng giả>

Bác hãy rửa qua bàn chải bằng nước rồi cắm vào đây giúp cháu ạ.

Ừ. <Cắm bàn chải vào>

Tiếp theo bác bóp kem đánh răng vào bàn chải giúp cháu ạ.
Không cần bóp quá nhiều đâu ạ.

<Bóp kem đánh răng vào bàn chải>

Thế là được rồi ạ. Bây giờ bác hãy đánh nhẹ từ răng hàm nhé.

Ừ.

Rồi bác hãy di chuyển bàn chải từ răng hàm ra răng phía trước. ...... Bác làm tốt lắm ạ.

<Đánh xong> Thế này đã được chưa?

Vâng, bác đánh sạch lắm rồi ạ.
Bác xúc miệng nhé?

Ừ. <Xúc miệng>

Bác có chỗ nào bị đau không ạ?

Không, không có. Bác nhẹ người lắm.

Tốt quá. Bác cho cháu kiểm tra trong miệng bác một chút nhé.

<Há miệng>

Bác đánh răng giỏi quá.
Bây giờ bác gắn lại răng giả giúp cháu ạ.

À, phải gắn nhỉ.

Vâng, bác giúp cháu ạ.
Quanh miệng bác có dính bọt, bác dùng khăn này lau giúp cháu ạ.

Ừ, cảm ơn cháu. Cháu vất vả quá!

Cháu cảm ơn bác Yamakawa, cháu xin phép rời phòng ạ.

Ya, seperti itu...... sudah disikat sampai bersih ya.
Kalau begitu, apakah Anda bisa cuci dengan air, dan masukkan ke dalam sini?

Ya. <Gigi palsu dimasukkan ke wadah>

Apakah Anda bisa mencuci dengan ringan sikat gigi, dan diberdirikan di sini?

Ya. <Sikat diberdirikan>

Selanjutnya, apakah Anda bisa mengeluarkan odol ke sikat gigi.
Tidak perlu banyak-banyak.

<Mengeluarkan odol pada sikat gigi>

Seperti itu cukup. Kalau begitu, mari sikat dari gigi bagian belakang.

Ya.

Mari gerakkan sikat dari belakang ke depan. ...... Sangat bagus ya.

<Selesai menyikat> Sudah kan?

Ya, saya rasa sudah bersih menyikatnya.
Mari bilas mulutnya.

Ya. <Membilas mulut>

Apakah tidak ada, bagian yang sakit?

Tidak, tidak. Bersih!

Bagus. Apakah Anda bisa memperlihatkan bagian dalam mulut Anda?

<Membuka mulut>

Sudah bisa menyikat dengan bersih ya.
Apakah Anda bisa memasang kembali gigi palsu?

Ya, kalau enggak dipasang (kalau tidak dipasang).

Ya, minta tolong.
Di sekitar mulut ada busa, handuk silakan.

Oh! Makasih. Makasih atas bantuannya!

Yamakawa-san, terima kasih atas kerja samanya. Permisi.

▼ Checklist / Các điểm cần lưu ý / Daftar cek

- ☐ Did you do Koekake to Yamakawa san without forcing him to brush his teeth against his will so that he could brush his teeth comfortably? / Đã Koekake để ông Yamakawa đánh răng thật dễ chịu mà không thúc ép hay chưa? / Apakah Anda sudah bisa melakukan penyampaian kata untuk meminta menyikat gigi dengan nyaman tanpa paksaan?
- ☐ Did you consider Yamakawa san who has dementia and do Koekake clearly and slowly so that he could understand what he should do next? / Có nghĩ cho ông Yamakawa bị bệnh Alzheimer (chứng suy giảm trí nhớ) để có cách Koekake bước tiếp theo phải làm những gì thật dễ hiểu hay chưa? / Apakah Anda sudah melakukan penyampaian kata yang mudah dipahami, untuk selanjutnya harus melakukan apa, dengan memperhatikan Yamakawa-san yang menderita demensia?
- ☐ Did you check if he brushed his teeth properly and if there is any problem in his mouth? / Đã kiểm tra xem ông Yamakawa đánh răng đúng chưa, có vấn đề gì trong khoang miệng hay không chưa? / Apakah Anda bisa menyikat dengan benar, dan dapat mengecek dalam rongga mulut apakah tidak ada masalah?

note

身体の部位
からだ ぶ い

Names of Body Parts / Bộ phận của cơ thể / Bagian-bagian Tubuh

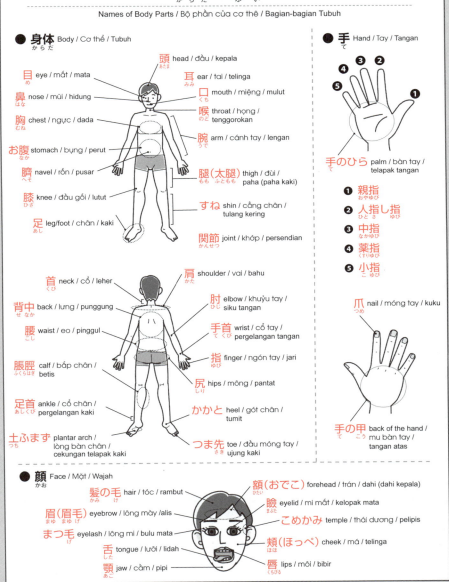

第8章

排泄の声かけ

Chapter1: Koekake for Excretion
Chương I: Koekake về tiểu tiện – đại tiện
Bab 1: Penyampaian Kata Untuk Ekskresi

　排泄の介助は、羞恥心・プライバシー・尊厳に最も関係が深い介助行為です。排泄は人間の当然の行為のため、日々数えきれないほど排泄の介助をしていると、介護職は他の介助行為と同様の「介助行為の1つ」として捉えるようになるかもしれません。しかし、排泄の介助を受ける利用者様が心の底ではどう感じているか常に考える必要があります。利用者様が遠慮や気兼ねなく排泄の介助が受けられる環境を整え、確かな技術と適切な声かけで支えます。いつもは排泄についてあっけらかんと話される利用者様も、日によっては排泄について直接的な表現を不快に感じるかもしれません。排泄はとてもデリケートな事がらなので、声かけもその時その時に合わせて変えます。慌てて介助をすると、転倒などの危険もあるので、安全への注意も怠らないようにします。

　また、排泄したものだけでなく、排泄に至る動作や衣服を脱いだときの状態などからも利用者様の不調や体調の変化を知ることができます。介護者は利用者様の健康やその人らしい生活を最も身近で見ている存在だということを心に留め、よく観察し、介助・声かけをします。

Caregiving of excretion is, most importantly, related to a deep sense of shame, privacy, and dignity. Since excretion is a natural human function, caregivers may regard excretion caregiving as a usual action if you repeatedly do it every day. However, you always need to empathize with each individual user when caregiving. You should prepare a proper environment where each individual user can receive caregiving of excretion without hesitation or constraint. You should support him/her with reliable technique and proper Koekake. A user who usually feels comfortable talking about excretion, may actually feel uncomfortable with direct expressions about excretion from time to time. As excretion is a very delicate matter, Koekake for excretion should be properly customized according to the situation. Hurrying a user during excretion may cause risks such as falling so you need to pay close attention to safety.

You can observe a user's poor physical condition or changes in his/her condition from not only his/her excrement, but also from his/her physical presence and movements during caregiving. You should keep in mind that you are the one who watches a user's health condition and his/her daily life most closely. You need to observe, help, and do Koekake properly.

Chăm sóc hỗ trợ việc tiểu tiện, đại tiện là công việc điều dưỡng có mối quan hệ sâu sắc nhất với lòng tự tôn, riêng tư cá nhân và sự kính trọng. Tiểu tiện- đại tiện là hành vi đương nhiên phải có của con người do đó khi phải chăm sóc hỗ trợ việc này với số lần không đếm xuể mỗi ngày nhân viên điều dưỡng sẽ có thể coi nó đơn thuần chỉ là một trong những "hành vi phải hỗ trợ" tương tự như các việc phải làm khác. Tuy nhiên, cần phải thường xuyên suy nghĩ xem người bệnh nhận được sự hỗ trợ trong việc tiểu tiện – đại tiện từ đáy lòng họ cảm thấy thế nào. Hãy tạo ra môi trường hộ lý điều dưỡng sao cho người bệnh không phải ngại ngần, giữ kẽ, hãy bảo đảm hỗ trợ họ bằng kĩ thuật vững và những Koekake thích hợp. Có thể ngay cả những người bệnh luôn tình bơ nói về việc tiểu tiện – đại tiện của mình sẽ có ngày cảm thấy khó chịu với những cách diễn đạt trực tiếp về việc này. Vì việc tiểu tiện – đại tiện là việc vô cùng nhạy cảm nên Koekake cũng phải thay đổi linh hoạt theo từng hoàn cảnh. Nếu hỗ trợ cẩu thả có thể gây nguy hiểm như làm người bệnh ngã v.v... nên không được phép lơ là sự chú ý bảo đảm an toàn.

Ngoài ra, không chỉ từ chất thải ra mà từ động tác cho đến khi tiểu tiện – đại tiện, tình trạng sau khi cởi quần áo v.v... cũng có thể nhận biết được sự bất thường hay những biến đổi về tình trạng sức khỏe của người bệnh. Nhân viên điều dưỡng phải ghi nhớ rằng mình là người quan sát được gần gũi nhất tình trạng sức khỏe cũng như cuộc sống đúng bản chất của người bệnh để luôn lưu ý quan sát kĩ và hỗ trợ, Koekake khi cần thiết.

Bantuan ekskresi adalah tindakan yang paling berhubungan dengan rsa malu, privasi dan martabat. Karena ekskresi adalah tindakan yang alami dari manusia, jika melakukan bantuan ekskresi yang tidak terhitung secara rutin, tenaga perawatan lansia mungkin akan menaganggapnya sebagai "salah satu tindakan bantuan" sama dengan tindakan bantuan lainnya. Akan tetapi, perlu untuk selalu memikirkan apa yang dirasakan di dasar hati dari pengguna jasa yang menerima bantuan ekskresi tersebut. Lingkungan supaya pengguna jasa dapat menerima bantuan ekskresi tanpa enggan dan ragu harus ditata, serta didukung dengan tehnik yang pasti dan penyampaian kata yang tepat. Pengguna jasa yang selalu berbicara dengan lugas mengenai ekskresi, ada saatnya merasa tidak senang dengan ekspresi yang vulgar mengenai ekskresi. Karena ekskresi adalah hal yang sangat sensitif, penyampaian katanya pun harus diubah sesuai dengan situasi. Jika tergesa-gesa memberi bantuan, akan beresiko jatuh dan lain-lain, jangan lalai untuk menjaga keselamatan.

Serta, bukan hanya dari limbah ekskresi, dari gerakan selama ekskresi dan kondisi saat melepas pakaian dan lain-lain, bisa diketahui kondisi buruk dan perubahan kondisi tubuh pengguna jasa. Tenaga perawatan lansia harus mencamkan dalam hati bahwa dia adalah sosok yang paling dekat dalam melihat kesehatan dan kehidupan yang diinginkan pengguna jasa, melakukan pengamatan secara seksama serta melakukan bantuan dan penyampaian kata.

声かけ表現リスト 08

mp3 057

1. お手洗いに行きませんか。

2. ＜廊下で＞　ちょっとお手洗いに寄りませんか。

3. ＜トイレを指す＞　ちょっとあちら（に）行きませんか。

4. 出そうな感じはありませんか。

5. お腹が張っていますか。苦しいですか。

6. 便秘だと辛いですね。

7. お腹がゆるいと辛いですよね。

8. （便は）柔らかいですか。

9. 下痢されていますか。

10. おしっこをするとき痛いですか。

11. おしっこが残っている感じがしますか。

12. おしっこの切れが悪い感じですか。

13. 便が出きらない感じですか。

14. 無理に力まないで、また後で座りましょうか。

15. 痔の具合はいかがですか。

16. しばらく座って、出てくるのを待ちますか。

17. お腹のマッサージをしましょうか。

18. すみませんが、お手伝いさせてくださいね。

19. すぐに終わりますから、少しだけお手伝いしてもよろしいですか。

20. （尿取り）パッドを替えましょうか。

21. ＜洗浄機能付便器で介助＞　では、今からお尻を洗いましょうか。
温かいお湯が出ますよ。……止めます。お尻を軽く拭きますね。

22. すっきりしてよかったですね。

132

List of Koekake Expressions 08 / Cách nói Koekake 08 / Daftar Ekspresi Penyampaian Kata 08

1	Would you like to go to the toilet?	Bác có muốn đi vệ sinh không ạ?	Apakah Anda tidak mau pergi ke toilet?
2	<In the corridor> Would you like to stop at the toilet?	<Tại hành lang> Bác đi vệ sinh nhé?	<Di lorong> Apakah tidak ingin mampir sebentar ke toilet?
3	<Pointing at the toilet> Would you like to go over there?	<Tay chỉ vào nhà vệ sinh> Ta ra chỗ kia một chút nhé?	<menunjuk toilet> Sebentar apakah tidak mau pergi ke sana?
4	Are you feeling a need to release your bowels?	Bác có cảm thấy mót không ạ?	Apakah tidak ada rasa ingin keluar?
5	Is your stomach bloated? Is it uncomfortable?	Bụng bác đang căng ra. Bác có khó chịu không ạ?	Perutnya apakah kembung? Apakah sakit?
6	Constipation is unpleasant, isn't it?	Bị táo bón khổ bác nhỉ.	Kalau sembelit susah ya.
7	Loose bowels are unpleasant, aren't they?	Bị đi ngoài khổ lắm.	Kalau perut mudah bab susah ya.
8	Is your stool loose?	Phân có mềm không ạ?	Apakah (tinjanya) lunak?
9	Do you have diarrhea?	Bác bị đi ngoài ạ?	Apakah Anda tidak diare?
10	Do you feel pain when you urinate?	Khi đi tiểu bác có bị đau không ạ?	Saat kencing apakah sakit?
11	Are you feeling residual urine?	Bác có cảm thấy đi tiểu còn chưa hết không ạ?	Apakah ada rasa kencing tersisa?
12	Is it difficult to finish urinating?	Bác có cảm thấy đi tiểu còn chưa hết không ạ?	Apakah kencingnya serasa belum tuntas?
13	Are you feeling residual stool?	Bác có thấy phân còn chưa ra hết không ạ?	Apakah tinjanya serasa belum tuntas?
14	Please don't try to push too hard. Would you like to try later?	Bác đừng cố rặn quá. Lát sau ta lại đi vệ sinh tiếp ạ.	Jangan dipaksa ngeden, mari nanti duduk lagi.
15	How are your hemorrhoids?	Tình trạng trĩ thế nào rồi ạ?	Keadaan wasirnya bagaimana?
16	Would you like to sit on the toilet seat for a while and wait for it to come out?	Bác có muốn ngồi chờ một lúc xem có ra được không ạ?	Apakah duduk agak lama, tunggu sampai keluar?
17	Shall I massage your stomach?	Cháu mát-xa bụng cho bác nhé?	Mari saya pijat perutnya.
18	Excuse me, but may I help you?	Xin lỗi bác, để cháu giúp bác ạ.	Minta maaf, boleh saya bantu ya.
19	May I help you a little? I'll do it quickly.	Xong ngay thôi ạ, để cháu giúp bác một chút ạ.	Segera akan selesai, sedikit saja apakah saya boleh bantu?
20	Shall I change your (incontinence) pad?	Cháu thay tã giấy cho bác nhé.	Mari saya ganti padnya (penampung urin).
21	<Helping at the toilet with self-cleaning function> Would you like to wash your buttocks now? Warm water is coming out. I'm going to stop it. I'm going to wipe your buttocks gently.	<Hỗ trợ với bồn cầu có chức năng rửa> Bây giờ ta rửa mông bác nhé. Nước nóng sẽ chảy ra. Cháu cho dừng lại đây ạ. Cháu sẽ lau nhẹ mông ạ.	Pada <bantuan di toilet washlet>, mulai sekarang mari pantatnya dicuci. Akan keluar air hangat. Saya hentikan. Saya lap pantatnya dengan ringan ya.
22	It's good that you feel refreshed now.	Đi vệ sinh xong nhẹ người hẳn bác nhỉ.	Sudah lega bagus ya.

133

声かけ表現リスト 08

mp3 058

23 楽になりましたか。

24 石けんをつけて、手を洗っていただけますか。

25 タオルをどうぞ。

26 我慢は身体に悪いですので、いつでもおっしゃってくださいね。

27 遠慮しないで、何度でも呼んでくださいね。

＜利用者様から同性のスタッフに代わるように頼まれたとき＞

28 すみません。今は男性スタッフがいないんです。私で我慢していただけませんか。

29 すみません。今は女性スタッフがいないんです。私で我慢していただけませんか。

＜居室でベッドでの端座位からポータブルトイレの介助：右片麻痺＞

30 おトイレの準備をしますので、少々お待ちください。

31 ベッドの手すりを持って立ちましょうか。

32 右は私が支えますので、ゆっくり立ち上がりましょう。

33 左足を軸にして、トイレのほうに向きを変えていただけますか。

34 ズボンと下着を下ろしますので、手すりにしっかりつかまっていていただけますか。

35 すみません、（ズボンと下着を）失礼します。

36 では、便座に腰をおろしましょう。

37 お尻を後ろに突き出す感じでゆっくり座りましょう。

38 タオルケットをかけておきますね。

39 トイレットペーパーはこちらです。

40 トイレットペーパーはこちらですが、拭きにくかったら後でお手伝いしますね。

41 近くにいますので、終わったら呼んでいただけますか。

↓つづく

134

List of Koekake Expressions 08 / Cách nói Koekake 08 / Daftar Ekspresi Penyampaian Kata 08

23	Are you feeling well now?	Bác có thấy nhẹ người hơn không ạ?	Apakah sudah jadi lega?
24	Could you apply soap and wash your hands?	Bác hãy xoa xà phòng để rửa tay ạ.	Apakah Anda bisa pakai sabun, mencuci tangan?
25	Here is your towel.	Cháu mời bác dùng khăn.	Handuknya silakan.
26	As delaying excretion is bad for your health, please feel free to let me know.	Nhịn đi vệ sinh không tốt cho cơ thể. Lúc nào mót bác hãy nói ngay với cháu nhé.	Kalau ditahan tidak bagus untuk tubuh, kapan pun tolong bilang ya.
27	Please don't hesitate and call me any-time.	Bác đừng ngại, có gì cứ gọi cháu ạ.	Jangan sungkan, tolong panggil saya berkali-kali ya.
	\<When asked by a user to switch with a staff whose gender is the same as the user\>	\<Khi bị bệnh nhân yêu cầu đổi sang nhân viên cùng giới\>	\<Saat diminta pengguna jasa untuk diganti staf yang sama jenis kelaminnya dari pengguna jasa\>
28	I'm sorry. There is no male staff available now. Could I help you?	Cháu xin lỗi, hôm nay không có nhân viên nam giới ạ. Phiền bác để cháu hỗ trợ bác ạ.	Minta maaf, sekarang hanya ada staf pria. Apakah Anda bisa bersabar dengan saya?
29	I'm sorry. There is no female staff available now. Could I help you?	Cháu xin lỗi, hôm nay không có nhân viên nữ giới ạ. Phiền bác để cháu hỗ trợ bác ạ.	Minta maaf, sekarang tidak ada staf wanita. Apakah Anda bisa bersabar dengan saya?
	\<Helping with excretion at the portable toilet from a sitting position on the bed in a user's room: for a user with right-sided paralysis\>	\<Hỗ trợ đi vệ sinh bằng thiết bị bồn cầu di động tại góc giường trong phòng: Bị liệt nửa bên phải\>	\<Bantuan toilet portabel dari posisi duduk di tepi bed di kamar: paralisis kanan\>
30	I'm going to prepare the portable toilet. Please wait a second.	Cháu sẽ chuẩn bị nhà vệ sinh, bác hãy chờ cháu một chút ạ.	Saya akan siapkan toiletnya tolong tunggu sebentar.
31	Would you like to hold the hand rail and stand up?	Bác hãy nắm tay vịn giường và đứng lên ạ.	Mari pegang pegangan bed dan berdiri.
32	I'm going to support your right side. Let's stand up slowly.	Cháu sẽ đỡ bên phải, bác hãy đứng lên từ từ ạ.	Yang kanan akan saya topang, mari berdiri pelan-pelan.
33	Could you turn toward the toilet (seat) with your left foot?	Bác hãy lấy chân trái làm trụ, xoay người về phía bồn cầu ạ.	Tolong kaki kiri dijadikan poros, apakah Anda bisa mengubah arah posisi ke arah toilet?
34	I'm going to pull your trousers and underwear down. Could you keep holding the hand rail firmly?	Cháu sẽ kéo quần và quần lót xuống, bác hãy nắm chặt tay vịn giúp cháu nhé.	Saya akan turunkan celana dan celana dalam, apakah Anda bisa memegang pegangan dengan seksama?
35	Excuse me. I'm going to pull your trousers and underwear down.	Cháu xin phép (Kéo quần bệnh nhân xuống).	Minta maaf, permisi (celana dan celana dalamnya).
36	Next, let's sit on the toilet seat slowly.	Bây giờ bác hãy ngồi xuống bồn cầu ạ.	Kalau begitu, mari turunkan pinggulnya ke kursi toilet.
37	Could you sit down slowly by sticking your buttocks backward?	Bác hãy ngồi xuống từ từ, mông hơi hướng ra phía sau ạ.	Mari duduk pelan-pelan dengan pantat menonjol ke belakang.
38	I'm going to put a cotton blanket on your knees.	Cháu sẽ đắp chăn lên chân bác ạ.	Saya tutup dengan handuk besar ya.
39	Toilet paper is here.	Giấy vệ sinh ở đây ạ.	Tisu toilet di sini.
40	Toilet paper is here. If you feel it is hard to wipe by yourself, I'll help you (later).	Giấy vệ sinh ở đây ạ. Nếu khó chùi cháu sẽ giúp bác ạ.	Tisu toilet di sini, tapi kalau sulit untuk mengelap nanti akan saya bantu.
41	I'll be close by. Could you call me when it's over?	Cháu ở ngay gần nên đi xong bác hãy gọi cháu ạ.	Saya ada di dekat sini, apakah Anda bisa memanggil setelah selesai?

声かけ表現リスト

42 ＜呼ばれた後＞ お済みですか。

43 ご自分で拭かれましたか。

44 少しだけお手伝いしてもよろしいですか。

45 お手拭きで手を拭きましょう。

46 では、立ち上がりましょう。

(53)

47 タオルケットを失礼します。

48 右は私が支えますので、左手で手すりをつかんでいただけますか。

49 せ〜の。大丈夫ですか。

50 もう少し手すりをしっかりつかんでいてくださいますか。

51 では、下着とズボンを上げますね。失礼します。

52 中のシャツはズボンの中に入れてもよろしいですか。

53 では、向きを変えて、ゆっくりベッドに腰掛けましょう。

54 大丈夫ですか。ご気分はいかがですか。

55 ポータブルトイレ（を）片付けますね。

＜尿器によるベッド上での排泄の介助＞

56 おしっこですね。

57 小さいほうですね。

58 すぐ用意しますので、少しだけお待ちください。

59 お布団（を）下げますね。失礼します。

60 濡れても大丈夫なシーツを敷くので、一度横を向いていただけますか。

61 ありがとうございます。元の向きに戻っていただけますか。

62 ちょっとベッドの頭を上げますね。

↓つづく

List of Koekake Expressions 08 / Cách nói Koekake 08 / Daftar Ekspresi Penyampaian Kata 08

42	\<After being called> Are you finished?	\<Sau khi được gọi> Bác xong rồi ạ?	\<Setelah dipanggil> Apakah sudah selesai?
43	Did you wipe (your buttocks) by yourself?	Bác có tự chùi được không ạ?	Apakah sudah dilap sendiri?
44	May I help you a little?	Để cháu giúp bác một chút nhé?	Apakah boleh saya bantu sedikit?
45	Let's clean your hands with a wet napkin.	Bác lau tay bằng khăn lau tay này nhé.	Mari mengelap tangan dengan lap tangan.
46	Now, let's stand up.	Bây giờ bác hãy đứng lên nhé.	Kalau begitu, mari berdiri.
47	Excuse me. I'm going to remove the cotton blanket.	Cháu xin lấy cái chăn đắp ra.	Handuk besar silakan.
48	I'm going to support your right side. Could you hold the hand rail with your left hand?	Cháu sẽ đỡ bên phải, bác hãy dùng tay trái bám lấy thanh vịn ạ.	Yang kanan akan saya topang , apakah Anda bisa mememgang peganagan dengan tangan kiri?
49	Ready? Go! Are you all right?	Hai~ba. Bác không sao chứ ạ?	Grak. Apakah tidak apa-apa?
50	Could you keep holding the hand rail firmly?	Bác có thể bám chặt thanh vịn hơn một chút không ạ?	Apakah Anda bisa memegang pegangan dengan seksama sebentar lagi.
51	Now, I'm going to pull your trousers and underwear up. Excuse me.	Bây giờ cháu sẽ kéo quần lót và quần lên, cháu xin phép ạ.	Kalau begitu, celana dalam dan celana akan saya naikkan ya. Permisi.
52	May I tuck your shirt into your trousers?	Cháu cho áo vào trong quần giúp bác nhé?	Apakah kaos dalamnya dimasukkan ke dalam celana?
53	Now, let's turn around and sit on the bed slowly.	Bây giờ ta sẽ xoay người, bác hãy từ từ ngồi xuống giường ạ.	Kalau begitu, arah posisinya diubah, mari duduk pelan-pelan di bed.
54	Are you all right? How are you feeling?	Bác không sao chứ ạ? Bác thấy có khỏe không ạ?	Apakah tidak apa-apa? Perasaannya bagaimana?
55	I'm going to clean the portable toilet.	Cháu xin dọn dẹp bồn cầu di động ạ.	Saya akan bereskan toilet portabel ya.
	\<Helping with urination with a urinal on the bed>	**\<Hỗ trợ tiểu tiện trên giường bằng bô>**	**\<Bantuan ekskresi di atas bed dengan urinal>**
56	You'd like to urinate, right?	Bác muốn đi tiểu ạ?	Mau kencing ya.
57	You'd like to urinate, right?	Bác muốn đi tiểu ạ?	Mau buang air kecil ya.
58	I'm going to prepare a urinal right now. Please wait a second.	Cháu chuẩn bị ngay ạ. Bác hãy chờ cháu một chút ạ.	Akan segera saya siapkan, tolong tunggu sebentar.
59	I'm going to pull down your comforter. Excuse me.	Cháu xin kéo chăn xuống ạ.	Saya turunkan futonnya ya. Permisi.
60	I'm going to put a water-proof sheet on your bed. Could you roll onto your side?	Cháu sẽ trải tấm đệm có thể chịu ướt. Bác hãy nghiêng người tạm giúp cháu.	Saya akan lapisi dengan sheet yang boleh kotor, apakah Anda bisa menghadap ke samping sebentar.
61	Thank you. Could you turn back?	Cháu cảm ơn bác. Bác quay người về như cũ giúp cháu ạ.	Terima kasih. Apakah Anda bisa kembali ke arah posisi semula?
62	I'm going to raise the head part of your bed.	Cháu sẽ hơi nâng đầu giường lên một chút.	Saya akan turunkan sedikit bagian kepala bed ya.

声かけ表現リスト 08

mp3 060

63 ズボンと下着を下げるために、少し腰を浮かすことができますか。

64 では、できるところまでズボンと下着を下ろしてください。

65 ズボンと下着を下ろしてもいいですか。失礼します。

66 膝を立てて、足を少し開いてくださいますか。

67 では、こちらが尿器です。ご自分で当てていただけますか。

68 すみません。少し失礼します。

69 もう少し奥までお願いします。

70 はい、うまく当たっていますので、そのまま手で支えていてくださいね。

71 バスタオルを掛けますね。

72 部屋の外にいますので、終わったら声をかけてくださいね。

73 ＜呼ばれた後＞　終わりましたか。

74 尿器を失礼します。

75 温かいタオルです。ご自分で拭いていただけますか。

76 ちょっと拭かせていただけますか。

77 タオルケットを失礼します。

78 ズボンと下着を上げますね。

79 腰をちょっと上げて、ズボンと下着を腰まで上げていただけますか。

80 シャツはどうなさいますか。中に入れますか。そのまま出しておきますか。

81 腰の下のシーツを取りますね。一度横を向いていただけますか。

82 ありがとうございます。元の向きに戻っていただけますか。

83 タオルをどうぞ。手を拭いていただけますか。

84 お布団（を）戻しますね。

List of Koekake Expressions 08 / Cách nói Koekake 08 / Daftar Ekspresi Penyampaian Kata 08

63	Can you lift your hips a little to pull your trousers and underwear down?	Bác có thể hơi nhấc lưng lên để cởi quần và quần lót được không ạ?	Untuk menurunkan celana dan celana dalam, apakah Anda bisa mengangkat sedikit pinggul Anda?
64	Now, please pull down your trousers and underwear as far as possible.	Bây giờ bác hãy kéo quần và quần lót xuống hết sức có thể.	Kalau begitu, tolong turunkan celana dan celana dalam sebisa Anda.
65	May I pull your trousers and underwear down? Excuse me.	Cháu sẽ cởi quần và quần lót giúp bác ạ. Cháu xin phép.	Apakah saya boleh menurunkan celana dan celana dalam? Permisi.
66	Could you bend your knees and spread your legs a little?	Bác hãy co chân lên và dang nhẹ hai chân ra giúp cháu ạ.	Apakah Anda bisa menegakkan lutut, sedikit membuka kaki Anda?
67	Here is a urinal. Could you put it on your body by yourself?	Đây là bô đi tiểu ạ. Bác có thể áp vào bô giúp cháu không ạ?	Kalau begitu, ini urinalnya. Apakah Anda bisa mengepaskannya sendiri?
68	Excuse me (I'm going to adjust the urinal).	Xin lỗi bác, để cháu giúp bác ạ.	Minta maaf. Permisi sebentar.
69	Could you put the urinal closer to your body?	Bác ngồi sâu hơn chút nữa giúp cháu ạ.	Minta tolong agak sedikit ke belakang.
70	Yes, you are doing well. Could you hold it with your hand(s)?	Vâng, bác ngồi thế là được rồi ạ, bác hãy dùng tay giữ nguyên thế này ạ.	Ya, karena sudah dipaskan dengan tepat, tolong dipegang dengan tangan ya.
71	I'm going to put the cotton blanket on you.	Cháu xin đắpkhăn lên ạ.	Saya tutup dengan handuk besar ya.
72	I'll be outside of your room. Please call me when it's over.	Cháu sẽ ở bên ngoài phòng, sau khi xong bác gọi cháu nhé.	Saya ada di luar kamar, kalau sudah selesai tolong panggil saya ya.
73	<After being called> Are you finished?	<Sau khi được gọi> Bác xong rồi ạ?	<Setelah dipanggil> Apakah sudah selesai?
74	Excuse me. I'm going to remove the urinal.	Cháu xin lấy bô lại.	Urinalnya permisi.
75	Here is a warm wet towel. Could you wipe (your body) by yourself?	Đây là khăn ấm, bác tự lau giúp cháu được không ạ?	Ini handuk hangat. Apakah Anda bisa mengelap sendiri?
76	May I wipe a little?	Bác để cháu lau giúp một chút ạ.	Apakah saya bisa mengelap sebentar?
77	Excuse me. I'm going to remove the cotton blanket.	Cháu xin lấy lại khăn phủ ạ.	Handuk besarnya permisi.
78	I'm going to pull your trousers and underwear up.	Giờ ta kéo quần và quần lót lên ạ.	Celana dan celana dalamnya saya naikkan ya.
79	Could you lift your hips and pull your trousers and underwear up to your waist?	Bác có thể nhấc lưng lên một chút và kéo quần, quần lót lên đến thắt lưng không ạ?	Tolong pinggulnya sedikit diangkat, apakah celana dan celana dalam bisa Anda angkat sampai pinggul?
80	How would you like your shirt? Would you like your shirt tucked into your trousers? Or leave it as is?	Bác muốn cho áo trong quần hay cứ để ngoài quần ạ?	Kaosnya bagaimana? Apakah mau dimasukkan ke dalam? Atau tetap dikeluarkan?
81	I'm going to remove the sheet under your waist. Could you roll onto your side?	Cháu xin lấy đệm trải dưới lưng ra. Bác xoay người sang ngang một chút giúp cháu với ạ.	Sheet di bawah pinggul akan saya ambil ya. Apakah Anda bisa menghadap ke samping sebentar?
82	Thank you. Could you turn back?	Cháu cảm ơn bác. Bác xoay người về chỗ cũ giúp cháu ạ.	Terima kasih. Apakah Anda bisa kembali ke arah posisi semula?
83	Here is a towel. Could you wipe your hands?	Mời bác dùng khăn. Bác lau tay đi ạ.	Handuknya silakan. Apakah Anda bisa mengelap tangan Anda?
84	I'm going to put your comforter on you again.	Cháu đắp lại chăn cho bác nhé.	Saya kembalikan futonnya ya.

声かけ表現リスト 08

<差込便器によるベッドでの排泄介助>

85 大きいほうですか。

86 うんちですか。

87 すぐに準備しますね。

88 少しベッドを上げますよ。

89 お布団を下げます。

90 シーツを腰に敷きますので、一度横を向いていただけますか。

91 シーツを腰に敷くために一度横を向きましょう。少しお手伝いさせてくださいね。手を胸で組んで、膝を曲げますね。せ〜ので横を向きます。せ〜の！
はい、ありがとうございます。

92 ズボンと下着を下ろしますので、少し腰を上げていただけますか。

93 ズボンと下着を下ろしますので、ちょっと腰を上げていただけますか。
私もお手伝いします。せ〜の。はい、ありがとうございます。

94 ズボンと下着(を)、失礼します。

95 すみません。便器を入れますので、ちょっとだけ腰を上げていただけますか。

96 すみません。便器を入れるので、少しだけ腰を上げましょう。お手伝いしますね。
せ〜の。

97 はい、入りました。ありがとうございます。

98 痛くないですか。

99 ベッドの頭のほうを上げますね。

100 大丈夫ですか。クッション(を)入れましょうか。

101 <男性の利用者様に> 尿器もお使いになりますか。

↓つづく

	List of Koekake Expressions 08 / Cách nói Koekake 08 / Daftar Ekspresi Penyampaian Kata 08

	\<Helping with excretion with a bed-pan on the bed\>	**\<Hỗ trợ đại tiện trên giường bằng bồn cầu dạng áp vào\>**	**\<Bantuan ekskresi di bed dengan pispot\>**
85	You'd like to release your bowel, right?	Bác muốn đi đại tiện ạ?	Apakah buang air besar?
86	Is nature calling?	Bác muốn đi đại tiện ạ?	Apakah beol?
87	I'm going to prepare that immediately.	Cháu sẽ chuẩn bị ngay đây ạ.	Segera akan saya siapkan?
88	I'm going to raise your bed a little.	Cháu sẽ nâng nhẹ giường lên ạ.	Bednya akan saya naikkan sedikit ya.
89	I'm going to pull down your comforter.	Cháu xin kéo chăn xuống ạ.	Futonnya akan saya turunkan.
90	I'm going to spread this sheet under your waist. Could you roll onto your side?	Cháu sẽ trải đệm xuống dưới lưng. Bác có thể nghiêng người sang một lát giúp cháu không ạ?	Saya akan lapisi pinggul dengan sheet, apakah Anda bisa menghadap ke samping sebentar?
91	Let's roll to your side so that I can spread this sheet under your waist. May I help you a little? You're going to cross your arms and bend your knees. You're going to roll to your side on my call 'Ready? Go!'. Ready? Go! Thank you.	Cháu sẽ trải đệm xuống dưới lưng. Bác có thể nghiêng người sang một lát giúp cháu không ạ? Để cháu phụ bác một chút ạ. Bác hãy khoanh tay trước ngực, co đầu gối lại ạ. Cháu sẽ đếm "hai...ba" rồi xoay người bác sang ngang ạ. Hai...ba.	Mari menghadap ke samping sebentar untuk melapisi pinggul dengan sheet. Sedikit saya bantu ya. Tolong tangannya dirapatkan di dada, lututnya ditekuk. Dengan grak menghadap ke samping. Grak! Ya, terima kasih.
92	Could you lift your hips a little? I'm going to pull your trousers and underwear down.	Cháu sẽ kéo quần và quần lót xuống, bác hãy nhấc nhẹ người lên giúp cháu ạ.	Saya akan turunkan celana dan celana dalam, apakah Anda bisa mengangkat pinggul Anda sedikit?
93	Could you lift your hips a little? I'm going to pull your trousers and underwear down. I'm going to help you. Ready? Go! Thank you.	Cháu sẽ kéo quần và quần lót xuống, bác hãy nhấc nhẹ người lên giúp cháu ạ. Cháu xin phụ bác một chút. Hai...ba, cháu cảm ơn bác.	Saya akan turunkan celana dan celana dalam Anda, apakah Anda bisa agak mengangkat pinggul Anda? Saya juga akan bantu. Grak. Ya, terima kasih.
94	Excuse me. I'm going to pull your trousers and underwear down.	Cháu xin phép kéo quần và quần lót xuống.	Celana dan celana dalam, permisi.
95	Excuse me. I'm going to put the bedpan under you. Could you lift your hips a little while?	Xin phép bác, cháu sẽ áp bồn cầu vào, bác hơi nhấc nhẹ lưng lên giúp cháu với ạ.	Minta maaf. Saya akan memasukkan pispot, apakah Anda bisa agak mengangkat pinggul Anda?
96	Excuse me. I'm going to put the bedpan under you. Let's lift your hips a little. I'm going to help you. Ready? Go!	Xin phép bác, cháu sẽ áp bồn cầu vào, bác hơi nhấc nhẹ lưng lên giúp cháu với ạ. Để cháu phụ bác một chút. Hai...ba.	Minta maaf. Saya akan memasukkan pispot, apakah Anda bisa mengangkat pinggul Anda sedikit? Saya akanbantu ya. Grak.
97	It's done properly. Thank you for your cooperation.	Vâng, bồn cầu đã được áp vào. Cháu cảm ơn bác.	Ya, sudah masuk. Terima kasih.
98	Are you feeling any pain?	Bác không đau chứ ạ?	Apakah tidak sakit?
99	I'm going to lift the head part of your bed.	Cháu sẽ nâng đầu giường lên.	Saya akan naikkan bagian kepala bed ya.
100	Are you all right? Would you like a cushion?	Bác có ổn không ạ? Cháu chèn gối tựa vào bác nhé?	Apakah tidak apa-apa? Mari masukkan bantalan.
101	\<To a male user\> Would you like to use the urinal as well?	\<Với bệnh nhân nam\> Bác có cần dùng bô đi tiểu không ạ?	\<Kepada pengguna jasa pria\> Apakah Anda menggunakan urinal?

141

声かけ表現リスト 08

mp3 062

102 ＜女性の利用者様に＞　トイレットペーパーを前に当てておきますね。

103 ＜女性の利用者様に＞　トイレットペーパーを前に当てておくので、おしっこが出ても大丈夫ですよ。

104 タオル（を）失礼します。＜膝下まで掛ける＞

105 お部屋の外にいますので、いつでも呼んでくださいね。

106 ＜呼ばれた後に＞　お済みですか。タオルを失礼します。

107 では、きれいにしますので、一度横を向きましょう。

108 失礼します。ぬるま湯をかけますね。……拭きます。
……はい、ありがとうございました。便器を外しますね。

109 一度仰向け（上向き）に戻りましょう。

110 では、下着とズボンを上げますね。

111 少し腰を上げていただけますか。

112 せ〜の。……はい、上げました。ありがとうございます。

113 腰のシーツを取りますので、何度もすみませんが、横を向いていただけますか。

114 はい、もう一度元の向きに戻っていただけますか。

115 ありがとうございます。シーツのしわとか、気になるところはありませんか。

116 ベッドの頭は下げてもよろしいですか。

117 ベッドの高さはさっきと同じぐらいに戻してもいいですか。

118 ご気分はいかがですか。すっきりされましたか。

＜おむつ交換＞

119 お下のほう、きれいにしましょうか。

120 おむつ（を）交換してもよろしいでしょうか。

↓つづく

List of Koekake Expressions 08 / Cách nói Koekake 08 / Daftar Ekspresi Penyampaian Kata 08

#			
102	<To a female user> I'm going to put some toilet paper on you.	<Với bệnh nhân nữ> Cháu lót giấy vệ sinh vào đằng trước bác nhé?	<Kepada pengguna jasa wanita>Saya akan sentuhkan tisu toilet ke depan ya.
103	<To a female user> I'm going to put some toilet paper on you. It'll be OK even if some urine comes out.	<Với bệnh nhân nữ> Cháu đã lót giấy vệ sinh vào đằng trước nên bác có đi tiểu cũng không sao đâu ạ.	<Kepada pengguna jasa wanita> Saya akan sentuhkan tisu toilet ke depan, meski keluar kencing tidak apa-apa kok.
104	Excuse me. I'm going to put the cotton blanket on you. <A caregiver covers the user with the cotton blanket down to his/her knee.>	Cháu xin phép đắp khăn lên. <Đắp đến tận dưới bụng>	Handuknya permisi. <Ditutup sampai bawah lutut>
105	I'll be outside of your room. Please call me anytime.	Cháu sẽ chờ ở bên ngoài, bất cứ khi nào cần bác hãy gọi cháu nhé.	Saya ada di luar kamar, kapan saja tolong panggil saya ya.
106	<After being called> Are you finished? Excuse me. I'm going to remove the cotton blanket.	<Sau khi được gọi> Bác xong rồi ạ? Cháu kéo khăn ra đây ạ.	<Setelah dipanggil> Apakah sudah selesai? Handuknya permisi.
107	Now, I'm going to clean. Let's roll onto your side.	Bây giờ cháu sẽ lau sạch, bác nghiêng người sang giúp cháu ạ.	Kalau begitu, saya akan bersihkan, mari menghadap ke samping sebentar.
108	Excuse me. I'm going to pour some warm water on you. ...... I'm going to wipe (your buttocks). ...... Thank you. I'm going to remoove the bedpan.	Cháu xin phép dội nước ấm ạ. ......Cháu sẽ lau ạ. ......Vâng,cháu cảm ơn bác. Cháu sẽ lấy bồn cầu ra ạ.	Permisi. Saya akan siram dengan air hangat. ...... Saya lap. ...... Ya, terima kasih. Saya ambil pispotnya ya.
109	Let's trun back once.	Bác hãy nằm ngửa một lần nữa ạ.	Mari sekali kembali telentang (menghadap atas).
110	Now, I'm going to pull your trousers and underwear up.	Bây giờ, cháu sẽ kéo quần và quần lót lên tận lưng ạ.	Kalau begitu, saya akan naikkan celana dan celana dalam sampai ke pinggul.
111	Could you lift your hips a little?	Bác nhấc lưng lên giúp cháu một chút ạ.	Apakah Anda bisa mengangkat pinggul Anda sedikit?
112	Ready? Go! ... All right. I pulled your trousers and underwear up. Thank you.	Hai...ba này. ...Vâng, cháu kéo (quần và áo lót) lên rồi ạ. Cháu cảm ơn bác ạ.	Grak. ...Ya, (celana dan celana dalam) sudah dinaikkan. Terima kasih.
113	I'm going to remove the sheet under your waist. I'm sorry to ask you repeatedly. Could you roll onto your side again?	Cháu sẽ rút tấm đệm dưới lưng ra. Xin lỗi bác, bác lại nghiêng người sang giúp cháu với ạ.	Saya akan ambil sheet di pinggul, minta maaf berkali-kali, apakah Anda bisa menghadap ke samping?
114	Now, could you turn back again?	Vâng, bác xoay người lại vị trí cũ một lần nữa giúp cháu với.	Ya, apakah Anda bisa kembali ke arah posisi semula?
115	Thank you for your cooperation. Is anything like wrinkles on the backside bothering you?	Cháu cảm ơn bác. Bác thấy có vấn đề gì không ạ? Ví dụ như khăn trải giường bị nhăn hay gì đó ạ?	Terima kasih. Apakah ada yang mengganggu seperti kerutan sheet dan sebagainya?
116	May I lower the head part of your bed?	Bây giờ cháu hạ đầu giường xuống được không ạ?	Apakah saya boleh menurunkan bagian kepala bed?
117	May I adjust the height of your bed to the original position?	Cháu hạ độ cao của giường xuống như lúc nãy bác nhé?	Apakah saya boleh mengembalikan tinggi bed sama seperti yang tadi?
118	How are you feeling? Are you feeling refreshed?	Bác thấy trong người thế nào ạ? Có nhẹ nhõm hơn không ạ?	Perasaan Anda bagaimana? Apakah Anda sudah lega?
	<Changing a diaper>	**<Thay tã giấy / thay bỉm>**	**<Penggantian pampers>**
119	Would you like to clean your lower body?	Cháu lau sạch phần dưới bác nhé.	Yang bawah, mari dibersihkan.
120	May I change your diaper?	Cháu thay tã giấy có được không ạ?	Apakah saya boleh mengganti pampers?

143

声かけ表現リスト 08

mp3 063

121 すみませんが、おむつの中（を）ちょっと見てもよろしいでしょうか。

122 すぐ済ませますので、ちょっとだけ我慢してくださいね。

123 カーテンを閉めますね。

124 お部屋は寒くないですか。

125 ベッドを少し下げさせていただきますね。下がりますよ。

126 ベッドをちょっとだけ上げてもいいですか。すみません。

127 お布団を外しますね。

128 ズボンをお下げしますね。失礼します。

129 前を外しますね。失礼します。

130 きれいにしますね。ぬるま湯をかけますね。

131 蒸しタオルで拭きますね。タオルの温度は大丈夫ですか。

132 最後に乾いたタオルで拭きますね。

133 では、新しいのと替えるので、一度横を向きましょうか。お手伝いしますね。

134 お尻をきれいにさせていただきます。

135 初めは蒸しタオルで拭きますね。

136 今度は乾いたタオルで拭きます。

137 新しいのを失礼します。＜新しいおむつを身体の下に差し込む＞

138 では、上向きに戻りましょう。お手伝いしますね。

139 留めていきますね。

140 苦しくないですか。

141 では、ズボンを履きましょう。失礼します。

142 ちょっと腰を上げていただけますか。少しお手伝いしますね。

↓つづく

List of Koekake Expressions 08 / Cách nói Koekake 08 / Daftar Ekspresi Penyampaian Kata 08

121	Excuse me, but may I check the inside of your diaper?	Xin lỗi bác, cháu kiểm tra bên trong tã giấy có được không ạ?	Minta maaf, apakah saya boleh melihat dalam pampers?
122	I'll do it quickly. Please be patient for a little bit.	Cháu sẽ xong ngay thôi ạ, bác chịu khó hộ cháu một lúc.	Akan segera usai, tolong agak bersabar sebentar.
123	I'm going to close the curtain.	Cháu kéo rèm cửa nhé.	Saya akan tutup kordennya ya.
124	Is the room cold?	Phòng có lạnh không ạ?	Apakah kamarnya tidak dingin?
125	I'm going to lower your bed a little. It'll go down.	Cháu xin hạ giường xuống một chút. Cháu bắt đầu hạ đây ạ.	Bednya akan saya turunkan sedikit ya. Turun ya.
126	May I raise your bed a little? Excuse me.	Cháu hơi nâng giường lên một chút có được không ạ? Xin lỗi bác ạ.	Bednya apakah boleh agak saya naikkan? Minta maaf.
127	I'm going to remove your comforter.	Cháu kéo chăn ra bác nhé.	Futonnya saya lepas.
128	Excuse me. I'm going to pull your trousers down.	Cháu xin phép kéo quần xuống ạ.	Saya akan turunkan celananya. Permisi.
129	Excuse me. I'm going to release the front (of your diaper).	Cháu mở tã từ đằng trước ạ.	Saya lepas yang depan ya. Permisi.
130	I'm going to clean it. I'm going to pour some warm water.	Bây giờ cháu sẽ lau sạch. Cháu xin phép dội nước ấm lên ạ.	Saya akan bersihkan. Saya akan siram dengan air hangat.
131	I'm going to wipe it with a steamed towel. Is the temperature of the towel good?	Cháu sẽ lau bằng khăn hấp nóng ạ. Khăn có ấm không ạ?	Saya lap dengan handuk basah ya. Apakah temperatur handuknya tidak apa-apa?
132	Last, I'm going to wipe it with a dry towel.	Cuối cùng cháu xin lau bằng khăn khô ạ.	Terakhir saya lap dengan handuk kering ya.
133	Now, I'm going to change the diaper with a new one. Would you like to roll onto your side? I'll help you.	Bây giờ cháu xin đóng tã mới, bác nghiêng người sang bên giúp cháu ạ. Cháu sẽ giúp bác.	Kalau begitu, saya ganti dengan yang baru, mari menghadap ke samping sebentar. Saya bantu ya.
134	I'm going to clean your buttocks.	Cháu sẽ lau mông cho sạch ạ.	Saya akan bersihkan pantat Anda ya.
135	First, I'm going to wipe them with a steamed towel.	Đầu tiên cháu sẽ lau bằng khăn hấp nóng.	Pertama saya lap dengan handuk basah.
136	Next, I'm going to wipe them with a dry towel.	Tiếp đó lau lại bằng khăn khô.	Berikutnya saya lap dengan handuk kering.
137	Excuse me. I'm going to prepare a new diaper. <A caregiver puts a new diaper under the user's body.>	Cháu sẽ đóng tã giấy mới vào. <Lót tã giấy mới xuống dưới cơ thể người bệnh>	Yang baru permisi. <Pampers yang baru dipasang ke bawah tubuh>
138	Now, let's turn back. I'm going to help you.	Bây giờ bác hãy nằm ngửa trở lại. Cháu sẽ giúp bác ạ.	Kalau begitu, mari menghadap telentang. Saya bantu ya.
139	I'm going to secure the diaper.	Cháu dán tã giấy vào ạ.	Saya kencangkan ya.
140	Is this tight?	Không bị chặt quá chứ ạ?	Apakah tidak sakit?
141	Now, let's put on your trousers. Excuse me.	Bây giờ tã sẽ mặc quần bác nhé. Cháu xin phép.	Kalau begitu, mari kenakan celana. Permisi.
142	Could you lift your hips a little? I'm going to help you a little.	Bác hơi nhấc lưng lên giúp cháu với ạ. Cháu sẽ phụ một chút ạ.	Apakah anda bisa mengangkat pinggul Anda sedikit? Sedikit saya bantu ya.

声かけ表現リスト 08

mp3 064

143 シャツはどうなさいますか。初めの通り出しておいてもよろしいですか。

144 気になるところはありませんか。

145 さっぱりされましたか。

146 お布団をかけますね。このぐらいでいかがですか。

147 ベッドを元の高さに上げますね。頭はこのままでよろしいですか。

148 ご協力、ありがとうございました。

149 カーテンを開けますね。

150 少し換気しましょうか。

151 窓を少し開けてもよろしいですか。

＜おむつ交換時に申し訳ないと言う利用者様に＞

152 気になさらないでくださいね。私の仕事ですから。

153 気持ち悪いのを我慢しないで、いつでもおっしゃってくださいね。

＜おむつ交換を嫌がる利用者様に＞

154 じゃ、また後で見せてくださいね。

155 ちょっとだけ濡れているかどうかだけ確認させていただけませんか。

156 すぐ済みますから、少しだけ我慢していただけませんか。

157 新しいのと取り替えると、すっきりして気持ちいいですよ。

158 濡れたままだと気持ちが悪いと思うので、お手伝いさせていただけませんか。

＜介助中に失禁して、申し訳なさそうにしている利用者様に＞

159 すみません。私がもっと速くすればよかったですね。

160 調子が悪いときは誰にでもあることですから、気にしないでくださいね。

161 すみません。もう一度きれいにさせてくださいね。

146

List of Koekake Expressions 08 / Cách nói Koekake 08 / Daftar Ekspresi Penyampaian Kata 08

143	How would you like your shirt? May I leave it out as it was before?	Bác muốn để áo thế nào ạ? Cháu cho vào trong quần như ban đầu bác nhé?	Kaosnya bagaimana? Apakah seperti semula dikeluarkan saja?
144	Is there anything that is bothering you?	Có chỗ nào bác thấy khó chịu không ạ?	Apakah tidak ada yang dikhawatirkan?
145	Are you feeling refreshed?	Bác thấy nhẹ nhõm dễ chịu hơn không ạ?	Apakah sudah bersih?
146	I'm going to put the comforter on you again. How do you like this?	Cháu sẽ đắp chăn lên. Cháu đắp đến đây được chưa ạ?	Saya akan tutup futonnya. Apakah seperti ini?
147	I'm going to raise your bed up to the original position. How would you like the head part?	Cháu nâng giường lên độ cao như ban nãy ạ. Đầu giường cứ giữ như thế này được không ạ?	Saya akan naikkan bednya ke ketinggian semula. Apakah kepalanya tetap seperti ini?
148	Thank you for your cooperation.	Cháu cảm ơn bác đã hợp tác.	Kerja samanya, terima kasih.
149	I'm going to open the curtain.	Cháu xin phép kéo rèm ra ạ.	Saya buka kordennya ya.
150	May I ventilate the room?	Cho phòng thông gió một chút bác nhé.	Mari sedikit ganti udara.
151	May I open the window a little?	Cháu mở hé cửa sổ bác nhé?	Apakah saya boleh sedikit membuka jendela?
	\<To a user who says sorry when changing a diaper>	**\<Với những bệnh nhân cảm thấy áy náy khi được thay tã cho>**	**\<Kepada pengguna jasa yang merasa tidak enak saat ganti pampers>**
152	Please don't worry. It's my job.	Bác đừng ngại ạ. Đây là việc của cháu mà.	Jangan merasa sungkan. Ini sudah pekerjaan saya.
153	Please don't stand when you feel uncomfortable. Please feel free to tell me anytime.	Bác đừng chịu đựng khi thấy khó chịu. Bất cứ lúc nào cần bác hãy gọi cháu nhé!	Rasa tidak nyamannya jangan ditahan, kapan saja tolong sampaikan ya.
	\<To a user who doesn't want to change a diaper.>	**\<Với bệnh nhân không thích việc thay tã giấy>**	**\<Kepada pengguna jasa yang keberatan ganti pampers>**
154	Then, please let me check it later.	Thế thì lát nữa bác cho cháu kiểm tra tã giấy sau vậy nhé?	Kalau begitu, nanti tolong perlihatkan ya.
155	Could I check your diaper to see if it is wet?	Cháu chỉ xin kiểm tra xem tã giấy có bị ướt hay không một tẹo thôi ạ.	Apakah saya boleh mengecek apakah agak basah atau tidak?
156	I'll do it quickly. Could you be patient a little bit?	Cháu sẽ xong ngay thôi ạ, bác chịu khó hộ cháu một lúc.	Akan segera usai, apakah Anda bisa bersabar sebentar?
157	You'll feel refreshed if your diaper is changed to a new one.	Thay sang tã giấy mới bác sẽ thấy nhẹ nhõm dễ chịu hơn đấy ạ.	Kalau diganti dengan yang baru, rasanya akan lega.
158	I'm afraid that you feel uncomfortable with a wet diaper. May I help you?	Cứ để bỉm ướt như thế bác sẽ thấy khó chịu đấy ạ. Để cháu giúp bác nhé?	Karena saya rasa kalau basah tidak nyaman, apakah saya bisa bantu?
	\<To a user who has had incontinence during help and feels sorry>	**\<Với bệnh nhân không nhịn được lỡ tiểu tiện - đại tiện trong khi đang được hỗ trợ>**	**\<Kepada pengguna jasa yang merasa tidak enak karena mengompol saat bantuan>**
159	I'm sorry. I should have done it more quickly.	Cháu xin lỗi. Nhẽ ra cháu nên làm nhanh tay hơn.	Minta maaf. Mungkin saya lebih cepat lebih baik.
160	Everyone does this when he/she doesn't feel well. Please don't worry.	Ai cũng có lúc khó chịu không nhịn được, bác đừng ngại ạ.	Pada waktu kondisi buruk siapa pun bisa seperti ini, tolong jangan merasa sungkan.
161	I'm sorry. May I clean your body again?	Cháu xin lỗi bác. Để cháu làm sạch lại lần nữa ạ.	Maaf ya. Sekali lagi akan saya bersihkan.

練習 08

状況　午後2時、小雨が降っている。森田さんの居室に行って、おむつ交換が必要か確認します。体位変換もします。

利用者情報　森田冬子（女性）。寝たきりで、便意・尿意がないため、おむつを着用している。うなずいたり、語彙レベルで話したりする程度である。現在、右を向いて、膝を曲げた状態で横になっている。腰の辺りにクッションを使用している。おむつは汚れていない。

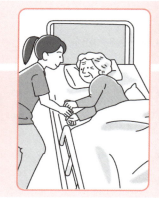

=介護職　　=森田

- 👩‍⚕️ ＜コンコンコン＞　森田さん、失礼します。こんにちは。
- 👤 あああ。
- 👩‍⚕️ 起きていらっしゃいますか。今日は雨ですね。
- 👤 ＜うなずく＞
- 👩‍⚕️ ご気分はいかがですか。いいですか。
- 👤 ＜うなずく＞
- 👩‍⚕️ 良かったです。森田さん、ちょっとすみませんが、お下(を)確認してもいいですか。
- 👤 あああ。
- 👩‍⚕️ すみませんね。すぐ済ませますから。ちょっとだけ見せていただけますか。
- 👤 ああ。
- 👩‍⚕️ カーテンを閉めますね。＜カーテンを閉める＞　柵を取ります。＜ベッド柵を取る＞　お布団(を)ちょっとずらします。失礼します。＜おむつの中を見る＞　あ、きれいですね。お下を拭いておきましょう。
- 👤 あああ。
- 👩‍⚕️ 失礼します。＜拭く＞　森田さん、苦しいところとか、痛いところとか、ありませんか。
- 👤 な…い。
- 👩‍⚕️ ないですか。わかりました。森田さん、そろそろお身体の向きを変えましょうか。
- 👤 ああ……あ。
- 👩‍⚕️ 一度、腰のクッションを取りますね。失礼します。
- 👤 ……

↓つづく

Practice 08 / Luyện tập 08 / Latihan 08

[Situation]
It's 2 o'clock in the afternoon and it's raining. You go to Morita san's room and ask her if her diaper needs changing. You also change her body position.

(Bối cảnh)
Bây giờ là 2 giờ chiều, trời đang mưa lất phất. Bạn đến phòng bà Morita để kiểm tra xem có cần thay tã giấy hay không đồng thời giúp bà thay đổi vị trí nằm.

[Situasi]
Siang hari pukul dua, hujan gerimis. Anda pergi mendatangi kamar Morita-san, untuk mengecek apakah pampersnya perlu diganti. Anda juga melakukan penggantian posisi tubuh.

[Information about the user]
Morita Fuyuko (female). She is bed-ridden and uses diapers because she can't control her urination and defecation. She can only nod and speak in words. Presently, she is lying in bed facing right with her knees bended. She is using a cushion under her waist. Her diaper is clean.

= Caregiver   = Morita

(Thông tin về bệnh nhân)
Morita Fuyuko (nữ giới), nằm liệt giường, không có nhận thức về tiểu tiện, đại tiện nên phải đóng tã giấy. Có thể gật đầu hay phát âm một vài từ để trao đổi. Hiện tại bà đang nằm nghiêng sang bên phải đầu gối co vào. Quanh lưng bà có lót gối tựa. Tã giấy không bị bẩn.

= Bạn   = Morita

[Informasi pengguna jasa]
Fuyuko Morita (wanita), bedrest total, karena tidak ada rasa ingin bab dan kencing, menggunakan pampers. Hanya bisa berbicara dengan tingkat mengangguk dan kata-kata. Saat ini, menghadap ke kanan, sedang berbaring dengan lutut ditekuk. Di bagian punggung menggunakan bantalan. Pampersnya tidak kotor.

= Tenaga perawat lansia
= Morita

<Knock 3 times> Morita san, excuse me. Hello.

Aaa.

Are you awake? It's raining today.

<She nods.>

How are you feeling? Feeling good?

<She nods.>

That's good. Morita san, excuse me, but may I check your lower body?

Aaa.

I'm sorry. I'll do it quickly. May I have a quick look?

Aaa.

I'm going to close the curtain. <Caregiver closes the curtain.> I'm going to remove the side rail of the bed. <Caregiver removes the side rail.> I'm going to pull your comforter down a little. Excuse me. <Caregiver opens and checks Morita san's diaper.> It's clean. I'm going to wipe your lower body.

Aaa.

Excuse me. <Caregiver wipes her lower body and closes her diaper.> Morita san, is there anything tight or painful?

N...o.

There isn't, I see. Morita san, would you like to change your body position now?

Aaa.

I'm going to remove your cushion. Excuse me.

......

<Cộc cộc cộc> Bác Morita ơi, cháu xin phép vào ạ. Cháu chào bác ạ.

Aaaa.

Bác đã dậy rồi ạ? Hôm nay trời mưa bác nhỉ.

<Gật đầu>

Bác thấy trong người thế nào ạ? Có khỏe không ạ?

<Gật đầu>

Thế thì tốt quá. Bác Morita ơi, xin lỗi bác, cháu kiểm tra dưới bụng bác được không ạ?

Aaaa.

Cháu xin lỗi bác nhé. sẽ xong ngay thôi ạ. Cháu xem một chút thôi ạ.

Aaa.

Cháu đóng rèm đây ạ. <Đóng rèm> Cháu mở thanh chắn giường ra ạ <Mở thanh chắn giường> Cháu hơi kéo chăn ra một chút ạ. Cháu kiểm tra tã giấy đây ạ <Xem bên trong tã giấy> A. sạch lắm bác ạ. Để cháu lau phần dưới cho bác ạ.

Aaaa.

Cháu xin phép. <Lau> Bác Morita, bác có chỗ nào khó chịu hay chỗ nào đau không ạ?

Khô...ng.

Không ạ? Cháu hiểu rồi ạ. Bác Morita ơi, cháu xoay người qua bên trái cho bác nhé?

Aaaa.

Cháu lấy tạm gối tựa ra đã ạ. Cháu xin phép.

......

<Tok tok tok> Morita-san, permisi. Selamat Siang.

Ya-a.

Apakah Anda sudah bangun? Hari ini hujan ya.

<Mengangguk>

Bagaimana perasaan Anda? Merasa enak?

<Mengangguk>

Bagus ya. Morita-san, minta maaf sebentar, apakah saya boleh mengecek yang bawah?

Ya-a.

Minta maaf ya. Akan segera usai. Apakah Anda bisa memperlihatkannya sedikit?

Ya-a.

Saya akan tutup kordennya. <Menutup korden> Saya ambil jerujinya. <Mengambil jeruji bed> Saya akan sedikit pinggirkan futonnya. Permisi. <Melihat dalam pampers> Oh, masih bersih ya. Mari saya lap yang bawah.

Ya-a.

Permisi. <Mengelap> Morita-san, apakah tidak ada yang mengganggu, yang sakit?

Enggak ada.

Apakah tidak ada? Baiklah. Morita-san, mari sebentar lagi arah posisi tubuh diubah.

Ya-a.

Sebentar, saya ambil bantalannya. Permisi.

......

149

練習 08

👩‍⚕️ <クッションを取る> 腕を前で組みますね。膝は……曲げていらっしゃいますね。では、まず一度上を向きますよ。せ〜の。<上を向くように介助する> 大丈夫ですか。

👤 <うなずく>

👩‍⚕️ ありがとうございます。では、今度は左を向きましょう。せ〜の。痛くないですか。

👤 <うなずく>

👩‍⚕️ シーツや枕のしわは大丈夫ですか。

👤 あああ。

👩‍⚕️ クッションは腰のところでいいですか。

👤 ああ。

👩‍⚕️ <クッションを腰に入れる> クッションはこんな感じでいいですか。

👤 いい。

👩‍⚕️ はい、森田さん、お疲れ様でした。柵を戻しますね。<ベッド柵を戻す> カーテン(は)開けておいてもいいですか。

👤 <目で合図する>

👩‍⚕️ じゃ、開けておきますね。<カーテンを開ける> 雨が降ると、緑がきれいですね。

👤 ああ。

👩‍⚕️ お飲み物でもいかがですか。

👤 いい……いい。

👩‍⚕️ 要らないですか[=要りませんか]。

👤 <うなずく>

👩‍⚕️ わかりました。また後で見に来ますが、何かありましたら、いつでもナースコールを押してくださいね。ナースコールはここに置いてありますから。

▼チェックリスト

- ☐ 森田さんにおむつを確認する許可をとりましたか。
- ☐ おむつの確認の際は羞恥心やプライバシーに配慮しましたか。
- ☐ 発話でのコミュニケーションが難しい森田さんが答えやすい声かけをしましたか。
- ☐ 寝たきりで刺激の少ない森田さんに配慮して、ちょっとした雑談をしましたか。
- ☐ 「いい」のような意味がわかりにくい言葉に対して、自分の理解が正しいか確認しましたか。

<Caregiver removes the cushion.> You're going to cross your arms on your chest. You are bending your knees, right? Now, you're going to turn on your back once. Here we go. <Caregiver helps her turn facing up.>
Are you all right?

<She nods>

Thank you. Now, let's turn left. Here we go. Is this painful?

<She nods, meaning 'No'.>

Are the wrinkles on your pillow or your sheet all right?

Aaa.

May I put the cushion under your waist?

Aa.

<Caregiver puts the cushion under her waist.> Are you feeling comfortable with the cushion here?

Good.

Morita san, thank you for your cooperation. I'm going to set the side rail again. <Caregiver sets the side rail again.> May I open the curtain?

<She sends 'Yes' with her eyes.>

Now, I'm going to open the curtain. <Caregiver opens the curtain.> When it rains, the green looks beautiful, doesn't it?

Aa.

Would you like to drink something?

Ii...ii.

You don't need it?

<She nods, meaning 'No'.>

I understand. I'll come again, but if you need any help, please feel free to press the nurse call button anytime. The button is here.

<Lấy gối tựa ra> Tay bác đang khoanh trước ngực. Đầu gối của bác...đang co lại ạ. Thế thì bây giờ cháu sẽ xoay người bác nằm ngửa nhé. Hai...ba này. <Hỗ trợ để bà Morita nằm ngửa được> Bác không sao chứ ạ?

<Gật đầu>

Cháu cảm ơn bác. Bây giờ bác xoay người sang trái nhé. Hai... ba này. Bác không bị đau chứ ạ?

<Gật đầu>

Gối và đệm không bị nhăn nhúm chứ ạ?

Aaa.

Gối tựa cháu để lót sau lưng thế này được chưa ạ?

Aa.

<Chèn gối tựa sau lưng> Gối tựa đặt thế này đã được chưa ạ?

Được rồi.

Vâng, bác Morita ơi, xong rồi ạ, cháu cảm ơn bác. Cháu đóng thanh chắn giường lại đây ạ. <Đóng thanh chắn giường lại> Cháu mở rèm ra bác nhé?

<Ra dấu hiệu bằng mắt>

Thế thì cháu sẽ mở rèm ạ <Mở rèm cửa> Mưa rơi cây cối tươi đẹp hơn bác nhỉ.

Aaa.

Bác có muốn uống gì không ạ?

Được ......được rồi.

Bác không cần ạ?

<Gật đầu>

Vâng ạ, cháu sẽ lại đến kiểm tra, nếu có gì cần bác hãy bấm nút Gọi y tá để gọi cháu bất cứ lúc nào nhé. Cháu để nút Gọi y tá ở đây ạ.

<mengambil bantalan> Tolong tangannya dirapatkan ke depan. Lututnya ...sedang menekuk ya. Kalau begitu, pertama-tama menghadap ke atas sebentar. Grak. <Membantu menghadap ke atas> Apakah tidak apa-apa?

<Mengangguk>

Terima kasih. Kalau begitu, Berikut mari menghadap ke kiri. Grak. Apakah tidak sakit?

<Mengangguk>

Apakah kerutan sheet dan bantal tidak apa-apa?

Ya-a.

Bantalannya di bagian pinggul ya?

Ya.

<Memasukkan bantalan ke pinggul> Apakah bantalannya seperti ini?

Boleh.

Ya, Morita-san, terima kasih atas kerja samanya. Saya kembalikan jerujinya lagi ya. <Mengembalikan jeruji bed> Apakah kordennya boleh tetap dibuka?

<Menjawab dengan aba-aba mata>

Kalau begitu, tetap dibuka ya. <Membuka korden> Kalau turun hujan, tanamannya jadi indah.

Ya.

Minumannya bagaimana?

Enggak ......enggak.

Apakah tidak perlu?

<Mengangguk>

Baiklah. Nanti saya akan datang melihat lagi. Kalau ada sesuatu, kapan saja tekan nurse call ya. Nurse call saya letakkan di sini.

▼ Checklist / Các điểm cần lưu ý / Daftar cek

- ☐ Did you get permission from Morita san to check her diaper? / Đã xin phép trước khi kiểm tra tã giấy của bà Morita chưa? / Apakah Anda sudah meminta izin mengecek pampers Morita-san?
- ☐ Did you pay attention to her sense of shame and privacy when you checked her diaper? / Khi kiểm tra tã giấy, đã để ý bảo đảm riêng tư và lòng tự tôn của bà Morita hay chưa? / Apakah Anda sudah memperhatikan rasa malu dan privasi saat mengganti pampers?
- ☐ Did you do Koekake properly so that Morita san, who has difficulty in communicating, can answer easily? / Đã có cách Koekake thích hợp để bà Morita- khó giao tiếp bằng cách chuyện trò được – dễ trả lời hay chưa? / Apakah Anda sudah melakukan penyampaian kata yang mudah dijawab Morita-san yang kesulitan komunikasi dengan ucapan?
- ☐ Did you have small talk with Morita san whose life is less stimulating? / Đã có cách chuyện phiếm phù hợp với bà Morita- người phải nằm liệt giường cuộc sống ít điều mới mẻ hay chưa? / Apakah Anda sudah sedikit mengobrol dengan memperhatikan Morita-san yang sedikit mendapat rangsangan karena bedrest total?
- ☐ Did you check if you understood the word 'いい' correctly whose meaning can be vague? / Với câu trả lời "Được rồi" khó hiểu, đã biết xác nhận lại lần nữa xem cách hiểu của mình đúng không hay chưa? / Apakah Anda sudah mengecek pemahaman pribadi apakah sudah benar terhadap perkataan "*ii*" yang artinya sulit dimengerti?

note

ちょこっとことば集 ❺

家族の呼称 (かぞくのこしょう)

Names of Family Members / Xưng hô gia đình / Nama Panggilan Keluarga

● 自分の家族 (じぶんのかぞく)
My Family / Gia đình của mình / Keluarga sendiri

家族 family / Gia đình / keluarga

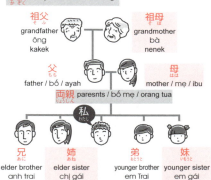

祖父 (そふ) grandfather / ông / kakek
祖母 (そぼ) grandmother / bà / nenek
父 (ちち) father / bố / ayah
母 (はは) mother / mẹ / ibu
両親 (りょうしん) paresnts / bố mẹ / orang tua
私 (わたし)
兄 (あに) elder brother / anh trai / kakak laki-laki
姉 (あね) elder sister / chị gái / kakak perempuan
弟 (おとうと) younger brother / em Trai / adik laki-laki
妹 (いもうと) younger sister / em gái / adik perempuan
兄弟 (きょうだい) brothers and sisters / anh em / saudara

主人 (しゅじん) husband / chồng / suami
妻 / 家内 (つま / かない) wife / vợ / istri
息子 (むすこ) son / con trai / anak laki-laki
娘 (むすめ) daughter / con gái / anak perempuan
子ども (こ) child (children) / con / anak

孫 (まご)	grandchild (grandchildren) / cháu / cucu
おじ	uncle / cậu, chú, bác (trai) / paman
おば	aunt / dì, cô, bác (gái) / bibi
いとこ	cousin / anh em họ / saudara sepupu
甥 (おい)	nephew / cháu trai / keponakan laki-laki
姪 (めい)	niece / anh em họ / keponakan perempuan
親戚 (しんせき)	relatives / họ hàng / famili

● 他の人の家族 (ほかのひとのかぞく)
Someone Else's Family / Gia đình của người khác / Keluarga orang lain

ご家族 (かぞく) family / Gia đình / keluarga

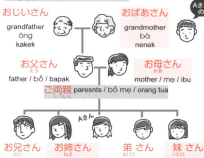

Aさんの

おじいさん grandfather / ông / kakek
おばあさん grandmother / bà / nenek
お父さん (とう) father / bố / bapak
お母さん (かあ) mother / mẹ / ibu
ご両親 (りょうしん) paresnts / bố mẹ / orang tua
Aさん
お兄さん (にい) elder brother / anh trai / kakak laki-laki
お姉さん (ねえ) elder sister / chị gái / kakak perempuan
弟 さん (おとうと) younger brother / em Trai / adik laki-laki
妹 さん (いもうと) younger sister / em gái / adik perempuan
ご兄弟 (きょうだい) brothers and sisters / anh em / saudara

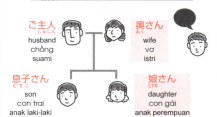

ご主人 (しゅじん) husband / chồng / suami
奥さん (おく) wife / vợ / istri
息子さん (むすこ) son / con trai / anak laki-laki
娘さん (むすめ) daughter / con gái / anak perempuan
お子さん child (children) / con / anak

お孫さん (まご)	grandchild (grandchildren) / cháu / cucu
おじさん	uncle / cậu, chú, bác (trai) / paman
おばさん	aunt / dì, cô, bác (gái) / tante
いとこの方 (かた)	cousin / anh em họ / saudara sepupu
甥っ子さん (おい こ)	nephew / cháu trai / keponakan laki-laki
姪っ子さん (めい こ)	niece / anh em họ / keponakan perempuan
親戚の方 (しんせき かた)	relatives / họ hàng / famili

第9章

入浴の声かけ

Chapter1: Koekake for Bathing
Chương I: Koekake khi tắm
Bab 1: Penyampaian Kata Untuk Mandi

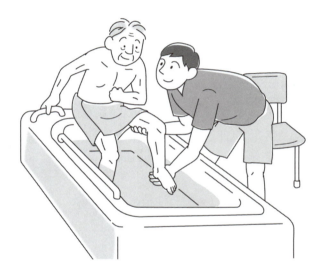

　　日本人は入浴好きと一般にいわれており、自宅に風呂があり、毎日入浴する習慣がある人が多いです。入浴には、身体を清潔にする、身体が温まる、リラックスできるなどの効果があることがよく知られています。他にも、心肺機能が高まる、内臓の働き・便通・血行がよくなる、むくみ・肩こり・筋肉痛・関節の痛みが軽減する、安眠効果が得られるなどの効果もあります。利用者様の中には入浴を楽しみにしている方もいらっしゃいますが、衛生観念の減退や羞恥心・面倒などの理由から入浴を嫌う利用者様もいらっしゃいます。介護職は、利用者様の心身の健康のために、気持ちよく入浴していただく技術と声かけを身につける必要があります。入浴前にはバイタルの確認、入浴中には皮膚の状態（褥瘡、痣、打撲など）の確認を行います。常に羞恥心やプライバシーへの配慮を心がけます。入浴介助には、転倒や急な体調不良などの危険が伴うことも常に留意し、一つひとつの動作が正しく行われているか確認します。皆さんの国は、入浴の習慣・文化が日本と違うかもしれません。介助動作や用具・機器の使い方とその背景、利用者様一人ひとりの好みを正しく理解して声かけをしましょう。

Japanese people generally like bathing. Many of them have a bathtub at home and have a habit of taking a bath every day. Bathing is well-known to have benefits of cleaning the body, warming the body, relaxing the body, and so on. It also has other benefits such as increasing cardiorespiratory functions, improving works of viscera, bowel movements, blood circulation; decreasing swelling, stiff shoulders, muscle pain, joint pain and finally increasing restful sleep. Some users look forward to bathing, and others dislike bathing because their sense of hygiene decreases, or they feel bathing is embarrassing or troublesome. Caregivers need to acquire techniques and proper Koekake to help users take a bath comfortably for users' physical and mental health. You should check a user's vital signs before bathing and check a user's skin condition (bedsores, pressure marks, bruises, etc.) during bathing. You should take into account that a user may feel embarrassed and respect his/her privacy at all times. You should always keep in mind that bathing may carry a risk such as falling or sudden changes in physical condition. You need to check if every single action is conducted properly. The habit or culture of bathing in your country may be different from Japan. Please try to understand bathing care, how to properly use bathing tools and machines and a user's individual preference in bathing properly.

Người Nhật thường được coi là thích tắm, có nhiều người trong nhà có bồn tắm, hàng ngày đều có thói quen ngâm mình trong bồn tắm. Ai cũng biết việc ngâm mình trong bồn tắm có rất nhiều công dụng tốt như làm sạch cơ thể, làm ấm cơ thể, giúp thư giãn v.v...Ngoài ra, việc ngâm mình trong bồn tắm còn có tác dụng nâng cao chức năng tim phổi, cải thiện hoạt động của các cơ quan nội tạng, giúp đi ngoài và tuần hoàn máu tốt hơn, giảm đau vai, đau nhức cơ bắp, đau khớp, ngủ ngon hơn v.v... Trong số các bệnh nhân có nhiều người chờ mong thời gian đi tắm tuy nhiên do sự tuy giảm của quan điểm về vệ sinh, do cảm thấy lười, ngại mà cũng có nhiều người bệnh không thích đi tắm. Nhân viên điều dưỡng cần có kĩ thuật và Koekake để bệnh nhân tắm thoải mái cải thiện góp phần sức khỏe và tinh thần. Trước khi tắm cần kiểm tra dấu hiệu sinh tồn (vital signs), trong khi tắm phải tiến hành kiểm tra tình trạng da (có bị hãm, thâm tím, vết va đập nào không v.v...). Cần chú ý để tâm đến lòng tự tôn và sự riêng tư cá nhân của bệnh nhân. Khi hỗ trợ đi tắm cần lưu ý luôn tiềm tàng nguy cơ như ngã, cơ thể đột ngột chuyển biến xấu v.v...để xác nhận từng hành vi được tiến hành đúng. Có thể đất nước các bạn có nền văn hóa và tập quán về tắm khác với Nhật Bản. Hãy hiểu rõ về thao tác hỗ trợ, cách dùng máy móc dụng cụ cũng như bối cảnh ra đời chúng, sở thích của từng bệnh nhân để Koekake cho thích hợp.

Bagi orang jepang mandi berendam adalah lazim, di rumah ada bak manid, kebanyakan orang memiliki kebiasaan mandi berendam. Mandi berendam diketahui memiliki efek untuk membersihkan tubuh, menghangatkan tubuh serta menjadi rileks dan lain-lain. Selain itu, terdapat efek seperti meningkatkan fungsi jantung dan paru-paru, fungsi organ, gerakan usus dan peredaran darah menjadi bagus, memulihkan pembengkakan, nyeri pundak, sakit otot dan sakit persendian, mendapatkan efek mudah tidur dan lain-lain. Di antara para pengguna jasa ada yang senang mandi berendam, dan ada pula yang tidak suka dengan alasan menurunnya rasa kebersihan, merasa malu serta repot dan lain-lain. Tenaga perawatan lansia perlu menguasai tehnik dan penyampaian kata supaya para pengguna jasa dapat mandi dengan nyaman untuk kesehatan tubuh mereka. Sebelum mandi dilakukan pengecekan vital, selama mandi dilakukan pengecekan kondisi kulit (dekubitus, bercak benturan, memar dan lain-lain). Senantiasa perhatikan rasa malu dan privasi. Pada bantuan mandi, perhatikan akan adanya resiko jatuh dan perubahan kondisi tubuh mendadak dan lain-lain, cek apakah tiap gerakan sudah dilakukan dengan benar atau tidak. Di negara Anda sekalian, mungkin kebiasaan dan budaya mandi berbeda dengan di Jepang. Mari kita lakukan penyampaian kata dengan memahami gerakan bantuan, cara penggunaan alat dan peralatan pembantu serta latar belakangnya, dan keinginan pengguna jasa satu demi per satu.

声かけ表現リスト 09

mp3 067

1　そろそろお風呂のお時間ですよ。

2　いいお湯が沸きましたが、お入りになりませんか。

3　お風呂の前の体調確認をさせていただけますか。

4　お風呂の準備はできていますか。

5　下着と着替えはどれにしましょうか。

6　まだ前の順番の方が入っていらっしゃいますので、少々お待ちいただけますか。

7　申し訳ありませんが、今日のお風呂の順番は決まっているんです。
　もう少しだけお待ちいただけますか。

8　お風呂の前にお手洗いはいかがですか。

＜入浴を嫌がる利用者様に＞

9　前回のお風呂はやめられたんですよね。今日は入りませんか。

10　お風呂に入ると、さっぱりして気持ちいいですよ。

11　お風呂後の１杯はおいしいですよ。

12　お風呂に入ると、腰や膝の痛みも楽になりますよ。

13　お風呂に入りたくないですか。どこかお身体の調子が悪いですか。

14　お風呂が嫌だったら、シャワーだけでもいかがですか。

15　明日は病院の日ですから、今からお風呂に入りませんか。

16　今日は蒸し暑いので、お風呂に入ると気持ちがいいですよ。いかがですか。

17　どうしても嫌でしたら、明日にしましょうか。

＜お風呂場に着いてから＞

18　靴を脱ぎましょう。

19　（脱衣場は）寒くないですか。

↓つづく

156

	List of Koekake Expressions 09	Cách nói Koekake 09	Daftar Ekspresi Penyampaian Kata 09
1	It's almost time to take a bath.	Sắp đến giờ tắm rồi ạ.	Sebentar lagi waktunya mandi lo.
2	Nice, warm water is ready. Would you like to take a bath?	Bồn nước nóng rất thích, bác vào tắm nhé.	Air panasnya sudah siap, apakah Anda tidak mau masuk berendam?
3	May I check your physical condition before taking a bath?	Trước khi vào tắm để cháu kiểm tra tình trạng sức khỏe của bác ạ.	Sebelum mandi apakah saya bisa mengecek kondisi tubuh Anda?
4	Are you ready to take a bath?	Bác đã chuẩn bị để tắm xong chưa ạ?	Apakah persiapan mandi sudah bisa?
5	Which underwear and clothes would you like to wear after taking a bath?	Bác muốn mặc đồ lót và quần áo mới nào ạ?	Celana dalam dan baju ganti mau yang mana?
6	The person whose turn is before you is still taking a bath. Could you wait for a while?	Bác có số thứ tự trước vẫn đang tắm, bác chờ thêm một chút nhé.	Karena orang urutan sebelumnya tengah masuk mandi, apakah Anda bisa menunggu sebentar?
7	I'm sorry, but the order of taking a bath today has been decided. Could you wait a little more?	Cháu xin lỗi bác, tuần tự tắm ngày hôm nay được quy định sẵn rồi, bác đợi thêm một chút nhé.	Mohon maaf, hari ini urutan mandi sudah ditentukan. Apakah Anda bisa menunggu sebentar?
8	Would you like to go to the toilet before taking a bath?	Trước khi vào tắm bác có đi vệ sinh không ạ?	Sebelum mandi toilet bagaimana?
	<To a user who doesn't want to take a bath>	<Với những bệnh nhân ghét tắm>	<Kepada pengguna jasa yang tidak suka mandi>
9	You didn't take a bath last time, so would you like to take a bath today?	Lần trước bác cũng bỏ tắm rồi. Lần này bác vào tắm nhé?	Anda sebelumnya berhenti tidak mandi ya. Hari ini apakah tidak mau masuk mandi?
10	If you take a bath, you'll feel good and refreshed.	Đi tắm xong sẽ thấy thoải mái dễ chịu lắm ạ.	Kalau masuk mandi, jadi segar dan rasanya enak.
11	Drinking after taking a bath is delicious.	Tắm xong uống nước sẽ thấy ngon lắm đấy ạ.	Setelah mandi minum satu gelas enak lo.
12	If you take a bath, the pain in your lower back and knees will decrease.	Đi tắm sẽ giúp chỗ đau lưng và đầu gối đỡ hơn bác ạ.	Kalau masuk mandi, sakit pinggul dan lutut akan reda.
13	You don't want to take a bath? Is there anything wrong?	Bác không muốn tắm ạ? Cơ thể bác mệt mỏi chỗ nào ạ?	Apakah Anda tidak mau masuk mandi? Apakah ada bagian tubuh yang sakit?
14	If you don't feel like taking a bath, would you like to take a shower instead?	Nếu bác không thích ngâm mình trong bồn tắm thì bác tắm vòi sen thôi nhé?	Kalau tidak suka mandi berendam, shower bagaimana?
15	You'll go to the hospital tomorrow. Would you like to take a bath now?	Ngày mai là ngày bác đi bệnh viện khám, hôm nay bác tắm cho sạch nhé?	Besok adalah Hari Rumah Sakit, mulai sekarang apakah tidak mau masuk mandi?
16	It's hot and humid today. If you take a bath, you'll feel good. Would you like to take a bath?	Hôm nay rất oi ả, vào tắm xong sẽ dễ chịu hơn ạ. Bác vào tắm nhé?	Hari ini panas lembap, kalau masuk mandi rasanya enak lo. Bagaimana?
17	If you really don't feel like taking a bath, let's take one tomorrow.	Nếu dù thế nào bác cũng không thích thì ngày mai ta tắm vậy ạ.	Kalau memang tidak mau, mari besok saja.
	<After arriving at a bathroom>	<Sau khi đến nơi tắm>	<Setelah sampai di kamar mandi>
18	Let's take off your shoes.	Bác cởi giày ra nhé.	Mari lepaskan sepatu.
19	Is the dressing room cold?	(Nơi cởi quần áo) Có lạnh không ạ?	(Di tempat ganti baju) apakah tidak dingin?

声かけ表現リスト 09

20 お着替えはこちらに置いていただけますか。

21 服を脱いで、このかごに入れていただけますか。

22 着ていた服はお洗濯してもよろしいですか。

23 こちらにお掛けになって、服を脱ぎましょうか。

24 ズボンと靴下はいすに腰掛けて脱ぎましょうか。

25 服を脱ぎましょうか。お手伝いしてもよろしいですか。

26 タオルを前にお掛けしますね。

27 浴室は滑りやすいですから、お気をつけください。

28 では、浴室に行きましょうか。

＜浴室で見守り＞

29 ＜シャワーチェアーにお湯をかけて、冷たくないことを確認してから＞
こちらのいすにお掛けください。

30 シャワーはこちらです。

31 まず温度を確かめましょうか。大丈夫ですか。熱くないですか。

32 もう少し温度を下げましょうか。

33 もう少し温度を上げたほうがいいですか。

34 お身体におかけしますね。

35 今日は頭は洗われますか。

36 シャンプーはなさいますか。

37 シャンプーはこちらです。

38 洗いにくいところはありませんか。

39 流しましょうか。

↓つづく

158

List of Koekake Expressions 09 / Cách nói Koekake 09 / Daftar Ekspresi Penyampaian Kata 09

20	Could you put your new clothes here?	Bác hãy đặt đồ để thay ở đây ạ.	Apakah Anda bisa meletakkan baju ganti di sini?
21	Could you take off your clothes and put them in this basket?	Bác hãy cởi đồ và để ở cái giá này.	Apakah Anda bisa lepaskan baju, dan memasukkannya ke keranjang ini?
22	May I wash your clothes which you were wearing?	Cháu giặt bộ quần áo bác vừa thay ra được không ạ?	Baju yang sudah dipakai apakah boleh saya cuci?
23	Would you like to sit down here and take off your clothes?	Bác hãy ngồi xuống đây để cởi quần áo ạ.	Mari duduk di sini, dan lepaskan baju.
24	Would you like to sit on a chair and take off your trousers and socks?	Bác hãy ngồi xuống ghế để cởi quần và tất.	Mari celana dan kaus kaki dilepas duduk di kursi.
25	Would you like to take off your clothes? May I help you?	Bác hãy cởi quần áo đi ạ. Để cháu giúp bác nhé?	Mari lepaskan baju. Apakah boleh saya bantu?
26	I'm going to put a towel to cover your front side.	Cháu sẽ treo khăn phía trước.	Handuknya saya gantungkan di depan ya.
27	The bathroom is slippery. Please be careful.	Buồng tắm rất trơn nên bác cẩn thận nhé.	Karena kamar mandi licin, tolong berhati-hati.
28	Now, let's go to the bathroom.	Bây giờ ta vào buồng tắm thôi ạ.	Kalau begitu, mari pergi ke kamar mandi.
	<Watching over at a bathroom>	**<Quan sát trong buồng tắm>**	**<Mengawasi di kamar mandi>**
29	<After pouring hot water on a shower chair and checking that it is not cold> Please sit down on this chair.	<Dội nước ấm lên ghế tắm, sau khi kiểm tra xác nhận đã hết lạnh> Mời bác ngồi xuống ghế này ạ.	<Menyiram kursi shower dengan air hangat, dan mengecek apakah tidak dingin> Tolong duduk di kursi ini.
30	The shower is here.	Đây là vòi sen ạ.	Showernya di sini.
31	Let's check the temperature of the warm water. Is it all right? Not too hot?	Trước hết ta kiểm tra nhiệt độ nước đã bác nhé. Thế này được chưa ạ? Có nóng quá không ạ?	Mari kita pastikan temperaturnya. Apakah tidak apa-apa? Apakah tidak panas?
32	Shall I lower the temperature a little more?	Cháu hạ nhiệt độ xuống một chút nhé?	Mari turunkan temperaturnya sedikit.
33	Do you prefer the water a little hotter?	Cháu tăng nhiệt độ lên một chút nhé?	Apakah temperaturnya lebih baik dinaikkan sedikit?
34	I'm going to put the shower on you.	Cháu dội lên người bác đây ạ.	Saya siram tubuh Anda ya.
35	Would you like to wash your hair?	Hôm nay bác có gội đầu không ạ?	Apakah hari ini mau keramas?
36	Would you like to shampoo?	Bác có gội đầu không ạ?	Apakah Anda pakai sampo?
37	The shampoo is here.	Dầu gội ở đây ạ.	Sampo ada di sini.
38	Is there any part which is difficult to wash?	Có chỗ nào khó cọ rửa không ạ?	Apakah tidak ada yang sulit dikermasa?
39	Shall I put the shower on you?	Để cháu xả nước.	Mari disiram.

声かけ表現リスト 09

mp3 069

40 リンスはお使いになりますか。

41 リンスはこちらです。

42 ここのはシャンプーとリンスが一緒になっているので、リンスは要りませんよ。

43 お顔も洗いましょう。

44 お身体を洗いましょう。

45 このタオルに石けんをつけましょう。

46 こちらにボディーソープをつけていただけますか。

47 泡立ててから、洗いましょう。

48 前はご自分で洗っていただけますか。

49 お背中を洗いましょうか。

50 洗いにくいところはお手伝いしますよ。

51 お下も洗っていただけますか。

52 足の指（は）、ご自分で洗えますか。

53 少しお手伝いをしてもよろしいですか。

54 では、流しましょうか。

55 お風呂に浸かりましょう。

56 湯船に入りましょう。

57 この手すりをつかんで、ゆっくり入りましょう。

58 熱くないですか。

59 足元に気をつけて、ゆっくり入りましょう。

60 肩まで浸かりましょう。

61 ＜心肺機能が悪い利用者様に＞　胸のあたりまで浸かりましょう。

↓つづく

160

List of Koekake Expressions 09 / Cách nói Koekake 09 / Daftar Ekspresi Penyampaian Kata 09

40	Would you like to use rinse (conditioner)?	Bác có dùng dầu xả không ạ?	Apakah Anda pakai rinse?
41	The rinse (conditioner) is here.	Dầu xả đây ạ.	Rinse di sini.
42	We use two-in-one shampoo, so you don't need to use rinse (conditioner).	Ở đây dùng loại dầu gội có kèm dầu xả nên không cần dùng dầu xả nữa ạ.	Ini antara sampo dan rinse jadi satu, apakah Anda tidak perlu rinse?
43	Let's wash your face as well.	Bác rửa cả mặt nhé?	Mari cuci muka.
44	Let's wash your body.	Bây giờ cháu tắm cho bác nhé.	Mari dicuci badannya.
45	Let's apply soap on this towel.	Bác hãy xoa xà phòng vào cái khăn này.	Mari beri sabun di handuk ini.
46	Could you apply body soap on this?	Bác hay xoa xà phòng tắm vào cái khăn này ạ.	Apakah Anda tidak mau pakai body soap ini?
47	Let's wash after lathering the soap well.	Sau khi lên bọt bác hãy xoa vào người.	Mari dibuat busanya, dan dicucui.
48	Could you wash your front side by yourself?	Bác hãy xoa phía trước người giúp cháu.	Yang depan apakah bisa Anda cuci sendiri?
49	Shall I wash your back?	Cháu sẽ cọ rửa phần sau lưng ạ.	Mari cuci punggungnya.
50	I'll help with your difficult parts.	Cháu sẽ giúp bác chỗ nào khó cọ rửa ạ.	Mari saya bantu bagian yang sulit dicuci.
51	Could you wash your lower body as well?	Bác kì cọ cả phần cơ thể dưới giúp cháu ạ.	Apakah Anda bisa mencuci yang bawah?
52	Can you wash your toes by yourself?	Bác có kì cọ được ngón chân không ạ?	Apakah Anda bisa mencuci jari kakai sendiri?
53	May I help you a little?	Để cháu giúp bác một chút ạ.	Apakah saya boleh bantu sedikit?
54	Now, let's rinse off.	Bây giờ cháu dội nước đây ạ.	Kalaqu begitu, mari disiram.
55	Now, let's soak in the bathwater.	Giờ bác vào ngâm mình nhé.	Mari masuk berendam.
56	Let's get in the bathtub.	Bác vào bồn tắm đi ạ.	Mari masuk ke bak mandi.
57	Let's hold this hand rail and get in the bathtub slowly.	Bác hãy nắm tay vịn này và bước vào từ từ ạ.	Tolong pegang pegangan ini, mari masuk pelan-pelan.
58	Is it too hot?	Có nóng không ạ?	Apakah tidak panas?
59	Please watch your step and get in the bathtub slowly.	Bác hãy bước vào từ từ, cẩn thận không bị vấp ạ.	Tolong hati-hati kakinya, mari masuk pelan-pelan.
60	Let's soak up to your shoulders.	Bác ngâm người đến tận vai nhé.	Mari masuk sampai pundak.
61	<To a user who has a problem with his/her cardiorespiratory function> Let's soak up to your chest.	<Với người bệnh có chức năng tim phổi yếu> Bác ngâm đến tầm ngực nhé.	<Kepada pengguna jasa yang fungsi jantung dan paru-parunya jelek> Mari masuk sampai sekitar dada saja.

声かけ表現リスト 09

mp3 070

62 湯加減はいかがですか。

63 お身体は温まりましたか。

64 そろそろ出ましょうか。

65 長湯は心臓に悪いですから、そろそろ上がりませんか。

66 一緒に10数えたら、上がりましょう。

67 この手すりをつかんで、ゆっくり立ち上がりましょう。

68 目まいや立ちくらみはしませんか。

＜浴室で介助、浴槽への出入りは入浴チェアを使用＞

69 こちらの手すりにつかまって、ゆっくり腰掛けましょう。

70 私が支えますので、こちらのいすにゆっくり腰掛けていただけますか。

71 タオルを腰に掛けておきますね。

72 温度を確認していただけますか。

73 ＜シャワーを足先や手先にだけかけて＞　このぐらいの温度でいかがですか。

74 お身体にかけますね。

75 頭を洗ってもよろしいですか。

76 頭にお湯をかけますね。

77 シャンプーをします。かゆいところはありませんか。

78 ＜シャンプーをしながら＞　強さはこれぐらいでいいですか。

79 流しますので、泡が目に入らないように、目をつむっていていただけますか。

80 あ、目にシャンプーが入りましたか。申し訳ございません。

81 すぐに流しますね。

↓つづく

162

List of Koekake Expressions 09 / Cách nói Koekake 09 / Daftar Ekspresi Penyampaian Kata 09

62	How is the bath?	Nước nóng thế đã vừa chưa ạ?	Kondisi air panasnya bagaimana?
63	Is your body warm enough now?	Cơ thể bác đã ấm lên chưa ạ?	Apakah tubuh Anda sudah jadi hangat?
64	Would you like to get out of the bathtub?	Bác chuẩn bị ra nhé?	Sebentar lagi mari keluar.
65	A long bath is bad for your heart. Would you like to get out of the bathtub?	Ngâm mình quá lâu không tốt cho tim nên ta chuẩn bị ra bác nhé?	Karena mandi berendam terlalu lama tidak baik untuk jantung, sebentar lagi tidak mau selesai?
66	Let's count to 10 together and get out of the bathtub.	Bác cùng cháu đếm đến 10 rồi ra nhé?	Hitung bersama sampai sepuluh, mari selesai.
67	Let's hold this hand rail and stand up slowly.	Bác hãy nắm tay vịn này và từ từ đứng lên ạ.	Tolong pegang pegangan ini, mari bangun berdiri pelan-pelan.
68	Are you feeling dizzy or lightheaded?	Bác không bị chóng mặt, hoa mắt chứ ạ?	Apakah tidak ada pening dan sempoyongan?
	<Helping inside a bathroom, using a bathing chair when getting in and out of a bathtub>	**<Hỗ trợ trong phòng tắm, khi ra vào bồn tắm dùng ghế vào bồn tắm>**	**<Bantuan di ruang ganti, keluar masuk ke bak mandi menggunakan kursi mandi>**
69	Let's hold this hand rail and sit down slowly.	Bác hãy nắm lấy tay vịn này và từ từ ngồi xuống.	Tolong pegang pegangan ini, mari duduk pelan-pelan.
70	I'm going to support you. Could you sit down on this chair slowly?	Cháu sẽ đỡ bác, bác ngồi từ từ xuống cái ghế này giúp cháu ạ.	Saya akan menopang Anda, apakah Anda bisa duduk di kursi ini pelan-pelan?
71	I'm going to put a towel on your lower body.	Cháu sẽ đắp khăn lên lưng bác ạ.	Handuknya saya kenakan di pinggul.
72	Could you check the temperature?	Bác kiểm tra nhiệt độ giúp cháu với.	Apakah Anda bisa mengecek temperaturnya?
73	<After putting some warm water on a user's toes or fingers> Is the temperature good?	<Xả nước vòi sen lên đầu chân, đầu ngón tay> Nhiệt độ tầm này được chưa ạ?	<Shower hanya disiram ke ujung kaki dan ujung tangan> Kalau temperaturnya seperti ini bagaimana?
74	I'm going to put the shower on you.	Cháu xả nước lên người bác đây ạ.	Saya siram ke tubuh ya.
75	May I shampoo?	Bác gội cả đầu nhé?	Apakah saya boleh keramas kepala Anda?
76	I'm going to put the shower on your hair.	Cháu gội đầu giúp bác nhé?	Saya siram air panas ke kepala ya.
77	I'm going to shampoo. Are you feeling itchy anywhere?	Cháu cho dầu gội lên đầu nhé. Bác có chỗ nào ngứa không ạ?	Saya beri sampo. Apakah tidak ada bagian yang gatal?
78	<While shampooing> Is the massage strength good?	<Vừa cho dầu gội lên đầu> Cháu gãi mạnh như vậy được chưa ạ?	<Sambil menyampo> Kekuatannya seperti ini?
79	I'm going to put the shower on your hair. Could you close your eyes so that bubbles will not get in your eyes?	Cháu sẽ xả đây ạ, bác hãy nhắm mắt để bọt xà phòng không vào mắt ạ	Karena akan saya siram, supaya busanya tidak masuk ke mata, apakah Anda bisa pejamkan mata?
80	Oh, did shampoo get in your eyes? I'm terribly sorry.	Ôi, xà phòng vào mắt bác rồi ạ. Cháu xin lỗi bác ạ.	Ah, apakah sampo masuk ke mata? Mohon maaf.
81	I'll wash them off now.	Cháu sẽ xả ngay ạ.	Akan segera saya siram.

声かけ表現リスト09 mp3 071

82 目を拭きますね。

83 もう大丈夫ですか。すみませんでした。

84 お身体を洗いますね。

85 こする強さはこれぐらいでよろしいですか。

86 力加減はいかがですか。

87 脇の下、失礼しますね。

88 お下、失礼します。

89 足の指、失礼します。

90 洗い足りないところはありませんか。

91 流しますね。

92 では、湯船に浸かって、温まりましょうか。

93 こちらのいすに座っていただけますか。ベルトを締めますね。

94 タオルをどうぞ。＜タオルを下半身に掛ける＞

95 いすがゆっくりお湯に入っていきます。

96 お湯加減はいかがですか。

97 では、いすが上がりますよ。

98 ご気分は悪くないですか。

99 手すりをつかんで立ち上がりましょう。私が支えますね。

＜片麻痺がある利用者様の浴槽への出入り：左片麻痺＞

100 右手で温度を確認していただけますか。

101 大丈夫ですか。熱くないですか。

102 では、浴槽の縁、この辺りに右手を置いていただけますか。

↓つづく

164

	List of Koekake Expressions 09 / Cách nói Koekake 09 / Daftar Ekspresi Penyampaian Kata 09		
82	I'll wipe your eyes.	Cháu lau mắt đây ạ.	Saya lap matanya.
83	Are you all right now? I'm truly sorry.	Bác không sao chứ ạ? Cháu xin lỗi bác ạ.	Apakah sudah tidak apa-apa? Minta maaf.
84	I'm going to wash your body.	Cháu kì cọ người bác nhé.	Saya cuci tubuhnya ya.
85	Is the scrubbing strength good?	Cháu kì cọ thế này đủ mạnh chưa ạ?	Kekuatan menggosoknya seperti ini?
86	How is the scrubbing strength?	Thế này đủ mạnh chưa ạ?	Tingkat kekuatannya bagaimana?
87	Excuse me. I'm going to wash your armpits.	Cháu xin phép kì dưới nách ạ.	Bawah ketiaknya, permisi.
88	Excuse me. I'm going to wash your lower body.	Cháu rửa phần thân dưới ạ.	Yang bawah, permisi.
89	Excuse me. I'm going to wash your toes.	Cháu rửa ngón chân ạ.	Jari kakinya, permisi.
90	Is there anywhere that you would like me to wash more?	Có chỗ nào bị rửa sót không ạ?	Apakah tidak ada bagian yang kurang dicuci?
91	I'm going to put the shower on you.	Cháu xả nước nhé.	Saya siram ya.
92	Now, would you like to get in the bathtub and get warm?	Bây giờ bác ngâm người trong bồn tắm cho ấm nhé.	Kalau begitu, mari masuk ke bak mandi, dan berhangat.
93	Could you sit down on this chair? I'm going to fasten the belt.	Bác ngồi xuống ghế này giúp cháu ạ. Cháu thắt dây an toàn nhé.	Apakah Anda bisa duduk di kursi ini? Saya kencangkan sabuknya ya.
94	Here is your towel. <Caregiver puts a towel on a user's lower body>	Mời bác đắp khăn ạ. <Đắp khăn lên thân dưới>	Handuknya silakan. <Mengenakan handuk di bagian bawah tubuh>
95	The chair will go into the bathtub slowly.	Ghế từ từ đưa/cho xuống bồn tắm.	Kursinya akan masuk pelan-pelan ke air panas.
96	How is the temperature?	Nước nóng thế đã vừa chưa ạ?	Kondisi air panasnya bagaimana?
97	Now, the chair will go up.	Bây giờ cháu kéo ghế lên ạ.	Kalau begitu, kursinya akan naik lo.
98	Are you feeling all right?	Bác có bị khó chịu không ạ?	Apakah perasaannya tidak enak?
99	Let's hold the hand rail and stand up. I'm going to support you.	Bác hãy nắm tay vịn và đứng lên từ từ. Cháu sẽ đỡ bác ạ.	Mari pegang pegangan dan bangun berdiri. Saya akan topang ya.
	<Getting in and out of a bathtub for a hemiplegia user: left-sided paralysis>	<Hỗ trợ người bệnh liệt nửa người vào bồn tắm: Bị liệt nửa bên trái>	<Keluar masuk ke bak pengguna jasa yang ada hemiplegia: paralisis kiri>
100	Could you check the temperature with your right hand?	Bác có thể dùng tay phải để kiểm tra nhiệt độ giúp cháu không ạ?	Apakah Anda bisa mengecek temperatur dengan tangan kanan?
101	Is it all right? Not too hot?	Không sao chứ ạ? Có nóng quá không ạ?	Apakah tidak apa-apa? Apakah tidak panas?
102	Then, could you put your right hand here, on the edge of the bathtub?	Bây giờ bác hãy đặt tay phải nên thành bồn tắm, chỗ này ạ.	Kalau begitu, tepi bak mandi, apakah Anda bisa meletakkan tangan kanan Anda di sekitar sini?

声かけ表現リスト 09

103　お尻をいす[＝シャワーチェアー]から浴槽の縁に少し動かしましょう。

104　私が背中を支えますから、右足を浴槽に入れていただけますか。

105　左足は私が浴槽に入れますね。

106　（膝裏と踵を）失礼します。

107　大丈夫ですか。では、お風呂の中に座りましょうか。

108　浴槽の横の手すりを右手でつかんでいただけますか。

109　私が左側を支えますから、前かがみになって、ゆっくり座っていきましょう。

110　はい、ありがとうございます。姿勢は安定していますか。

111　安全のために、手すりはつかんでいてくださいね。

112　＜上がる前に＞　そろそろ上がりましょうか。お手伝いしますね。

113　手すりをしっかりつかんで、右膝を立てていただけますか。

114　左膝は私がお手伝いします。失礼します。

115　立ち上がったら、いったん浴槽の縁に腰掛けますよ。

116　では、私が腰を支えますから、前かがみになって立ちましょうか。

117　大丈夫ですか。右手で浴槽の縁をつかんでいただけますか。

118　では、左足を浴槽から出しましょう。私がお手伝いしますね。

119　（踵と膝裏を）失礼します。

120　私が支えますから、右足はご自分で出していただけますか。

121　では、お尻をいすのほうにずらしましょう。

122　はい、ありがとうございます。大丈夫ですか。

List of Koekake Expressions 09 / Cách nói Koekake 09 / Daftar Ekspresi Penyampaian Kata 09

103	Let's move your hips a little from the chair (shower chair) to the edge of the bathtub.	Bác hãy dịch mông từ ghế (ghế tắm) sang thành bồn tắm một chút ạ.	Mari pantatnya digerakkan sedikit dari kursi (kursi shower) ke tepi bak mandi.
104	I'm going to support your back. Could you put your right foot in the bathtub?	Cháu sẽ đỡ phía sau lưng, bác có thể cho chân phải vào bồn tắm giúp cháu không ạ?	Saya akan menopang punggung Anda, apakah Anda bisa memasukkan kakai kanan Anda ke dalam bak?
105	I'm going to put your left foot in the bathtub.	Cháu sẽ đặt chân trái của bác vào bồn tắm nhé?	Kaki kirinya akan saya masukkan ke bak mandi.
106	Excuse me. I'm going to touch and help the back of your left knee and your left heel.	Cháu xin phép (cầm vào sau đầu gối, gót chân).	(Belakang paha dan tumit) permisi.
107	Are you all right? Now, would you like to sit down in the bathtub?	Bác không sao chứ ạ? Bây giờ bác ngồi xuống bồn tắm được không ạ?	Apakah tidak apa-apa? Kalau begitu, mari duduk ke dalam bak mandi.
108	Could you hold the hand rail beside the bathtub?	Bác dùng tay phải nắm lấy thanh vịn dọc bồn tắm được không ạ?	Apakah Anda bisa memegang pegangan samping bak mandi dengan tangan kana?
109	I'm going to support your left side. Let's bend forward and sit down slowly.	Cháu sẽ đỡ bên trái, bác hãy hơi cúi người về phía trước và ngồi xuống từ từ nhé.	Saya akan menopang sisi kiri, tolong membungkuk ke depan, mari duduk pelan-pelan.
110	Thank you for your cooperation. Is your sitting position stable?	Vâng, cháu cảm ơn bác. Tư thế này đã vững chưa ạ?	Ya, terima kasih. Apakah posturnya sudah stabil?
111	For your safety, please keep holding the hand rail.	Để bảo đảm an toàn, bác hãy nắm tay vịn nhé.	Demi keselamatan, tolong pegang pegangan ya.
112	<Before getting out of a bathtub> It's time to get out of the bathtub. I'm going to help you.	<Trước khi rời bồn tắm> Ta chuẩn bị ra khỏi bồn tắm bác nhé. Để cháu giúp bác ạ.	<Sebelum selesai> Sebentar lagi mari selesai. Saya akan bantu ya.
113	Could you hold the hand rail firmly and bend your right knee?	Bác hãy nắm chặt tay vịn rồi đứng lên bằng chân phải giúp cháu ạ.	Tolong pegang pegangan secara seksama, apakah Anda bisa menegakkan lutut kana?
114	Excuse me. I'm going to help with your left knee.	Cháu sẽ giúp bác bên đầu gối trái. Cháu xin phép ạ.	Lutut kirinya akan saya bantu. Permisi.
115	After standing up, you're going to sit down on the edge of the bathtub first.	Sau khi đứng lên, bác hãy ngồi tạm lên thành bồn tắm này.	Setelah berdiri, sejenak mari duduk di tepi bak mandi.
116	Now, I'm going to support your waist. Could you like to bend forward and stand up?	Bây giờ cháu sẽ đỡ lưng bác, bác hãy cúi người về phía trước và đứng lên nhé.	Kalau begitu, saya akan menopang pinggul, mari membungkuk ke depan dan berdiri.
117	Are you all right? Could you grasp the edge of the bathtub with your right hand?	Bác không sao chứ ạ? Bác có thể dùng tay phải nắm lấy thành bồn tắm không ạ?	Apakah Anda tidak apa-apa? Apakah Anda bisa memegang tepi bak mandi dengan tangan kanan?
118	Now, let's take your left leg out of the bathtub. I'm going to help you.	Bây giờ sẽ rút chân trái ra khỏi bồn ạ. Cháu sẽ giúp bác.	Kalau begitu, mari keluarkan kaki kiri dari bak mandi. Saya akan bantu ya.
119	Excuse me. I'm going to touch and help the back of your left knee and your left heel.	(Rút gót chân, sau đầu gối) cháu xin phép ạ.	(Tumit dan belakang lutut) permisi.
120	I'm going to support you. Could you take your right leg out of the bathtub by yourself?	Cháu sẽ đỡ bác, bác hãy tự rút chân phải ra giúp cháu nhé.	Saya akan menopang, apakah Anda bisa mengeluarkan kaki kanan Anda sendiri?
121	Now, let's move your hips toward the chair.	Bây giờ bác hãy dịch mông ra chiếc ghế này ạ.	Kalau begitu, pantatnya mari dipindah dari kursi.
122	Thank you for your cooperation. Are you all right?	Vâng, cháu cảm ơn bác. Bác không sao chứ ạ?	Ya, terima kasih. Apakah tidak apa-apa?

声かけ表現リスト 09

＜浴室で、座位で機械浴＞

123 では、今からこのままお風呂に入りましょう。

124 いすを押しますので、動きますよ。

125 ドアを閉めますね。

126 ボタンを押すと、お湯が出ます。

127 気分はいかがですか。

128 出ましょうか。ドアを開けますよ。

129 お疲れ様でした。ご気分はいかがですか。

＜浴室で、臥位で脱衣から機械浴＞

130 今からお風呂に入りますが、ご気分はいかがですか。

131 服を脱ぎます。お手伝いさせてくださいね。失礼します。

132 寒くないですか。お身体にタオルを掛けますね。

133 お湯の温度を確認していただけますか。

134 では、頭から洗いますね。

135 かゆいところとか（は）ありませんか。

136 流します。

137 お顔を温かいタオルで拭きます。失礼します。次はお身体を洗いますね。

138 タオルを失礼します。

139 気になるところはありませんか。

140 では、お湯をかけていきます。大丈夫ですか。

141 さっぱりしましたね。タオルを掛けますね。では、お風呂に浸かりましょう。

142 私が一緒にいますから、ご安心ください。

↓つづく

List of Koekake Expressions 09 / Cách nói Koekake 09 / Daftar Ekspresi Penyampaian Kata 09

	<In a bathroom: Using a bath machine in a sitting position>	<Tắm bằng máy ở tư thế ngồi trong phòng tắm>	<Di ruang mandi, peralatan mandi dengan posisi duduk>
123	Now, let's take a bath while sitting on the chair.	Bây giờ bác cứ giữ nguyên tư thế này ta vào bồn tắm nhé.	Kalau begitu, mulai sekarang mari langsung masuk ke bak mandi.
124	I'm going to push your chair and it will move.	Cháu sẽ ấn xe lăn ạ. Cháu ấn đây ạ.	Saya akan dorong kursinya, bergerak lo.
125	I'm going to close the door.	Cháu đóng cửa ạ.	Pintunya saya tutup ya.
126	I'm going to push the button and hot water will come out.	Khi cháu bấm nút nước nóng sẽ chảy ra.	Kalau saya tekan tombolnya, air panas akan keluar.
127	How are you feeling?	Bác có thấy khó chịu gì không ạ?	Perasaan Anda bagaimana?
128	Would you like to get out? I'm going to open the door.	Ra khỏi bồn tắm bác nhé. Cháu mở cửa đây ạ.	Mari keluar. Pintunya akan saya buka.
129	Thank you for taking a bath. How did you like it?	Cháu cảm ơn bác. Bác thấy trong người thế nào ạ?	Terima kasih banyak atas kerja samanya. Perasaan Anda bagaimana?
	<In a bathroom: from taking off clothes to using a bath machine in a lying position>	<Cởi quần áo ở tư thế nằm trong phòng tắm rồi tắm bằng máy>	<Di kamar mandi, dengan posisi telentang dari melepas baju ke peralatan mandin>
130	You're going to take a bath now. How are you feeling?	Bây giờ ta sẽ vào buồng tắm ạ, bác thấy trong người thế nào ạ?	Mulai sekarang akan masuk mandi, perasaan Anda bagaimana?
131	You're going to take off your clothes. May I help you take off your clothes? Excuse me.	Để cháu giúp bác cởi quần áo ạ.	Pakaiannya dilepas. Saya akan bantu. Permisi.
132	Is it cold? I'm going to put a towel on your body.	Bác có lạnh không ạ? Cháu đắp khăn lên người bác nhé.	Apakah tidak dingin? Handuknya saya kenakan di tubuh ya.
133	Could you check the temperature of the water?	Bác kiểm tra nhiệt độ nước giúp cháu với ạ.	Apakah Anda bisa mengecek temperatur air panas?
134	Now, I'm going to wash your hair first.	Bây giờ cháu sẽ gội từ đầu ạ.	Kalau begitu, saya keramasi ya.
135	Is there any part where you feel itchy?	Bác có ngứa chỗ nào không ạ?	Apakah tidak ada bagian yang gatal?
136	I'm going to rinse your hair to wash the shampoo off.	Cháu xả đây ạ.	Saya siram.
137	I'm going to wipe your face with a hot towel. Excuse me. Next, I'm going to wash your body.	Cháu sẽ dùng khăn ấm lau mặt cho bác. Tiếp theo kì cọ người ạ.	Wajahnya saya lap dengan handuk hangat. Permisi. Selanjutnya, saya cuci tubuhnya.
138	Excuse me. I'm going to remove your towel.	Cháu xin rút khăn ra ạ.	Handuknya permisi.
139	Is there anything that is bothering you?	Bác có chỗ nào khó chịu không ạ?	Apakah tidak ada yang dikuatirkan?
140	Now, I'm going to put the shower on your body. Are you all right?	Bây giờ cháu sẽ dội nước ấm lên. Không sao chứ ạ?	Kalau begitu, saya siram dengan air panas. Apakah tidak apa-apa?
141	You are now clean and refreshed. I'm going to put a towel on you. Now, let's get into the bathtub.	Bác thấy dễ chịu không ạ? Cháu đắp khăn lên đây ạ. Bây giờ bác ngâm mình trong bồn tắm nhé.	Sudah bersih ya. Saya kenakan handuk ya. Mari berendam ke bak mandi.
142	I'll be with you. Please don't worry.	Cháu sẽ ở bên cạnh. Bác đừng lo nhé.	Saya juga sama-sama, tolong tenang.

169

声かけ表現リスト 09

mp3 074

143 少し頭を上げますね。大丈夫ですか。

144 安全のために、ベルトをさせてくださいね。失礼します。

145 では、このままお湯に入りますよ。ゆっくりですから、ご安心ください。

146 お湯加減はいかがですか。

147 ご気分はいかがですか。

148 そろそろ上がりますか。

149 では、ベッドがゆっくり動いて、お湯から出ますよ。

＜入浴中の雑談＞

150 田中さん、お肌（が）きれいですね。

151 ここがちょっと赤くなっていますが、かゆいですか。

152 ここが痕になっていますが、かかれましたか。

153 ここが少し赤紫になっていますが、痛いですか。

154 お肌の調子（は）良さそうですね。

155 髪がずいぶん伸びましたね。次の床屋の日に切ってもらいますか。

＜入浴中に排泄した利用者様に＞

156 すみません、気がつかなくて。

157 気になさらないでくださいね。

158 お身体が温まると、出したくなりますよね。

159 大丈夫ですよ。流すだけですから。すぐ終わりますから、お待ちください。

160 すみませんが、もう一度洗いましょうか。

＜浴槽を出た後、脱衣場に行く前に＞

161 最後にかけ湯をしますね。温度はよろしいですか。

↓つづく

170

List of Koekake Expressions 09 / Cách nói Koekake 09 / Daftar Ekspresi Penyampaian Kata 09

143	I'm going to raise the head part. Are you all right?	Cháu hơi nhấc đầu bác lên một chút ạ. Có ổn không ạ?	Kepalanya saya angkat sedikit. Apakah tidak apa-apa?
144	For your safety, I'm going to fasten the belt. Excuse me.	Để bảo đảm an toàn cháu sẽ thắt dây an toàn ạ. Cháu xin phép.	Demi keselamatan, saya pasang sabuknya. Permisi.
145	Now, you're going to get into hot water. We're going to go slowly. Please don't worry.	Bây giờ ta sẽ ngâm nước nóng. Cháu sẽ làm từ từ, bác đừng lo ạ.	Kalau begitu, langsung masuk ke air panas. Karena pelan-pelan, tolong tenang.
146	How is the temperature?	Nước nóng thế đã vừa chưa ạ?	Kondisi air panasnya bagaimana?
147	How are you feeling?	Bác thấy trong người thế nào ạ?	Perasaan Anda bagaimana?
148	Would you like to get out of the bathtub?	Ta chuẩn bị lên bác nhé?	Apakah sebentar lagi mau selesai?
149	Now, the bed will move slowly and you'll get out of hot water.	Bây giờ giường sẽ từ từ di chuyển và ra khỏi nước nóng ạ.	Kalau begitu, bednya akan bergerak pelan-pelan, keluar dari air panas lo.
	<Small talk while taking a bath>	**<Trò chuyện trong khi tắm>**	**<Obrolan selama masuk mandi>**
150	Tanaka san, you have beautiful skin.	Bác Tanaka, da bác đẹp quá.	Tanaka-san, kulitnya halus ya.
151	Your skin is a little red here. Is it itchy?	Chỗ này hơi bị đỏ, bác có ngứa không ạ?	Di sini agak jadi merah, apakah gatal?
152	You have a scar here. Did you scratch it?	Chỗ này bị xước, bác gãi cào xước ạ?	Di sini ada bekas, apakah Anda garuk?
153	Your skin is a little red and purple here. Does it hurt?	Chỗ này hơi bị tím, bác có đau không ạ?	Di sini agak jadi merah ungu, apakah sakit?
154	You skin looks good.	Da bác dạo này đẹp quá ạ.	Kondisi kulitnya kelihatan bagus.
155	Your hair has gotten long. Would you like to have it cut on the next haircut day?	Tóc bác dài ra nhiều rồi. Ngày cắt tóc tới bác cắt tóc nhé.	Rambutnya sudah sangat panjang ya. Pada Hari Potong Rambut berikut apakah mau dipotong?
	<To a user who excreted while taking a bath>	**<Với bệnh nhân tiểu tiện - đại tiện trong khi đang tắm>**	**<Kepada pengguna jasa yang ekskresi selama mandi>**
156	I'm sorry that I didn't notice this.	Cháu xin lỗi, cháu đã không nhận ra sớm.	Minta maaf, saya tidak sadar.
157	Please don't worry.	Bác đừng ngại nhé.	Tolong jangan kuatir ya.
158	It's natural that you feel like excreting when your body becomes warm.	Khi cơ thể ấm lên dễ đi tiểu (đi đại tiện) lắm bác nhỉ.	Kalau tubuh hangat, jadi mau keluar ya.
159	It's all right. It's easy, just pour water. I'll do it quickly. Please wait a second.	Không sao đâu ạ. Cháu chỉ dội sạch thôi. Sẽ xong ngay thôi, bác chờ cháu một chút ạ.	Tidak apa-apa kok. Hanya disiram saja. Karena segera selesai, tolong tunggu sebentar.
160	Excuse me, but would you like to wash your body again?	Cháu xin lỗi, bác rửa người lại lần nữa nhé.	Minta maaf, mari dicuci sekali lagi.
	<Before going to a dressing room after getting out of a bathtub>	**<Sau khi tắm xong, trước khi ra chỗ mặc quần áo>**	**<Setelah selesai keluar dari bak mandi, sebelum pergi ke ruang ganti>**
161	Last, I'm going to put the shower on you. Is the temperature good?	Ta tráng lần cuối bác nhé. Nhiệt độ thế này đã được chưa ạ?	Terakhir akan saya siram air panas ya. Temperaturnya tidak apa-apa?

声かけ表現リスト 09

mp3 075

162 バスタオル（を）どうぞ。ご自分で拭けるところは拭いていただけますか。少しお手伝いしますね。

163 バスタオルを掛けますね。脱衣場に行きましょう。

＜入浴後、脱衣場で＞

164 お疲れ様でした。こちらにお掛けください。

165 お疲れ様でした。ご気分（は）悪くないですか。

166 今日のお風呂はいかがでしたか。

167 いいお湯でしたか。

168 さっぱりされましたか。

169 のぼせていませんか。

170 動悸や息切れはありませんか。

171 身体が冷めないうちに服を着ましょう。

172 お着替え（する服）はこちらです。

173 ご自分で着ていただけますか。

174 お手伝いしましょうか。

175 髪を乾かしましょうか。

176 ドライヤーをおかけしましょうか。

177 ご自分でドライヤーをお使いになりますか。

178 ちょっと髪をセットしますね。

179 髪はお部屋で乾かしましょうか。

180 何かお飲み物はいかがですか。

181 お風呂上がりは飲み物がおいしいですよ。何がよろしいですか。

182 では、お部屋に帰りましょうか。

List of Koekake Expressions 09 / Cách nói Koekake 09 / Daftar Ekspresi Penyampaian Kata 09

162	Here is your bath towel. Could you wipe your body as much as possible? I'm going to help you a little.	Cháu mời bác dùng khăn tắm ạ. Bác hãy lau những chỗ có thể lau giúp cháu với. Cháu sẽ phụ bác một chút ạ.	Handuk mandinya silakan. Apakah Anda bisa mengelap sebisa Anda? Akan saya bantu sedikit.
163	I'm going to put a bath towel on you. Let's go to the dressing room.	Cháu choàng khăn tắm lên người bác nhé. Ta đi ra chỗ mặc quần áo thôi ạ.	Saya kenakan handuknya ya. Mari pergi ke ruang ganti.
	<At a dressing room after taking a bath>	**<Sau khi tắm xong, tại chỗ mặc quần áo>**	**<Setelah masuk mandi, di ruang ganti>**
164	Thank you for taking a bath. Please sit down here.	Xong rồi bác ạ. Bác ngồi xuống đây ạ.	Terima kasih atas kerja samanya. Tolong duduk di sini.
165	Thank you for taking a bath. Are you feeling all right?	Xong rồi bác ạ. Bác có cảm thấy không khỏe chỗ nào không ạ?	Terima kasih atas kerja samanya. Apakah perasaannya tidak enak?
166	How was today's bath?	Hôm nay bác thấy việc đi tắm thế nào ạ?	Mandi hari ini bagaimana?
167	Did you enjoy taking a bath?	Bồn nước nóng có thích không ạ?	Air panasnya enak?
168	Are you feeling refreshed?	Bác thấy nhẹ người không ạ?	Sudah bersih ya.
169	Did you stay in the bath too long?	Bác có thấy ấm người lên không ạ?	Apakah Anda tidak.
170	Do have palpitation or shortness of breath?	Bác có bị khó thở hay trống ngực đập dồn dập không ạ?	Apakah tidak gerah?
171	Let's put on your clothes before your body gets cold.	Bác mặc quần áo nhé kẻo bị nhiễm lạnh.	Sebelum tubuh kedinginan mari kenakan pakaian.
172	Here are your new clothes.	Quần áo để mặc ở đây ạ.	Gantinya (pakaian) di sini.
173	Could you put on your clothes by yourself?	Bác có tự mặc được không ạ?	Apakah Anda bisa kenakan sendiri?
174	Shall I help you?	Để cháu giúp bác nhé?	Mari saya bantu.
175	Shall I dry your hair?	Để cháu sấy tóc cho bác nhé?	Mari rambutnya dikeringkan.
176	Shall I dry your hair with a hair dryer?	Để cháu sấy tóc cho bác nhé?	Mari pakai dryer.
177	Would you like to use a hair dryer by yourself?	Bác có tự dùng máy sấy được không ạ?	Apakah Anda mau pakai dryer sendiri?
178	May I set your hair a little?	Để cháu sửa kiểu tóc cho bác ạ.	Sebentar saya akan tata rambutnya.
179	Would you like to dry your hair in your room?	Bác có muốn sấy tóc tại phòng không ạ?	Rambutnya mari dikeringkan di kamar.
180	Would you like something to drink?	Bác có muốn uống gì không ạ?	Minumannya bagaimana?
181	Drinking (something) after a bath is delicious. What would you like?	Tắm xong uống gì đó sẽ ngon lắm ạ. Bác muốn uống gì không ạ?	Minuman setelah mandi enak lo. Anda mau apa?
182	Now, would you like to return to your room?	Bây giờ ta về phòng bác nhé.	Kalau begitu, mari kembali ke kamar.

練習 09

状況: 午前10時です。今日はお風呂の日です。山川さんの居室に行って声かけをして、お風呂場まで誘導してください。（お風呂場では別の担当が引き継ぎます。）

利用者情報: 山川一郎（男性）。認知症で、近頃、衛生観念が低くなってきている。前回と前々回のお風呂の日は、入りたくないと頑なに拒否し、入らなかった。最後にお風呂に入ってから10日ほど経っている。もともと風呂は嫌いではないが、面倒だと思っている。以前は自宅の風呂でよく趣味のカラオケの練習をした。

 =介護職　 =山川

🎵 076

👩 ＜コンコンコン＞　失礼します。山川さん、お風呂のお時間です。

👤 あー、面倒だからええ［＝いい］。

👩 面倒ですか。

👤 面倒だよ、そりゃ［＝それは］。

👩 最後にお風呂に入ってから、10日ぐらい経っていますし、入りませんか。

👤 大丈夫。風呂に入らんでも［＝入らなくても］死にゃせん［＝死にはしない］。

👩 そうですね。死ぬことはないですが、お風呂にずっと入らないと、気持ち悪くないですか。

👤 ない、ない。

👩 そうですか。山川さん、ご自宅ではどうでしたか。ご自宅のお風呂はお好きですか。

👤 嫌いじゃないよ、自分の風呂だから。昔はよく風呂でカラオケの練習（を）したなあ。

👩 私もお風呂で歌うの（が）好きですよ。声がよく響いていいですよね。

👤 そうそう、マイクで歌ってるみたいで。

👩 じゃ、今日お風呂でカラオケの練習（を）してみませんか。
ここのお風呂は大きいですから、よく響いて気持ち（が）いいですよ。

👤 そっか？［＝そうか？］

↓つづく

Practice 09 / Luyện tập 09 / Latihan 09

[Situation]
It's 10 o'clock in the morning. It's bath day today. You go to Yamakawa san's room, do Koekake and take him to the bathroom. (Another staff member takes over care at the bathroom.)

(Bối cảnh)
Bây giờ là 10 giờ sáng. Hôm nay là ngày tắm bồn. Bạn hãy đến phòng ông Yamakawa để Koekake hướng dẫn ông đi tắm. (Ở phòng tắm có nhân viên khác đón ông và hướng dẫn ông)

[Situasi]
Pagi hari pukul sepuluh. Hari ini adalah Hari Mandi. Anda pergi mendatangi kamar Yamakawa-san untuk melakukan penyampaian kata, dan tolong antar ke kamar mandi. (Di kamar mandi ada staf lain yang bertanggung jawab)

[Information about the user]
Yamakawa Ichiro (male). He has dementia and recently, he has poor sense of hygiene. He adamantly refused to take a bath the last 2 times and didn't take a bath. About 10 days have passed since he took a bath last. He originally didn't dislike taking a bath, but he feels that taking a bath is bothersome. He used to practice Karaoke, which is his hobby, in the bathroom in his home.

🧑‍🦱 = Caregiver
👤 = Yamakawa

(Thông tin về bệnh nhân)
Yamakawa Ichiro (Nam giới), bị bệnh Alzheimer (chứng suy giảm trí nhớ), gần đây, quan niệm về vệ sinh suy giảm. Lần tắm trước và cả trước đó ông đều cự tuyệt đến cùng, lấy lý do không muốn tắm và không vào tắm. Đã 10 ngày trôi qua kể từ khi ông đi tắm lần cuối. Vốn ông không phải là người ghét tắm nhưng ông thấy lười. Trước đây ông thường luyện hát karaoke tại bồn tắm ở nhà mình.

🧑‍🦱 = Nhân viên điều dưỡng
👤 = Yamakawa

[Informasi pengguna jasa]
Ichiro Yamakawa (pria), menderita demensia, akhir-akhir ini, rasa kebersihannya menurun. Pada hari mandi sebelumnya dan sebelumnya lagi, menolak keras-keras dan tidak masuk mandi. Sejak terakhir mandi sudah lewat sekitar sepuluh hari. Awalnya bukan karena tidak suka mandi, tetapi karena merasa repot. Sebelumnya di kamar mandi rumahnya sering latihan karaoke yang menjadi hobinya.

🧑‍🦱 = Tenaga perawat lansia
👤 = Yamakawa

🧑‍🦱 <Knock 3 times> Excuse me. Yamakawa san, it's time to take a bath.

👤 Aa, it's bothersome. I don't want to.

🧑‍🦱 Is it bothersome?

👤 It is bothersome.

🧑‍🦱 About 10 days have passed since you took a bath last. So, would you like to take a bath?

👤 No. If I don't take a bath, I won't die.

🧑‍🦱 Indeed. You won't die, but if you haven't taken a bath for a long time, don't you feel bad?

👤 No, no.

🧑‍🦱 I see. How did you take a bath when you lived at home? Did you like the bathroom in your home?

👤 I didn't hate it because it's my own bathroom. I remember that I used to practice Karaoke in the bathroom.

🧑‍🦱 I like singing in the bathroom, too. A bathroom echoes well and it's good for singing, isn't it?

👤 Yes, it is. It's like singing with a microphone.

🧑‍🦱 Then, why don't you practice Karaoke in the bathroom today? We have a big bathroom and echoes well. I'm sure you'll feel good.

👤 Do you really think so?

🧑‍🦱 <Cộc cộc cộc> Bác Yamakawa ơi, đến giờ đi tắm rồi ạ.

👤 Ôi, lười lắm, thôi tôi không tắm đâu.

🧑‍🦱 Bác thấy việc tắm mất công lắm ạ?

👤 Ừ mất công lắm, lười lắm.

🧑‍🦱 Đã 10 ngày trôi qua kể từ ngày bác đi tắm lần trước rồi, hôm nay bác tắm nhé?

👤 Không sao đâu. Không tắm cũng có chết đâu mà.

🧑‍🦱 Đúng như thế ạ. Có điều nếu không tắm dù không chết nhưng sẽ thấy trong người khó chịu lắm. Bác không thấy trong người khó chịu ạ?

👤 Không, không.

🧑‍🦱 Thế ạ. Bác Yamakawa ơi, ở nhà bác bác cũng thế ạ? Bác có thích bồn tắm ở nhà bác không ạ?

👤 Khá là thích. Vì đó là bồn tắm của mình mà. Ngày xưa bác hay luyện hát karaoke trong bồn tắm ạ.

🧑‍🦱 Cháu cũng thích hát trong bồn tắm lắm. Ở đó giọng hát vang hơn bác nhỉ.

👤 Ừ, vang như hát qua micro vậy.

🧑‍🦱 Thế hay là hôm nay bác thử luyện hát Karaoke trong bồn tắm xem sao? Bồn tắm ở đây rộng nên chắc sẽ vang xa thích lắm đấy ạ.

👤 Thật không, thật không?

🧑‍🦱 <Tok tok tok> Permisi. Yamakawa-san, waktunya mandi.

👤 Ya, karena repot enggak (tidak).

🧑‍🦱 Apakah repot?

👤 Repot lo, tuh (itu)

🧑‍🦱 Sejak terakhir masuk mandi, sudah lewat sekitar sepuluh hari, apakah tidak mau masuk mandi?

👤 Tidak apa-apa. Enggak masuk (tidak masuk) mandi pun enggak akan mati (tidak akan mati).

🧑‍🦱 Oh begitu ya. Memang tidak akan mati, tetapi kalau terus tidak masuk mandi, apakah rasanya tidak enak?

👤 Enggak, enggak.

🧑‍🦱 Oh begitu. Yamakawa-san, kalau di rumah bagaimana? Apakah Anda suka kamar mandi di rumah?

👤 Bukan enggak suka. Karena kamar mandi sendiri. Dulu sering karaoke di kamar mandi.

🧑‍🦱 Saya juga suka menyanyi di kamar mandi lo. Suaranya bergema bagus ya.

👤 Ya ya, kayak menyanyi pakai mic.

🧑‍🦱 Kalau begitu, hari ini apakah tidak mau coba latihan karaoke di kamar mandi? Kamar mandi di sini luas, jadi bergema kuat dan enak lo.

👤 Oh gitu? (Oh begitu?)

175

練習 09

- 🧑 はい、カラオケの練習に持ってこいです！　一緒に行きましょうよ。
- 👤 じゃ、いっちょ練習するかな。
- 🧑 ええ、一緒に行きましょう。お着替えはこちらですか。＜タンスを指す＞
- 👤 ああ、そこそこ。
- 🧑 どれがよろしいですか。
- 👤 何でもええ[＝いい]。
- 🧑 じゃ、これとこれ(は)いかがですか。
- 👤 ああ、いいよ。
- 🧑 じゃ、お着替えを持って行きましょう！

▼チェックリスト

- ☐ 入浴日のことを伝えましたか。
- ☐ 山川さんが入浴を嫌がる理由を確認しましたか。
- ☐ 山川さんが入浴したいと思うような声かけをしましたか。
- ☐ 山川さんの気持ちが変わらないうちにお風呂場に行けるように配慮しながらも、着替えなど居室で必要な事がらについて確認しましたか。

Practice 09 / Luyện tập 09 / Latihan 09

👤 Yes. Our bathroom is very good for practicing Karaoke. Shall we go together?

👥 Then, I'll go and practice.

👤 Great. Let's go. Are your new clothes here? <Caregiver points to his chest of drawers.>

👥 Yes, there.

👤 What would you like to wear?

👥 Whatever.

👤 Then, what about this and this?

👥 OK.

👤 Now, let's take your new clothes and go!

👤 Vâng, đấy là chỗ lý tưởng để luyện hát karaoke đấy bác ạ. Bác đi cùng cháu nhé?

👥 Ừ hay bác luyện hát tí nhỉ.

👤 Vâng, đi đi bác. Đồ thay ra của bác ở đây ạ? <chỉ vào tủ quần áo>

👥 Ừ, ở đó đấy.

👤 Bác thích bộ nào ạ?

👥 Bộ nào cũng được.

👤 Thế thì bác mặc cái này với cái này nhé?

👥 Ừ, được đấy.

👤 Thế thì bác cầm đồ thay ra và ta đi thôi ạ.

👤 Ya, sekaligus latihan karaoke! Mari pergi sama-sama.

👥 Kalau begitu, mau latihan satu lagu.

👤 Ya, mari pergi sama-sama. Pakaian gantinya apakah di sini? <Menunjuk lemari>

👥 Ya, situ situ.

👤 Anda mau pilih yang mana?

👥 Apa saja lah (boleh).

👤 Kalau begitu, yang ini bagaimana?

👥 Ya, boleh.

👤 Kalau begitu, mari bawa pakaian gantinya.

▼ **Checklist / Các điểm cần lưu ý / Daftar cek**

☐ Did you tell Yamakawa san that today is bath day? / Đã báo cho ông Yamakawa hôm nay là ngày tắm bồn chưa? / Apakah Anda sudah menyampaikan tentang Hari Mandi?

☐ Did you check the reason why he hates taking a bath? / Đã hỏi tại sao ông Yamakawa ghét tắm bồn hay chưa? / Apakah Anda sudah mengecek alasan Yamakawa-san tidak suka mandi?

☐ Did you do proper Koekake so that he might change his mind and take a bath? / Đã có cách Koekake để ông Yamakawa tự muốn đi tắm hay chưa? / Apakah Anda sudah melakukan penyampaian kata untuk membuat Yamakawa-san mau mandi?

☐ While paying attention to Yamakawa San's stubbornness about taking a bath, did you check with him about necessary things in his room such as clothes to change? / Đã biết cách hỏi về các đầu việc cần làm tại phòng riêng trước khi đi tắm như hỏi về quần áo sẽ mặc v.v...trên cơ sở cố gắng đi nhanh đến buồng tắm trước khi ông Yamakawa thay đổi ý định hay chưa? / Apakah Anda sudah mengecek hal-hal yang diperlukan di kamar mengenai pakaian ganti dan lain-lain, sambil memperhatikan supaya Yamakawa-san bisa pergi mandi sebelum dia berubah pikiran?

177

note

第 10 章

就寝の声かけ
しゅうしん こえ

Chapter1: Koekake for Sleep
Chương I: Koekake lúc ngủ
Bab 1: Penyampaian Kata Untuk Tidur

睡眠は、心身の健康において重要な役割を果たしています。質の高い睡眠は利用者様のQOL（Quality of Life）の維持・向上には欠かせませんが、老化に伴い、睡眠にさまざまな問題を抱える人が多くいます。安楽な姿勢・寝姿は人によって異なります。利用者様一人ひとりに合わせた質の高い睡眠を提供するためには、寝具・用具や環境を整えるだけでなく、正しい介助・声かけを習得することも重要です。夜勤の際は、人手が足りず焦ることもあると思いますが、常に冷静な対応を心がけます。

Sleep plays a very important role in physical and mental health. High quality sleep is essential to maintain and improve a user's QOL (Quality of Life), but many people have various problems in sleeping because of aging. Comfortable posture or sleeping position varies from person to person. In order to offer high quality sleep according to each individual user, you need not only to prepare proper bedclothes, sleeping necessities and environment, but also to acquire appropriate caregiving skills and Koekake. You might feel rushed during the night shift due to staff shortage but please try to respond and give care in a calm manner at all times.

Giấc ngủ đóng vai trò quan trọng trong việc giữ gìn sức khỏe cơ thể và tinh thần. Giấc ngủ chất lượng cao không thể thiếu trong việc duy trì, nâng cao QOL (Quality of Life - chất lượng cuộc sống) của người bệnh. Cùng với tuổi tác gia tăng, có nhiều người gặp phải nhiều vấn đề xoay quanh giấc ngủ. Tư thế ngủ thoải mái dễ chịu cũng khác nhau tùy theo từng người. Để mang đến giấc ngủ chất lượng cao phù hợp với từng người bệnh không chỉ cần đảm bảo môi trường ngủ như giường ngủ, các thiết bị khác v.v… mà còn cần học cách hỗ trợ cũng như Koekake đúng. Trực đêm thường thiếu người dễ cảm thấy sốt ruột tuy nhiên cần chú ý để luôn giữ được thái độ tỉnh táo nhất.

Tidur memiliki fungsi penting dalam kesehatan fisik dan mental. Tidur dengan kualitas tinggi sangat diperlukan dalam menjaga dan meningkatkan QOL (Quality of Life) pengguna jasa, bersama dengan penuaan, banyak orang yang mengalami berbagai macam masalah tidur. Postur yang nyaman dan postur tidur akan berbeda untuk tiap-tiap orang. Untuk memberikan tidur dengan kualitas tinggi yang disesuaikan kepada pengguna jasa satu demi per satu, bukan hanya menata alat tidur dan alat bantu serta lingkungannya saja, akan tetapi juga perlu menguasai bantuan dan penyampaian kata yang benar. Saat tugas malam, mungkin tergesa-gesa karena kurang orang, perhatikan untuk selalu melayani dengan tenang.

声かけ表現リスト 10

1. そろそろお休みの時間ですから、準備しましょうか。
2. そろそろお休みの時間ですから、お部屋に戻りましょうか。
3. そろそろお休みになりませんか。
4. 明日はお出かけですから、今日はもう寝ましょうか。
5. パジャマに着替えましょうか。
6. 寝る準備のお手伝いをしましょうか。
7. 寝る前の薬です。
8. 眠れるお薬です。どうぞ。
9. 寝る前にトイレに行かれますか。
10. 横になる前にお手洗いに行きませんか。
11. お部屋は寒くないですか。
12. 湯たんぽ（は）お使いになりますか。
13. 毛布（を）もう1枚お持ちしましょうか。
14. 念のため、上掛けを足元に用意しておきますので、寒かったらお使いくださいね。
15. タオルケットだけだとお腹が冷えませんか。
16. ベッドの頭を下げましょうか。
17. 加湿器を入れておきましょうか。
18. 何か飲み物を準備しておきましょうか。
19. こちらにお茶を置いておきますから、のどが乾いたらどうぞ。
20. クッションはお使いになりますか。
21. 枕の高さやシーツのしわなど、気になるところはありませんか。

 低温やけどに注意をします。

↓つづく

List of Koekake Expressions 10 / Cách nói Koekake 10 / Daftar Ekspresi Penyampaian Kata 10

#	English	Vietnamese	Indonesian
1	It's time for bed. Would you like to get ready?	Sắp đến giờ đi ngủ rồi, ta chuẩn bị ngủ bác nhé.	Sebentar lagi waktunya istirahat, mari persiapan.
2	It's time for bed. Would you like to go back to your room?	Sắp đến giờ đi ngủ rồi, ta về phòng bác nhé.	Sebentar lagi waktu istirahat, mari kembali ke kamar.
3	Would you like to go to bed now?	Bác chuẩn bị đi ngủ nhé?	Sebentar lagi apakah Anda tidak mau istirahat?
4	You'll be going out tomorrow. Would you like to go to bed now?	Ngày mai bác sẽ phải ra ngoài, hôm nay ta ngủ sớm bác nhé?	Karena besok akan pergi keluar, hari ini mari tidur.
5	Would you like to change into your pajamas?	Bác thay sang quần áo ngủ nhé?	Mari ganti ke piyama.
6	Shall I help you get ready for bed?	Để cháu giúp bác chuẩn bị đi ngủ nhé?	Mari saya bantu persiapan tidur.
7	Here is your medicine before going to bed.	Thuốc uống trước khi đi ngủ đây ạ.	Obat sebelum tidur.
8	This is a sleeping pill. Here you are.	Đây là thuốc giúp ngủ ngon. Cháu mời bác ạ.	Obat untuk bisa tidur. Silakan.
9	Would you like to go to the toilet before going to bed?	Trước khi đi ngủ bác có muốn đi vệ sinh không ạ?	Sebelum tidur apakah tidak mau pergi ke toilet?
10	Would you like to go to the toilet before lying on the bed?	Trước khi đi ngủ bác có muốn đi vệ sinh không ạ?	Sebelum berbaring apakah tidak mau pergi ke toilet?
11	Is the room cold?	Phòng có lạnh quá không ạ?	Apakah kamarnya tidak dingin?
12	Would you like to use a hot-water bag?	Bác có dùng túi chườm nước nóng (để giữ ấm) không ạ?	Apakah Anda menggunakan kompres hangat?
13	Shall I bring you another blanket?	Cháu mang thêm một cái chăn nữa nhé?	Mari saya bawakan selimut satu lembar lagi.
14	I'm going to put a blanket at your feet just in case. Please use it if you feel cold.	Để cho yên tâm cháu để chăn đắp phụ ở dưới chân, nếu lạnh bác hãy dùng nó nhé.	Untuk jaga-jaga, saya siapkan kain penghangat di bawah kaki, kalau dingin tolong dipakai ya.
15	Do you think that using only this cotton blanket might make your stomach cold?	Bác chỉ đắp chăn mỏng thế này có sợ bị lạnh bụng không ạ?	Dengan handuk besar saja apakah perut tidak dingin?
16	Shall I lower the head part of your bed?	Cháu hạ đầu giường xuống nhé.	Bagian kepala bed mari saya turunkan.
17	Shall I turn on the humidifier?	Cháu bật máy làm ẩm bác nhé?	Mari saya nyalakan humidifier.
18	Shall I bring you something to drink and put it at your side?	Bác có cần cháu chuẩn bị sẵn đồ uống gì đó không ạ?	Mari saya siapkan sesuatu minuman.
19	I put tea here. When you feel thirsty, please drink it.	Cháu sẽ để trà ở đây, nếu thấy khát bác hãy uống nhé.	Di sini saya letakkan the Jepang, kalau haus silakan.
20	Would you like to use a cushion?	Bác có cần gối dựa lưng không ạ?	Apakah mau memakai bantalan?
21	Is the height of your pillow or wrinkles on the sheet bothering you?	Bác có gì cần góp ý không ạ? Gối có cao quá không? Đệm có bị nhăn quá không ạ?	Tinggi bantal dan kerutan sheet, apakah tidak ada yang mengganggu?
!	You need to be careful of low temperature burn.	Chú ý hiện tượng bị bỏng nhiệt độ thấp (do tiếp xúc với túi sưởi trong một thời gian quá lâu).	Memperhatikan luka bakar temperatur rendah.

声かけ表現リスト 10 mp3 079

22 今日はお散歩でお疲れになったので、よく眠れると思いますよ。

23 今日はご家族がいらっしゃってよかったですね。

24 ポータブルトイレはこちらに置いておきますが、お手伝いが必要でしたら、いつでも呼んでくださいね。

25 電気を消しましょうか。

26 お部屋の電気はどうしますか。

27 今晩の担当は私ですので、何かあればナースコールで呼んでくださいね。

28 また後で見回りに参りますので、安心してお休みください。

29 いつでもお手伝いに来ますので、安心してお休みください。

30 田中さん、また明日よろしくお願いしますね。

31 いい夢が見られるといいですね。

32 おやすみなさい。

＜寝られないという利用者様に＞

33 横になっているだけでも疲れがとれますよ。

34 横になっていると、眠くなると思いますよ。

35 何か温かい飲み物でもお持ちしましょうか。

36 あちらに行って、少しお話でもしましょうか。

37 眠れないようでしたら、向こうに行って、ちょっとお手伝いをしていただけませんか。

38 どうなさいましたか。眠れませんか。何か気になることがありますか。

39 眠れませんか。じゃ、他のお部屋を一回りしたらまた参りますので、一緒にリビングに行ってお話しましょうか。

40 眠れませんか。お身体の向きを変えましょうか。

182

List of Koekake Expressions 10 / Cách nói Koekake 10 / Daftar Ekspresi Penyampaian Kata 10

22	You're tired after a good walk today. I think you'll have sound sleep tonight.	Hôm nay bác đi dạo nhiều chắc đã mệt, cháu nghĩ bác sẽ ngủ say lắm ạ.	Karena hari ini capek jalan-jalan, bisa tidur enak lo.
23	You're happy to have your family here today.	Hôm nay gia đình ta đến thăm vui quá bác nhỉ.	Hari ini karena keluarga datang bagus ya.
24	I put the portable toilet here. If you need help, please call me anytime.	Cháu để bồn cầu di động ở đây ạ. Nếu cần giúp bác cứ gọi cháu bất cứ lúc nào nhé.	Saya letakkan portabel toilet di sini, kalau perlu bantuan, kapan saja tolong panggil saya ya.
25	Shall I turn off the light?	Cháu tắt điện nhé?	Mari saya matikan lampunya.
26	Would you like me to turn off the light, or leave it as is?	Bác muốn để điện thế nào ạ?	Lampu kamarnya bagaimana?
27	I'm in charge of you tonight. Please call me if you need any help.	Cháu là người trực hôm nay ạ. Nếu có gì cần bác hãy bấm nút gọi y tá để gọi cháu bác nhé.	Malam ini yang bertanggung jawab adalah saya, kalau ada sesuatu tolong panggil saya dengan nurse call ya.
28	I'll come to your room later. Please relax and have a good night.	Cháu sẽ lại đi kiểm tra các phòng, bác cứ yên tâm ngủ đi nhé.	Nanti saya akan datang patroli lagi, tolong istirahat dengan tenang.
29	I'll come to help you anytime. Please relax and have a good night.	Bất cứ lúc nào bác cần cháu sẽ đến giúp ạ, bác yên tâm ngủ ngon nhé.	Kapan saja saya akan datang membantu, tolong istirahat dengan tenang.
30	Tanaka san, I'm looking forward to seeing you tomorrow.	Bác Tanaka, hẹn bác ngày mai bác nhé.	Tanaka-san, mohon bantuannya sampai besok.
31	I hope you'll have a nice dream.	Mong rằng bác sẽ mơ những giấc mơ đẹp.	Enak kalau bisa melihat mimpi yang indah.
32	Good night.	Cháu chúc bác ngủ ngon ạ.	Selamat Tidur.
	<To a user who says that he/she can't sleep>	**<Với bệnh nhân kêu rằng không ngủ được>**	**<Kepada pengguna jasa yang tidak bisa tidur>**
33	I think that just lying in your bed will take your tiredness away.	Bác nằm nghỉ một chút cũng đỡ mệt đấy ạ.	Dengan berbaring saja nanti capeknya akan hilang lo.
34	I think that you'll become sleepy while you're lying in your bed.	Bác nằm một chút sẽ cảm thấy buồn ngủ đấy ạ.	Kalau berbaring, nanti jadi mengantuk.
35	Shall I bring you something warm to drink?	Để cháu mang đồ uống nóng gì đó đến cho bác nhé?	Mari saya bawakan sesuatu minuman hangat.
36	Would you like to go over there and have a chat with me?	(Bác cháu) Ta ra đằng kia nói chuyện một chút bác nhé?	Mari pergi ke sana, bicara sebentar.
37	If you can't sleep, could you go over there and help me a little?	Nếu bác không ngủ được bác có thể ra chỗ kia giúp cháu chút việc được không ạ?	Kalau tidak bisa tidur, pergi ke sana, apakah bisa sedikit membantu saya?
38	What's the matter? You can't sleep? Is anything bothering you?	Bác bị sao thế ạ? Bác bị khó ngủ ạ? Bác có điều gì phải suy nghĩ không ạ?	Ada apa kiranya? Apakah tidak bisa tidur? Apakah ada sesuatu yang dikhawatirkan?
39	You can't sleep? Then, I'll come here after visiting the other rooms. Shall we go to the living room and talk together?	Bác không ngủ được ạ? Thế thì bây giờ cháu sẽ đi thăm các phòng một lượt sau đó quay trở lại đây rồi chúng ta cùng ra phòng khách chuyện trò bác nhé?	Apakah tidak bisa tidur? Kalau begitu, saya akan keliling sekali ke kamar-kamar lainnya, setelah itu mari pergi sama-sama ke ruang tamu dan bicara.
40	You can't sleep? Shall I change your body's position?	Bác không ngủ được ạ? Bác thử xoay người xem có dễ ngủ hơn không bác nhé?	Apakah tidak bisa tidur? Mari arah posisi tubuhnya diubah.

練習 10

状況：午前2時です。ナースコールが鳴ったので、田中さんの居室に向かっています。

利用者情報：田中千代（女性）。特に大きな身体上の問題はない。お茶が好きで、造詣が深い。夜はカフェインのない焙じ茶を好んで飲んでいる。この数日便秘気味だったが、1時間前に便意を催したので、トイレに行った。しばらくしたら便秘は解消されたが、身体が冷えて眠れなくなった。湯たんぽを持ってきてほしいと思っている。

👤=介護職　👤=田中

- 👤 ＜コンコンコン＞　失礼します。田中さん、どうされましたか。
- 👤 あのね、湯たんぽ、ある？
- 👤 **寒気がしますか。**
- 👤 寒気って[＝寒気と]いうか、身体が冷えちゃって[＝冷えてしまって]。
- 👤 **風邪でしょうか。**
- 👤 ううん、1時間前に大きいほう（を）したくなって、トイレ（に）行ったの。
- 👤 **ああ、この数日便秘（だ）とおっしゃっていましたね。**
- 👤 しばらく踏ん張っていたら、出たのよ！
- 👤 **良かったですね！**
- 👤 でも、身体が冷えちゃって。
- 👤 **そうでしたか。では、湯たんぽ（を）すぐご用意しますね。温かい物も何か飲まれますか。身体の中から温まりますよ。**
- 👤 そうねえ、お茶（を）いただこうかしら？
- 👤 **どのお茶がよろしいですか。**
- 👤 夜は焙じ茶よね。
- 👤 **はい、では、湯たんぽと温かい焙じ茶を持って参りますので、しばらくお待ちください。**
- 👤 ありがとう。

↓つづく

Practice 10 / Luyện tập 10 / Latihan 10

[Situation]
It's 2 o'clock a.m. A nurse-call from Tanaka san's room rang and you're going to her room.

(Bối cảnh)
Bây giờ là 2 giờ sáng. Chuông gọi y tá vang lên nên bạn đi đến phòng bà Tanaka.

[Situasi]
Dini hari pukul dua. Karena nurse call bunyi, Anda pergi mendatangi kamar Tanaka-san.

[Information about the user]
Tanaka Chiyo (female). She doesn't have any health problems. She likes tea and has deep knowledge about it. She likes to have caffeine-free houji-cha at night. She has been kind of constipated for a few days. She felt the need to go to the toilet an hour ago. Her constipation was relieved after a while, but her body got cold and she can't sleep. She wants someone to bring her a hot-water bag.

👤 = Caregiver
👤 = Tanaka

(Thông tin về bệnh nhân)
Tanaka Chiyo (Nữ giới). Không có vấn đề gì lớn về sức khỏe thân thể. Bà rất thích uống trà, tầm hiểu biết rất sâu rộng. Buổi tối bà thường thích uống trà Houji không có caffeine. Mấy ngày gần đây bà hơi bị táo bón, một tiếng đồng hồ trước bà thấy đau bụng và đã đi vệ sinh. Sau đó một lúc thì tình trạng táo bón được giải quyết nhưng cơ thể bà bị lạnh. Bà muốn mang giúp túi chườm nóng đến cho bà.

👤 = Nhân viên điều dưỡng
👤 = Tanaka

[Informasi pengguna jasa]
Chiyo Tanaka (wanita) . Tidak ada masalah khusus mengenai kondisi tubuh. Dia suka teh Jepang, sangat berilmu. Malam hari suka minum teh sangrai yang tidak mengandung kafein. Beberapa hari ini agak konstipasi, karena satu jam lalu ada rasan ingin buang air besar, pergi ke toilet. Beberapa lama kemudian, konstipasinya mulai mereda, karena tubuhnya dingin jadi tidak bisa tidur.

👤 = Tenaga perawat lansia
👤 = Tanaka

👤 <Knock 3 times> Excuse me. Tanaka san, what's the matter?

👤 Ah, do you have a hot-water bag?

👤 Are you feeling chilly?

👤 It's not that. My body feels cold.

👤 Did you catch a cold?

👤 No, no. Nature called an hour ago and I went to the toilet.

👤 Ah, you told me that you had been constipated for a few days.

👤 I strained at the toilet for a while and it came out!

👤 That's good!

👤 But my body got cold.

👤 Oh, did it? Then, I'll prepare a hot-water bag for you right away. Would you like to drink something warm? It makes your body warm to the bones.

👤 Well, I'll have tea then.

👤 What kind of tea would you like?

👤 I prefer houji-cha at night.

👤 Yes, I understand. I'll bring you a hot-water bag and houji-cha. Could you wait a moment?

👤 Thank you.

👤 <Cộc cộc cộc> Cháu xin phép vào phòng ạ. Bác Tanaka, bác có chuyện gì ạ?

👤 Cháu ơi, cháu có túi chườm nóng không?

👤 Bác bị ớn lạnh ạ?

👤 Không phải là ớn lạnh mà cơ thể bác bị lạnh.

👤 Bác bị cảm hay sao ạ?

👤 Không, một tiếng trước bác muốn đi đại tiện nên đã vào nhà vệ sinh.

👤 À vâng, bác có nói là mấy ngày gần đây bác bị táo bón.

👤 Bác cố rặn một lúc thì đã đi được.

👤 Thế thì tốt quá rồi ạ.

👤 Nhưng người bác lại bị lạnh mất.

👤 Ra là thế ạ. Vậy để cháu chuẩn bị túi chườm nóng ngay đây ạ. Bác có muốn uống chút gì nóng không ạ? Nó sẽ giúp làm ấm cơ thể từ bên trong đấy ạ.

👤 Ừ nhỉ, thế thì cho bác xin cốc trà.

👤 Bác muốn uống trà gì ạ?

👤 Buổi tối thì bác uống trà Houji.

👤 Vâng ạ, thế để cháu mang túi chườm ấm và trà Houji nóng đến, bác đợi cháu một lúc ạ.

👤 Cảm ơn cháu.

👤 <Tok tok tok> Permisi. Tanaka-san, ada apa gerangan?

👤 Begini, kompres hangat, ada?

👤 Apakah Anda menggigil?

👤 Bukan menggigil, tapi tubuh dingin.

👤 Apakah Anda masuk angin?

👤 Bukan, satu jam lalu pingin bab, dan pergi ke toilet.

👤 Oh, Anda bilang beberapa hari ini sembelit ya.

👤 Setelah lama saya ngeden, sudah keluar lo!

👤 Bagus ya!

👤 Tapi, tubuh jadi dingin.

👤 Oh begitu. Kalau begitu, saya akan siapkan kompres hangat ya. Apakah Anda mau minuman hangat? Akan hangat dari dalam tubuh.

👤 Oh ya, boleh minta teh Jepang?

👤 Anda mau teh Jepang yang mana?

👤 Kalau malam teh sangrai.

👤 Ya, kalau begitu, saya akan bawa kompres hangat dan teh sangrai ya, tolong tunggu sebentar.

👤 Makasih.

185

練習 10

mp3 081 ≪湯たんぽと焙じ茶を持って、再度田中さんの居室を訪ねる≫

👤 ＜コンコンコン＞　失礼します。田中さん、湯たんぽと焙じ茶をお持ちしました。

👤 ありがとう。悪いわね。

👤 いいえ、とんでもないです。焙じ茶をどうぞ。熱いのでお気をつけください。

👤 はい。フーフー。＜息をかけて少し冷ましながら飲む＞
ああ、おいしい。身体が芯から温まるわ。

👤 良かったです。焙じ茶って[＝焙じ茶は]香ばしくておいしいですよね。
田中さん、湯たんぽはどの辺にお入れしましょうか。

👤 足元かしら、やっぱり。

👤 ちょっと失礼します。＜足元の布団を少し上げて湯たんぽを入れる＞
この辺りでよろしいですか。

👤 ええ、ありがとう。ああ、温かくて、気持ち（が）いい。

👤 布で包んでありますが、熱すぎませんか。

👤 大丈夫。もし熱かったら、蹴るから。

👤 ええ、そうしてください。他に何かお手伝いすることはありませんか。

👤 いいえ、ありがとう。＜お茶を飲み終わる＞　おいしかった。ありがとう。

👤 いいえ。何かありましたら、お呼びくださいね。

👤 ありがとう。温まったし、また眠れそう。

👤 良かったです。ゆっくりお休みください。
電気（を）、消しますね。

👤 ありがとう。お休み。

👤 おやすみなさい。失礼します。

▼ チェックリスト

☐ 夜中なので、周りの居室に配慮して、ノックや入室の挨拶は静かに行いましたか。

☐ どうして湯たんぽが必要か、田中さんの体調に配慮した声かけができましたか。

☐ 便秘が解消されて喜んでいる田中さんに共感する声かけをしましたか。

☐ お茶や湯たんぽの温度が田中さんにとって問題ないか確認しましたか。

Practice 10 / Luyện tập 10 / Latihan 10

<<Caregiver visits Tanaka san's room again with a hot-water bag and houji-cha.>>

👤 <Knock 3 times> Excuse me. Tanaka san, I brought you a hot-water bag and houji-cha.

👤 Thank you. I have troubled you.

👤 No, not in the least. Here is your houji-cha. It's hot. Please be careful.

👤 Yes. <She blows on her tea to cool it down.>
Oh dear, it's delicious. It makes my body warm to the bones.

👤 Good. Houji-cha has a nice roasted aroma and it's delicious.
Tanaka san, where shall I put the hot-water bag in your bed?

👤 At my feet, please.

👤 Excuse me. <Caregiver lifts Tanaka san's comforter a little and puts the hot-water bag at her feet.>
Is it OK here?

👤 Yes, thank you. Ah, it's warm and good.

👤 I wrapped it with clothes, but is it too hot?

👤 No, no. I'll kick it if it's hot.

👤 Please do that. Is there anything else that I can help you?

👤 No, thank you. <She finishes the tea.> It was delicious. Thank you.

👤 My pleasure. If you need any help, please feel free to call me.

👤 Thanks. I'm warm now and I think I can sleep again,

👤 That's good. Please have a good night's sleep.
I'm going to turn the light off.

👤 Thank you. Good night.

👤 Good night. Excuse me.

<<Mang theo túi chườm nóng và trà Houji đến phòng bà Tanaka lần nữa>>

👤 <Cộc cộc cộc> Cháu xin phép vào phòng ạ. Bác Tanaka ơi, cháu đã mang túi chườm ấm và trà Houji đến đây ạ.

👤 Cảm ơn cháu nhé, phiền cháu quá!

👤 Không không phiền gì đâu ạ. Cháu mời bác dùng trà. Trà nóng nên bác cẩn thận kẻo bỏng ạ.

👤 Ừ, phù phù. <Vừa thổi cho nguội bớt vừa uống>
Ôi ngon quá. Người bác ấm lên từ bên trong rồi.

👤 Tốt quá ạ. Trà Houji rất thơm ngon bác nhỉ.
Bác Tanaka ơi, cháu để túi chườm nóng ở đâu thì được ạ?

👤 Cháu để ở dưới chân giúp bác nhé.

👤 Cháu xin phép ạ. <Hơi kéo chăn đắp dưới chân lên và nhét túi chườm nóng vào>
Cháu để ở chỗ này được chưa ạ?

👤 Ừ, được rồi. Ôi, ấm áp thích quá!

👤 Cháu đã dùng vải bọc lại, không bị nóng quá chứ ạ?

👤 Không sao đâu, nếu nóng quá bác sẽ đá nó đi.

👤 Vâng, bác hãy làm thế ạ. Ngoài ra bác còn cần cháu giúp gì không ạ?

👤 Không đâu, cảm ơn cháu. <Uống hết cốc trà> Trà ngon lắm. Bác cảm ơn.

👤 Không có gì ạ. Nếu cần gì bác cứ gọi cháu nhé.

👤 Cảm ơn cháu. Bác thấy người ấm lên rồi, chắc bác sẽ ngủ ngon.

👤 Thế thì tốt quá ạ. Bác hãy nghỉ ngơi thong thả nhé.
Cháu tắt điện đây ạ.

👤 Cảm ơn cháu. Chúc cháu ngủ ngon.

👤 Chúc bác ngủ ngon, cháu xin phép rời phòng ạ.

<Membawa kompres hangat dan teh sangrai, kembali mendatangi kamar Tanaka-san>

👤 <Tok tok tok> Permisi. Tanaka-san, saya bawa kompres hangat dan teh sangrai.

👤 Makasih. Maaf ya.

👤 Tidak apa-apa, tidak ada masalah. Teh sangrai silakan. Masih panas tolong berhati-hati.

👤 Ya. Fu fu. <Meniupkan napas untuk mendinginkan dan baru minum> Oh, enak. Tubuh jadi hangat dari dalam.

👤 Bagus ya. Teh sangrai kan (the sangrai itu) aromanya harum dan rasanya enak ya.
Tanaka-san, kompres hangatnya mau diletakkan di mana?

👤 Di bawah kaki, tentu.

👤 Sebentar permisi. <Mengangkat futon di bawah kaki dan memasukkan kompres hangat>
Apakah boleh di sekitar sini?

👤 Ya, makasih. Oh, hangat, rasanya enak.

👤 Dibungkus dengan kain, apakah tidak terlalu panas?

👤 Tidak apa-apa. Kalau panas, saya tendang.

👤 Ya, ditendang saja. Yang lain apakah tidak ada yang bisa saya bantu?

👤 Tidak, makasih. <Selesai minum teh> Enak. Makasih.

👤 Sama-sama. Kalau ada sesuatu, tolong panggil saya ya.

👤 Makasih. Sudah hangat, agak jadi mengantuk.

👤 Bagus ya. Tolong istirahat pelan-pelan.
Lampu, saya matikan ya.

👤 Makasih. Met Tidur.

👤 Selamat Tidur. Permisi.

▼ **Checklist / Các điểm cần lưu ý / Daftar cek**

☐ As it's midnight, considering the other rooms, did you knock the door and greet quietly? / Vì đã là đêm khuya nên bạn có biết gõ cửa và chào hỏi khi vào phòng một cách khẽ khàng để tránh làm ảnh hưởng đến các phòng xung quanh hay không? / Apakah Anda sudah mengetuk pintu dengan perlahan dan salam ketika masuk kamar, dengan memperhatikan sekeliling kamar, karena tengah malam.

☐ Did you do proper Koekake to check Tanaka san's physical condition by asking why she needs a hot-water bag? / Đã có thể Koekake thể hiện sự quan tâm đến sức khỏe của bà Tanaka, hỏi thăm tại sao bà lại cần dùng túi chườm nóng hay chưa? / Apakah Anda sudah bisa melakukan penyampaian kata dengan memperhatikan kondisi tubuh Tanaka-san, kenapa dia memerlukan kompres hangat?

☐ Seeing and hearing that Tanaka san was glad to relieve her constipation, did you empathize with her? / Đã có thể Koekake thể hiện sự đồng cảm với bà Tanaka khi bà thể hiện niềm vui vì đã hết bị táo bón hay chưa? / Apakah Anda sudah melakukan penyampaian kata untuk berempati kepada Tanaka-san yang sudah pulih sembelitnya?

☐ Did you check that the temperature of the hot-water bag and houji-cha was suitable for her? / Đã kiểm tra xem nhiệt độ trà và túi chườm nóng có phù hợp với bà Tanaka không hay chưa? / Apakah Anda sudah mengecek apakah tidak ada masalah bagi Tanaka-san mengenai temperatur teh dan kompres hangat?

187

[著者]

田辺淳子 (日本語教師)

大阪外国語大学卒業、南山大学大学院修士課程修了
愛知学院大学日本語教育センター専任講師
介護の日本語教育は、これまで EPA の介護福祉士候補者への来日
後研修や介護福祉士国家試験対策などに携わる。

[翻訳]
英語：田辺淳子、Hanon Junn
ベトナム語：道上史絵、Dương Thị Hoa
インドネシア語：Hariadi Pamungkas

[翻訳校正]
英語：Te Monna Liza Pajarilla (特別養護老人ホーム　大地の丘)
ベトナム語：Đỗ Thị Ngân (特別養護老人ホーム　田原福寿園)
インドネシア語：PraDita Sofiana (特別養護老人ホーム　中山ちどり)

[協力] (五十音順)
朝岡昌史 (特別養護老人ホーム　高浜安立荘)
星野有香 (特別養護老人ホーム　ちた福寿園)
吉澤裕美子 (特別養護老人ホーム　中山ちどり)
渡辺誠一 (特別養護老人ホーム　シャローム)

[協力施設] (五十音順)
医療法人　永好会　すまいるケアガーデン
社会福祉法人　福寿園
介護付有料老人ホーム　ラ・プラスヒルトップ
特別養護老人ホーム　シャローム
特別養護老人ホーム　大地の丘
特別養護老人ホーム　太陽の家二番館
特別養護老人ホーム　高浜安立荘
特別養護老人ホーム　長寿の里・十四山
特別養護老人ホーム　椿寿の里
特別養護老人ホーム　ながまち荘
特別養護老人ホーム　中山ちどり

[イラスト]
つのだだいすけ (株式会社アクア)

＊ 本教材は、公益社団法人全国老人福祉施設協議会 老施協総研平成 28 年度および平成 29 年度調査研究助成事業として
　行った「介護に従事する非日本語母語話者のための介護の場面別声掛け音声教材 (シャドーイング教材) 開発に向けた研
　究および、試作教材の開発・作成」の研究成果を基にしています。

シャドーイングで学ぶ

介護の日本語　場面別声かけ表現集

2018 年 11 月 15 日　初版第 1 刷発行
2025 年 3 月 15 日　初版第 4 刷発行

著　　　者	田辺淳子 (たなべ じゅんこ)
発　　　行	株式会社 凡人社
	〒 102-0093　東京都千代田区平河町 1-3-13
	電話 03-3263-3959
装丁デザイン	コミュニケーションアーツ株式会社
印 刷 ・ 製 本	倉敷印刷株式会社

定価はカバーに表示してあります。乱丁本・落丁本はお取り換えいたします。
＊本書の一部あるいは全部について、著作者から文書による承諾を得ずに、いかなる方法に
　おいても無断で転載・複写・複製することは法律で固く禁じられています。

ISBN 978-4-89358-949-1
©Junko TANABE 2018 Printed in Japan

音声ファイルについて mp3

音声ファイル（MP3）は、以下からダウンロードしてください。【無料】

Please download the audio file (MP3) from the following site. (Free)

Có thể tải các phần mềm nghe (MP3) ở URL dưới đây. (Miễn phí)

Tolong download file audio (MP3) dari bawah ini. (Bebas biaya)

https://www.bonjinsha.com/wp/koekake

＊ダウンロードには、この本が必要です。
　キーワード（この本に関する質問）を入力して、
　ダウンロードしてください。

＊ You need this book to download. Please input the keywords (answers to the questions) and download the audio file.

＊ Cuốn sách này hướng dẫn để tải các phần mền nghe. Xin hãy điền từ khoá (câu hỏi về cuốn sách này) vào và tải các phần mềm.

＊ Untuk download, memerlukan buku ini. Tolong masukkan kata kunci (pertanyaan mengenai buku ini) dan download.